वि.
स.
खांडेकर

दोन मने

मेहता पब्लिशिंग हाऊस

- *या पुस्तकातील लेखकाची मते, घटना, वर्णने ही त्या लेखकाची असून त्याच्याशी प्रकाशक सहमत असतीलच असे नाही.*

DON MANE by V. S. KHANDEKAR
दोन मने : वि. स. खांडेकर / कादंबरी

प्रकाशक : सुनील अनिल मेहता, मेहता पब्लिशिंग हाऊस,
१९४१ सदाशिव पेठ, माडीवाले कॉलनी, पुणे – ४११०३०.

अक्षरजुळणी : इफेक्ट्स, २१/६ब, आयडिअल कॉलनी, कोथरूड, पुणे ३८.

मुखपृष्ठ : चंद्रमोहन कुलकर्णी

प्रकाशनकाल : १९३८ / १९४३ / १९४८ / १९५९ / १९७८ / १९८८ / १९९२ / १९९६ / २००० / मार्च, २००७ / ऑगस्ट, २००८ फेब्रुवारी, २०१० / सप्टेंबर, २०११ / जानेवारी, २०१३ / फेब्रुवारी, २०१५ / पुनर्मुद्रण : एप्रिल, २०१७

P Book ISBN 9788177667998
E Book ISBN 9788184986440
E Books available on : play.google.com/store/books
m.dailyhunt.in/Ebooks/marathi
www.amazon.in

प्रिय सुहृद्
खं. सा. दौंडकर
व
वा. रा. ढवळे
यांस....

चार अप्रस्तुत शब्द

दीड-दोन वर्षांपूर्वीच 'दोन मने'ची तिसरी आवृत्ती मी वाचकांना सादर करणार होतो. त्या वेळी खूप प्रस्तावना लिहून या कादंबरीच्या निर्मितीचा सारा सविस्तर इतिहास– माझ्या कल्पनेतली कादंबरी कशी होती व कागदावर उतरताना तिचे स्वरूप कसे व किती बदलले– त्यांना सांगावा अशी माझी इच्छा होती. पानात पडलेले पक्वान्न खाण्यापूर्वी जेवणाराला स्वयंपाकघरात थोडा वेळ फिरवून आणले किंवा नाटकगृहात मोठ्या ऐटीत पुढच्या खुर्चीवर बसून समोरच्या नाट्यप्रयोगावर टीका करणाऱ्या प्रेक्षकाला मधून थोडा वेळ रंगपटात नेऊन बसविले, तर त्या गोष्टीकडे पाहण्याची त्याची दृष्टी अधिक सहानुभूतीची होईल असे मला अनेकदा वाटते. पुस्तकांच्या बाबतीतही हा नियम लागू करायला काही हरकत नाही. केवळ आपली वकिली म्हणून नव्हे, निव्वळ आत्मसमर्थन म्हणून नव्हे, पण ज्या स्वाभाविक अथवा परिस्थितीने निर्माण केलेल्या मर्यादा सांभाळूनच कलावंताला आपली कृती निर्माण करावी लागते, त्यांची कल्पना रसिकांना यावी म्हणून लेखकाने आपल्या निर्मितीची माहिती त्यांना द्यावी असे मला नेहमी वाटते. व्यक्तीप्रमाणे कलाकृतीची आत्मचरित्रेही त्यांच्याशी समरस होण्याच्या कामी बहुमोल ठरतात. हे सारे लक्षात घेऊनच माझ्या कादंबऱ्यांच्या अलीकडच्या आवृत्त्यांना मी प्रस्तावना लिहीत आलो आहे.

दोन वर्षांपूर्वी या कादंबरीची प्रस्तावना मी लिहिली असती तर ती 'दोन ध्रुव' किंवा 'पांढरे ढग' यांच्या प्रस्तावनांप्रमाणेच झाली असती. पण गेल्या दीड-दोन वर्षांत आपल्या देशात ज्या उलथापालथी झाल्या, ज्या घडामोडी घडोघडी आपल्या भोवती अजूनही घडत आहेत, त्या सर्व अलीकडे माझ्या डोळ्यांपुढे उभ्या राहत आणि मग माझे मन म्हणू लागे– 'दोन मने' या कादंबरीतली आपली मध्यवर्ती कल्पना किती स्थूल आहे, तिचा विकासही किती मर्यादित क्षेत्रात झाला आहे! माणसाच्या मनातल्या विचित्र, विकृत, विलक्षण आणि विक्राळ प्रवृत्ती गेल्या दोन वर्षांत या देशात जितक्या स्पष्टपणे प्रगट झाल्या, तितक्या त्या एवढ्याशा लहान

कालखंडात कधीच उमटून दिसल्या नसतील! सत् आणि असत् यांचा तो संघर्ष माणसातल्या पशुत्वाचे आणि देवत्वाचे ते महायुद्ध विशाल सामाजिक पार्श्वभूमीवर रक्त आणि अश्रू यांनी मिसळलेल्या रंगांनी चित्रित करण्याचा हा काळ आहे अशा वेळी आठ-दहा वर्षांपूर्वी लिहिलेल्या आपल्या एका साध्यासुध्या कल्पनारम्य सामाजिक कथेसंबंधाने विस्तार करीत बसण्यात काय स्वारस्य आहे? माणसाला केवळ दोनच नव्हेत तर अनेक मने असतात, ती सहसा अलग राहू शकत नाहीत. पावसाळ्याच्या अखेरीस सूर्यास्ताच्या वेळी पश्चिमेकडे दिसणाऱ्या ढगांचे रंग जसे जलद बदलतात तसे त्या मनांचेही रंग त्वरित एकमेकांत मिसळत जातात. परिस्थितीने ते भडक, भयंकर अगर चित्रविचित्र बनतात इत्यादी अनुभव आजकाल आपण हरहमेशा घेत आहोत. या अनेक मनांचा रम्य व रौद्र संघर्ष हा आजच्या कथाकारांचा फार मोठा विषय होऊ शकेल. त्या मानाने आपल्या कादंबरीचा विषय अगदी फिक्का आहे. चार घटका करमणुकीकरिता अजूनही कुणी ती वाचील. नाही असे नाही. पण अशा वाचकाला आपल्या प्रस्तावनेची काय जरुरी आहे? नाचगाण्याकरिता चित्रपट पाहायला गेलेल्या प्रेक्षकांपुढे त्यातल्या कथाविषयावर व्याख्यान देणारा एखादा विद्वान उभा केला तर त्याची जी स्थिती होईल तीच लांबलचक प्रस्तावना पाहून वेळ घालविण्याकरिता कादंबरी वाचणाऱ्या वाचकाची होत असेल. अशा स्थितीत प्रस्तावनेवाचून कादंबरी प्रसिद्ध केली म्हणून काय बिघडले?

पण तसे करणेही मला प्रशस्त वाटेना! एक तर माझ्या पहिल्या दोन कादंबऱ्या सोडून बाकीच्या सर्वांना मी प्रस्तावनेची जोड दिली आहे. तेव्हा फक्त या कादंबरीलाच प्रास्ताविक लिहिले नाही तर ही माझी विशेष नावडती कन्यका आहे असा अनेकांचा ग्रह होईल. तो टळावा हा हे चार शब्द लिहिण्यात माझा हेतू आहे. त्याशिवाय दुसरेही एक कारण आहे. वेळी-अवेळी मधलेच वाक्य घेऊन चटावर टीका करणारे विद्वान हल्ली अधिक प्रमाणात निपजू लागले आहेत. मार्गदर्शन करण्याच्या मिषाने ते वाचकांची दिशाभूल करीत असतात. या प्रथेला अंशत: तरी आळा पडावा म्हणून लेखकाने आपली छोटी का होईना कैफियत अवश्य सादर केली पाहिजे.

या असंबद्ध टीकाकारांचे तोंड लेखकाच्या प्रामाणिक आत्मनिवेदनाने बंद होईल असे मानण्याइतका मी दुधखुळा नाही. असल्या बाजारबुणग्या टीकाकारांत वाऱ्याबरोबर भांडणारी माणसे असतात. वेड घेऊन पेडगावला जाणारे लोक दिसतात. मनातली कसली तरी मळमळ कुठे तरी ओकून टाकायला अधीर झालेले पंडितमन्य असतात, आणखीही नाना तऱ्हांची मंडळी आढळतात. प्रसंगी वेड्याला आवरता येते! पण वेड पांघरणाराची या जगात कोण समजूत घालणार? वेळीअवेळी, स्थानी-अस्थानी सुरवंटांप्रमाणे ललितकृतीशी अंगलट करणाऱ्या या सर्व विद्वानांचा एका गोष्टीवर पूर्ण भरवसा असतो. ती म्हणजे उठल्यासुटल्या लेखक काही आपल्या निरर्गल

प्रलापांना अथवा आचरट टीकेला उत्तर द्यायला येणार नाही ही होय. गावातला कुणी तरी रिकामटेकडा मनुष्य एखाद्या सद्‌गृहस्थाविषयी हवे ते बरळत सुटला, तरी बिचाऱ्या सज्जनाला प्रत्येक ठिकाणी जाऊन त्याचा खोटेपणा काही सिद्ध करता येत नाही. तसे करायचे म्हटले तर तोच त्याचा मुख्य धंदा होऊन बसायचा! गनिमी काव्याने हल्ले चढविणाऱ्या असंबद्ध टीकाकारांच्या बाबतीत लेखकाची अशीच स्थिती होते. खरे टीकाकार द्वंद्वयुद्धाचे उघड उघड आव्हान देतात. त्यांचे युद्ध हे नेहमी धर्मयुद्ध असते. ते समोरून घाव घालतील. पण मागून लपून छपून कधीही वार करणार नाहीत. त्यामुळे लेखकाला त्यांचे वार आपल्या ढालींवर झेलता येतात. प्रसंगी जखम झाली तरी ती तो आनंदाने सहन करतो. या द्वंद्वयुद्धात कुणाचाही पराभव झाला, तरी त्यामुळे परस्परांविषयीचा आदरभाव कमी होत नाही; पण कुठे तरी, कसे तरी छुपे चिमटे घेणारे आणि बारीकसारीक ओरखडे काढणारे टीकाकार या वाघसिंहाच्या जातीचे नसतात. माश्या, चिलटे, डास, ढेकूण इत्यादिकांशीच त्यांचे अधिक जवळचे नाते लागते. लेखकाला ते उपद्रव देऊ शकतात. पण त्यांच्या पाठीमागे लागणे अथवा त्यांचा समोरासमोर समाचार घेणे त्याला सहसा शक्य होत नाही.

२

अशा टीकापद्धतींचा एक नमुना इथे देतो. वाचकांना तो मोठा मनोरंजक वाटेल. कोल्हापूरच्या राजाराम कॉलेजात पंगू नावाचे एक जुने आणि जाणिते मराठीचे प्राध्यापक आहेत. तीन-चार महिन्यांपूर्वी त्यांनी माझ्यावर जाता जाता केलेली टीका कुणी तरी मला दाखविली. एका मासिकाच्या अंकात आली होती ती! त्यांचा लेखाचा मुख्य विषय होता निराळाच! पण एका दगडाने दोन पक्षी मारता आले तर बरे असे लेख लिहायला घेतल्यावर त्यांना वाटले असावे! असल्या उपद्व्यापात अनेकदा एकही पक्षी न मरता धोंडा मात्र मारणाऱ्याच्याच डोक्यात उलटतो ही गोष्ट ते चुकून विसरले. मुंबई विद्यापीठाने आपल्या अभ्यासक्रमात नेमलेला वा. ना. देशपाडे यांचा 'आराधना' हा काव्यसंग्रह त्यांच्या लेखाचा मुख्य विषय होता. पण या लेखाच्या आरंभीच लेखकमहाशय वा. ना. देशपांड्यांवरून वि. स. खांडेकरांवर घसरले आहेत! मोटार चालवण्याचे अर्धवट शिक्षण घेतलेल्या मनुष्याने ती सुरू करताच रस्ता सोडून खड्ड्यात नेऊन घालावी, तसा प्रोफेसरमहाशयांच्या लेखातला हा पहिला परिच्छेद वाचून मला भास झाला. देशपांड्यांवर लिहिता लिहिता त्यांना एकदम बी.ए.ला लावलेल्या व त्या शिकविलेल्या 'सुगी' नावाच्या काव्यसंग्रहाची आठवण झाली. त्या संग्रहात माझी 'भाताच्या मळ्यात' ही एक कविता आहे. मी कवी नाही हे सिद्ध करण्याकरिता प्रोफेसर मजकुरांनी लगेच तिच्यावर टीका करण्याचा आव आणला आहे.

मी कवी नाही हे पंगूंचे म्हणणे मला अक्षरशः मान्य आहे. ते ही गोष्ट १९४८ साली लोकांना सांगत आहेत. मी ती १९३४ साली 'उल्के'च्या पहिल्या आवृत्तीच्या प्रस्तावनेत स्पष्टपणे नमूद करून ठेवली आहे. कदाचित 'उल्के'पेक्षा अधिक उच्च दर्जाच्या वाङ्मयाच्या अध्ययनात आहोरात्र गढून गेल्यामुळे माझा तो कबुलीजबाब प्रोफेसर साहेबांच्या वाचनात आला नसेल! मला चांगली कविता लिहिणे जमत नाही या गोष्टीची मी स्वतःच ठिकठिकाणी थट्टा केली आहे. आपल्या एखाद्या वैगुण्याबद्दल दुसऱ्या एखाद्या लेखकाने क्वचितच इतके लिहिले असेल. अशा स्थितीत देशपांड्यांच्या काव्यसंग्रहाचे तो प्रसिद्ध झाल्यानंतर पुष्कळ वर्षांनी परीक्षण करताना पंगूंना माझ्याकडे वळण्याची जरुरी नव्हती; पण मारकट जनावराप्रमाणे टीकाकारांतही एक विचित्र वर्ग असतो. त्याला सरळ रस्त्याने काही केल्या जाता येत नाही; खुल्या मैदानात टक्कर करण्याचे बळही अशा प्राण्यांच्या अंगी नसते. जाता जाता इकडे शिंगे हलीव, तिकडे मारकी नजर वळीव, असे करण्यातच त्यांची सारी शक्ती खर्च होते. मी कवी नाही हे सिद्ध करण्याकरिता पंगूंनी स्वतंत्र लेख लिहिला असता तर अधिक प्रामाणिक आणि पद्धतशीर रीतीने त्यांना माझी हवी तेवढी रेवडी उडवता आली असती. पण तसे करायचे म्हणजे १९२० पासून १९३४ पर्यंत निरनिराळ्या मासिकांतून माझ्या ज्या शे-दीडशे कविता प्रसिद्ध झाल्या आहेत, त्या वाचण्याची तसदी त्यांना घ्यावी लागली असती! माझ्या चित्रपटांतल्या गाण्यांचाही त्यांना विचार करावा लागला असता! असला खटाटोप करण्याच्या फंदात पंगूंसारखे टीकाकार कशाला पडतील? 'कुत्र्याला गोळी घालायची आहे ना? तेव्हा ते पिसाळले असलेच पाहिजे' असा त्यांचा खाक्या असतो. त्यांना त्याची डॉक्टरांकडून तपासणी करून घेण्याइतकी सवड मुळीच नसते. साहजिकच पंगूंनी शिकविताना नाइलाजाने वाचलेली माझी एकुलती एक कविता मला सुळावर चढविण्याकरिता हाती घेतली.

या कवितेचे दिग्दर्शन करताना त्यांनी घेतलेले आक्षेप मोठे नमुनेदार आहेत! ठोकळांनी ग्रामगीतांचा संग्रह काढायचे ठरविले व त्याकरिता ही कविता मी मुद्दाम बनविली असे पंगूंचे म्हणणे आहे. हुकमेहुकूम तयार केलेली कविता ही दुकानातल्या तयार कपड्यांइतकीच भोंगळ असते, अर्थात खांडेकरांची कविताही तशीच आहे असे त्यांना सुचवायचे आहे. ललित लेखनात स्फूर्तीचा भाग किती आणि परिश्रमाचा भाग किती, त्यात कलेचा भाग संपून सकृतदर्शनी दिसतो तितका सोपा नाही. पण इथे मुख्य प्रश्न आहे तो 'सुगी' या काव्यसंग्रहासाठी मी ती कविता मुद्दाम मांडी ठोकून आणि डोके खाजवून लिहिली, या घरी बसून पंगूंनी लावलेल्या जावईशोधाचा. हे सिद्ध करण्याकरिता त्यांनी पुरावा मात्र कुठलाही दिलेला नाही. अंतर्ज्ञानाने पंगूंना असल्या गोष्टी कळत असत्या, तर प्राध्यापकांचा पेशा सोडून ते कधीच राजज्योतिषी झाले असते!

आठ

खरोखरच या कवितेच्या जन्माची कहाणी अगदी निराळी आहे. शिरोड्याला असेपर्यंत मधून मधून मला कविता लिहायची लहर येत असे. 'घरि एकच पणती मिणमिणती' सारख्या कविता अशा लहरीतच लिहिल्या गेल्या आहेत. 'भाताच्या मळ्यात' ही कविताही याच पद्धतीने निर्माण झाली. ती लिहिल्यावर पुढे नियतकालिकातून प्रसिद्ध झाली. ठोकळांनी संपादक या नात्याने ती 'सुगी'त समाविष्ट केली. ही कविता संग्रहात आली म्हणून चांगली ठरते असे मुळीच नाही. पण जाता जाता प्रत्येक गोष्टीचा विपर्यास करण्याची पंगूंसारख्या टीकाकारांना जी खोड जडलेली असते, तिचे एक उदाहरण म्हणूनच त्यांच्या या विधानाचा मी उल्लेख केला.

कवितेच्या अंतरंगाची चर्चा करताना जणू काही आपल्या कैक पिढ्या कोकणात गेल्या आहेत असा भास प्रोफेसर मजकुरांनी निर्माण केला आहे. देश आणि कोकण यांच्या सरहद्दीवर कोल्हापूर वसले आहे. पण इथून जवळ असलेल्या राधानगरी किंवा गगनबावडा या कोकणी प्रदेशात तरी पंगूंनी किती दिवस वास्तव्य केले आहे ते परमेश्वर जाणे! त्यांचा आव मात्र सर्वज्ञतेचा आहे. अगदी कवितेच्या नावापासून ते नाक मुरडायला सुरुवात करतात. भाताच्या शेताला खाचर म्हणतात असे लहानपणापासून ते ऐकत आले. कोशातही तोच अर्थ त्यांना आढळला. 'भाताच्या मळ्यात' असा शब्दप्रयोग वापरणारा महामूर्ख ठरवायला एवढी माहिती बस्स आहे असे त्यांच्या पंडिती मनाला वाटले. मळा उसाचा असू शकतो, पानांचा असू शकतो, तो भाताचा कसा असेल? भाताचे खाचरच असले पाहिजे, हा काय तो त्यांचा या बाबतीतला अद्वितीय शोध! आपल्या या अजब शंकेचे समाधान त्यांना घरच्या घरीसुद्धा करून घेता आले असते. 'दोन ध्रुव' कादंबरीतली 'सुंदर चित्र' ही कथा त्यांनी वाचली असती तर दक्षिण कोकणात समुद्राकाठच्या गावातल्या घराजवळच्या भातशेतांना मळा का म्हणतात, याचा त्यांना सहज उलगडा झाला असता! पावसाळ्यात ही भातशेती पाहिल्याशिवाय मळा हा शब्द तिथे किती अन्वर्थक वाटतो याची कल्पना पंगूंना येणार नाही. लहानशा उंचवट्यावर माडांच्या राया, त्यातून मधून मधून डोकावून पाहणारी लहान-मोठी कौलारू घरे आणि त्या घरांच्या खालच्याच बाजूला पसरलेली भातशेती असे हे दृश्य मोठे विलोभनीय असते. या शेतजमिनीला मळा म्हणण्याचा कोकणात प्रघात आहे. तो किती अर्थपूर्ण आणि काव्यमय आहे हे गणेशचतुर्थीच्या सुमारास चांगल्या पोसवलेल्या भातातून पाऊलवाटेने जाणाऱ्या मनुष्याच्याच प्रत्ययाला येते.

या भाताच्या मळ्यात तारायंत्राचा खांब आहे असे कवी म्हणतो. एवढ्याने पंगूंचे पित्त खळवते. त्यांना ही कल्पनाच अस्वाभाविक वाटते. कुठल्याही भातखाचरापासून तारेचे खांब शेकडो मैल दूर असले पाहिजेत असे त्यांचे मत असावे! वस्तुस्थिती अगदी उलट आहे. शिरोड्याच्या पोस्टांचे तारेचे खांब मी वर्णन केलेल्या भाताच्या

मळ्यातूनच आले असून या कवितेची कल्पना प्रथम मनात आली ती त्यांच्या तारांवर बसलेले एक पाखरू पाहूनच! एका बाजूला आमच्या शाळेची इमारत, दुसऱ्या बाजूला उंचवट्यावर मी राहत होतो ते माडाच्या बागेतले घर, मध्ये हा मळा! वर्षानुवर्षे मी हे दृश्य पाहिले. त्या मळ्यातून दररोज आलो नि गेलो. अनेक पावसाळे त्या मळ्यातल्या उंच भाताच्या लोंबरांना जाता येता मी कुरवाळले. पश्चिमेकडला सूर्यास्त पाहत किंवा समोरच्या तारायंत्रांच्या तारा आता कुणाला कसला संदेश घेऊन जात असतील असा गमतीदार विचार करीत अगणित वेळा मी त्या मळ्यातल्या मेरांवर बसलो. 'सुंदर चित्र' या कथेची पार्श्वभूमी हीच आहे. 'अमृत'चे कथासूत्र याच ठिकाणी मला सुचले आहे. मी तिथे संध्याकाळी विसाव्याकरिता बसलो की एका बाजूला माडाच्या मोठमोठ्या बागा आणि त्यातले माडीला दिलेले उंच उंच माड मला दिसत. दुसऱ्या बाजूला खालच्या पायवाटेने माडीच्या छपराकडे जाणारी रात्र पडल्यावर थोडीफार तर्र होऊन आरडत ओरडत येणारी श्रमजीवी वर्गातली अनेक माणसे माझ्या दृष्टीला पडत!

भाताच्या मळ्याशी मी इतका चिरपरिचित आहे. पण माझ्या कवितेवर टीका करताना जणू काही मी कधी कोकण पाहिलेच नसावे असे पंगू आपल्या सोईसाठी गृहीत धरतात. अशा टीकाकारांविषयी 'बुझावू शकेना विधाता तयाला' हे दुसऱ्या एका कवीने पूर्वीच म्हणून ठेवले आहे हे खरे! पण अलीकडे साहित्यातही राजकारणातले प्रचारतंत्र उपयोगात आणण्याची प्रथा पडत चालली आहे. एक असत्य गोष्ट अनेकांनी वारंवार जोरजोराने सांगितली म्हणजे लोकांना ती सत्य- निदान अर्धसत्य तरी वाटू लागते हे काही खोटे नाही. या तंत्राने केवळ एखाद्या देशातल्या राजकारणाचाच नव्हे तर मानवतेच्या भवितव्याचाच सत्यानाश व्हायची पाळी आली आहे, त्याचा अवलंब करण्याची साहित्यिकांना मुळीच जरुरी नाही. वाङ्मयात राजकारणाहूनही तीव्र मतभेद असू शकतात. ते कुणी लपवून ठेवावेत अगर गुळमुळीत रीतीने मांडावेत असे मी कधीच म्हणणार नाही. पण क्षुल्लक गोष्टींना महत्त्व देऊन, कुठल्याही कलाकृतीची पहिली कसोटी म्हणजे तिची प्रभाविता, संस्कारक्षमता किंवा परिणामकारकता होय हे सोईस्करपणाने विसरून, अधूनमधून वाक्ये ओरबडून आणि त्यांचा शक्य तितका विपर्यास करून, आपल्या वैयक्तिक आवडीनिवडींची घोडी पदोपदी मध्ये दामटून, लेखकाचा प्रकृतिधर्म, ऐतिहासिक गोष्टी, कलाकृतीचा सामाजिक आशय, आणि तिचे चिरंतन वाङ्मयगुण या चतुःसूत्रीकडे पाठ फिरवून, टीकाकाराला कुठल्याही कृतीच्या गुणदोषांचे यथार्थ आकलन करता येणार नाही. पण हे सर्व ब्रह्मज्ञान पुस्तकात ठेवून टीका करण्याचा आपल्याकडले पंडित जो पायंडा पाडू पाहत आहेत, तो टीका-वाङ्मयाच्या प्रगतीच्या दृष्टीने काय किंवा वाचकांची अभिरुची उच्च पातळीवर नेण्याच्या दृष्टीने काय, मुळीच उपकारक

नाही. पंगूंसारख्या असंख्य टीकाकारांनी आमच्यावर अवश्य हत्यार उगारावे. पण ते चालविण्यापूर्वी कलाकृतीचा आत्मा कोणता, तिचे शरीर कोणते आणि तिचे वस्त्रालंकार कोणते याची चिकित्सा पूर्वग्रहविरहित दृष्टीने करायला त्यांनी शिकावे. इंग्रजी, संस्कृत आणि मराठी साहित्यशास्त्राचा कामापुरता केलेला अभ्यास टीकाकाराला एका मर्यादेपर्यंतच उपयुक्त असतो. केवळ पोपटपंचीने कुणी वक्ता होत नाही. तसेच हे आहे. पढिक पांडित्याच्या भांडवलावर व्यापार करणारे लोक वरचेवर टीकाकार होतात. सभोवतालच्या सामाजिक जीवनाशी समरस होणारे आणि जागतिक वाङ्मयातल्या श्रेष्ठ कलाकृतींचा उघड्या डोळ्यांनी रसास्वाद घेणारे टीकाकारच आपल्या भाषेतल्या आधुनिक लेखकांना न्याय देऊ शकतील. इतरांचे ते काम नव्हे. अशा विशाल दृष्टीने पाहिले तर 'भाताच्या मळ्यात' ही कविता पंगू म्हणतात त्यापेक्षा सुद्धा अधिक भिकार ठरेल अशी माझी खात्री आहे. मात्र तिच्यातली वैगुण्ये प्रोफेसर महाशयांनी दाखविलेल्या गोष्टींपेक्षा फार निराळी असतील याविषयीही मी तितकाच नि:शंक आहे.

३

प्रो. पंगूंच्या या टीकापद्धतीची मी जी इतकी चर्चा केली, ती काही उगीच नाही! या पद्धतीचा मोह आमच्यातल्या मोठमोठ्या साहित्यिकांनाही अनावर होतो असे दिसते. 'दोन मने' या कादंबरीची गोष्ट घ्या. ती प्रसिद्ध झाल्यानंतर लवकरच तिची संभावना प्रो. फडक्यांसारख्या स्वत: कादंबरीकार असणाऱ्या रसिक पंडितांनी खाली दिल्याप्रमाणे केली–

> 'एका कादंबरीत मी पुढली वाक्ये वाचली– 'माणसाला दोन मनं असतात! एक पशूचं आणि एक देवाचं!' ती वाचून माझ्या डोळ्यांवर एकदम अंधारीच आली. पुढच्या वाक्यातलं गहन तत्त्वज्ञान केवढं अजब असेल त्याचा मला तर्क होईना! माणसाला मानवी मन असतं असं मी समजत होतो. कॉलेजातल्या अध्ययनाच्या वेळी मी मानसशास्त्र शिकलो अन् आता ते मी शिकवतो. परंतु त्या शास्त्रावरच्या पुस्तकात न पाहिलेला अजब सिद्धांत हा लेखक सांगत होता. मनुष्याला मानवी मन असायच्या ऐवजी दुसऱ्याच कोटीतली दोन मनं असतात असा शोध त्यानं लावला होता! मानवी मन म्हणून काही नसतंच असं त्याचं म्हणणं होतं! पातंजलापासून तो ॲडलरपर्यंत साऱ्या पौर्वात्य-पाश्चात्य मानसशास्त्र्यांच्या आत्म्यांना उद्देशून मी मनात म्हटले, 'आमच्या या लेखकाचा अफाट शोध ऐकताच त्या धक्क्यानं स्वर्गात असलात तर खालीच पडाल! संभाळा!' असल्या लेखकानं आपण वास्तववादी आहोत म्हणून कितीही उंच आवाजात निर्वाळा दिला,

तरी काय उपयोग? वास्तवाची असली हत्या निरर्थक गूढगुंजनाच्या वस्त्रात कितीही लपविली, तरी ते समजत नाही त्याला तत्त्वज्ञान म्हणणारे भोळेभाबडे सोडले तर बाकीच्यांच्या नजरेला ती आल्यावाचून राहणार नाही अन् त्यांचा रसभंग झाल्यावाचून राहणार नाही.'

'साहित्यातील वास्तव आणि ध्येय' या विषयावर बोलताना केलेल्या या टीकेत फडक्यांनी 'दोन मने' या कादंबरीचे नाव घ्यायचे का टाळले आहे याची मीमांसा मी करीत नाही. नाव न घेण्याची कारणे अनेक असू शकतात, कदाचित ते त्यांच्या स्मरणातही नसेल! पण लेखकाचा मूर्खपणा सिद्ध करण्याकरिता दोन-अडीचशे पानांच्या या कादंबरीतून त्यांनी ही दोन वाक्ये निवडून काढली. ही वाक्ये कुठे, केव्हा, कोणत्या प्रसंगी आणि कुणाच्या तोंडी आली आहेत याचा ओझरता उल्लेखसुद्धा त्यांनी केलेला नाही. एका दृष्टीने ते बरोबरच आहे. या वाक्यांची पार्श्वभूमी त्यांनी विशद केली असती, तर पुढे पौर्वात्य व पाश्चात्त्य मानसशास्त्र्यांच्या आत्म्यांना उद्देशून त्यांनी जे राणा भीमदेवी थाटाचे उद्‌गार काढले आहेत, ते उच्चारणे त्यांना जरा जड गेले असते. या कोपरखळ्या मारताना त्यांनी असा आविर्भाव आणला आहे की, हा कादंबरीकार जणू काही एखादे शास्त्रीय तत्त्व आपल्या वाचकांना समजावून सांगत आहे, आणि अशा प्रतिपादनात 'माणसाला दोन मने असतात. एक पशूचे आणि एक देवाचे!' असा मूर्खपणाचा सिद्धांत ठोकून देत आहे. 'दोन मने' हे शब्दच या पद्धतीने त्यांनी पिंजले नाहीत हे त्यातल्या त्यात माझे भाग्यच म्हटले पाहिजे. नाहीतर माणसाला जसे दोन हात असतात, तशी त्याला सर्वस्वी भिन्न अशी दोन मने असतात, निदान एका नाकातल्या दोन नाकपुड्यांप्रमाणे ती एकमेकाला चिकटलेली असतात, असा या कादंबरीकाराचा शास्त्रीय सिद्धांत आहे असे सांगायलाही त्यांनी कमी केले नसते! 'मनुष्याला मानवी मन असायच्या ऐवजी दुसऱ्याच कोटीतली दोन मने असतात व मानवी मन म्हणून काही नसते' असे मी 'दोन मने' या कादंबरीत अट्टाहासाने सांगत असल्याचा आरोप त्यांनी माझ्यावर केला आहे. त्यात मार्मिकता किती आहे आणि टवाळकी किती आहे हे वाचकांनी स्वत:च ठरवावे. म्हणून या दोन वाक्यांचा पूर्वसंबंध थोडक्यात सांगतो. प्रो. फडक्यांनी उद्‌धृत केलेली वाक्ये कादंबरीकाराच्या निवेदनात आलेली नाहीत. प्रो. आगटे या एका पात्राच्या तोंडी ते उद्‌गार आले आहेत. त्यानेही वर्गात मानसशास्त्र शिकवताना ते काढलेले नाहीत! भावनावश होऊन आपल्या मित्रापाशी भडभडून बोलत असताना ती वाक्ये त्याने उच्चारली आहेत.

आयुष्यात सामान्य माणसाच्या आत्म्याचा अनेकदा कोंडमारा होतो. विचार आणि विकार, भावना आणि वासना, शरीर आणि आत्मा यांचे संघर्ष त्याच्या अंत:करणाच्या समरभूमीवर सतत चाललेले असतात. या संघर्षातल्या जखमा

त्याला सहजासहजी कुणाला दाखवता येत नाहीत– अगदी प्रीतीतल्या माणसालासुद्धा! असाच एक संघर्ष आगट्याने आपल्या बालमित्रापाशी एका उत्कट क्षणी व्यक्त केला आहे. उसळणाऱ्या पाण्यावरचे झाकण काढले की वाफ जशी वर उसळून येते, तसे आगट्यांचे हे सारे बोलणे आहे. तो आपले मानसिक दु:ख, गदगदून, भडभडून बोलून दाखवित आहे. दीर्घकाल वाहिलेला आपल्या मनाचा भार तो हलका करीत आहे. अशावेळी माणसे शास्त्रीय विषयावर व्याख्यान दिल्यासारखे काटेकोर बोलत नाहीत ही गोष्ट कादंबरीकार व मानसशास्त्राचे अध्यापक या दोन्ही नात्यांनी फडक्यांना ठाऊक असायला काही हरकत नव्हती. रागाने असो, दु:खाने असो अथवा एखाद्या अन्य भावनेने असो, मनुष्याचे मन जेव्हा क्षुब्ध आणि व्याकुळ होते, तेव्हा तो भान विसरून बोलू लागतो. अशावेळी त्याच्या बोलण्यात जशी अपूर्व उत्कटता येते, तसे त्याच्या उद्‌गारांनाही एक प्रकारचे अलंकारिक स्वरूप प्राप्त होते. ही साधी गोष्ट फडक्यांनी लक्षात घेतली असती, तर एका मराठी कादंबरीकाराच्या 'दोन मनां'च्या नव्या शोधाच्या धक्क्याने पातंजलापासून ॲडलरपर्यंतचे सर्व मानसशास्त्रज्ञ स्वर्गातून किती फुटांवरून खाली पडतील, त्यांना किती जखमा होतील आणि त्या सर्वांची इस्पितळात सोय होईल किंवा नाही इत्यादी गोष्टींची विवंचना त्यांना करावी लागली असती!

'दोन मने' मध्ये आगट्यांच्या तोंडी 'माणसाला दोन मने असतात, एक पशूचे आणि एक देवाचे' ही वाक्ये अचानक आली आहेत असे मुळीच नाही. या कादंबरीतल्या अकराव्या प्रकरणात आगट्यांचे आत्मनिवेदन हाच महत्त्वाचा भाग आहे. या माणसाचा आत्मा जागृत पण दुबळा आहे. आपला आत्मा शरीरावर विजय मिळवू शकत नाही याची त्याला मोठी खंत वाटते. मनात साठलेला हा सारा उद्वेग तो बाळासाहेबांपाशी बोलून दाखवितो. तो त्याला म्हणतो, 'तू बोलत चालून वकिलीच्या धंद्यात पडलास. पण मी अत्यंत पवित्र धंदा करीत असूनही माझ्या मनाची टोचणी काही कमी होत नाही. स्टेशनावरले हमाल टांग्यातून बोजा काढतात आणि ते आगगाडीत नेऊन ठेवतात. आम्ही प्रोफेसर शाळांतून पोरांना उचलतो आणि कुठल्या तरी पदवीचा शिक्का त्यांच्या पाठीवर मारून त्यांना व्यवहाराच्या क्षेत्रात सोडून देतो. मनाचा विकास, व्यक्तींची प्रगती, समाजाची सुधारणा हे नुसते पोकळ शब्द वाटतात मला! आजच्या शिक्षणानं या गोष्टी घडत असत्या तर आपल्याला स्वराज्य केव्हाच मिळालं असतं, बाळासाहेब. आपल्या पिढीला जी चूक झाली तीच अजूनही होतेय! तरुण पिढी नवं वाङ्मय वाचीत आहे. नवीन चित्रपट पाहत आहे, नवे नवे खेळ खेळत आहे, तऱ्हातऱ्हांचे सुंदर पोषाख करीत आहे. तिच्या एका मनाची वाट विलक्षण वेगानं होत आहे...'

बाळासाहेब त्याला थांबवून मध्येच विचारतो, 'एका मनाची?' लगेच उत्तरादाखल

आगटे उद्गारतो, 'हो, माणसाला दोन मनं असतात बाळासाहेब! एक पशूचं आणि दुसरं देवाचं. पहिलं मन उपभोगात रमून जातं, दुसरं त्यागात आनंद मानतं. पहिल्याला शरीराच्या सुखापलीकडे काहीच दिसत नाही. दुसऱ्याला त्याच्या पलीकडे असणाऱ्या उदात्ततेचा साक्षात्कार होतो. या दोन मनांतल्या पहिल्याला निसर्गानं आपलं सारं सामर्थ्य दिलं आहे. दुसरं त्या मानानं फार दुबळं असतं. या दोन मनांच्या झगड्यात दुसरं पहिल्याचं गुलाम झालं की तुझ्या-माझ्यासारखी बुद्धिवान पण दुबळी माणसं निर्माण होतात. पण दुसऱ्यानं पहिल्यावर विजय मिळविला तर...'

एवढे बोलून आगटे टेकडीच्या पायथ्याशी असलेल्या भारत सेवक समाजाच्या इमारतीकडे बोट दाखवितो आणि म्हणतो, 'गोखले-शास्त्री-देवधर...'

फडक्यांच्या आरोपावर यापेक्षा अधिक लिहिण्याची मुळीच जरुरी नाही. पशूचे मन या शब्दप्रयोगाने ते अगदी घाबरल्यासारखे दिसतात! पण जेम्स हार्वे रॉबिनसनच्या 'The mind in the making' सारख्या सर्वपरिचित शास्त्रीय पुस्तकातही 'Animal mind' हा शब्दप्रयोग इच्छा असली तर त्यांना पाहायला मिळेल. तेवढ्यासाठी त्यांनी 'वास्तवाची हत्या झाल्याचे' अकांडतांडव करणे हे 'पाचामुखी परमेश्वर' ही म्हण कुणी उच्चारल्याबरोबर पाच माणसांचे जबडे उघडून त्यात देव दिसत नाही म्हणून त्या माणसाशी मारामारी करण्याइतके शहाणपणाचे होईल.

४

या विवेचनाचा अर्थ ही कथा फार चांगली किंवा निर्दोष आहे असा मुळीच नाही. खुद्द माझ्याच कादंबऱ्यांत 'दोन मने' पेक्षा अधिक सरस किंवा अधिक सजीव अशा कृती आढळतील. कादंबरीकार या नात्याने हरिभाऊंच्या प्रतिभेची विशालता, वामनरावांच्या बुद्धीची विवेचकता, केतकरांची सामाजिक मार्मिकता, वरेरकरांची सहजता किंवा फडक्यांची तंत्रकुशलता माझ्या अंगी नाही याची मला पूर्ण कल्पना आहे. अनेकदा माझ्या मनात येते, आपण स्वतःच आपले टीकाकार व्हावे आणि या खांडेकर नावाच्या कादंबरीकाराच्या गळ्यात त्याचे सर्व दोष पुराव्यानिशी बांधून त्याला पद्धतशीर रीतीने झोडपून काढावे! मात्र असली टीका मी कधीकाळी लिहिली तर ती निनावी असणे जरुरीचे आहे. नाही तर लेखकाच्या जाहिरातबाजीचा हा एक भाग आहे अशी तिच्यावरही टीका व्हायची! अशीच एक युक्ती एका बड्या ग्रंथकाराने फार पूर्वी केली होती असे तात्यासाहेब केळकर सांगत असत. त्या सद्‌गृहस्थांनी आपले पुस्तक व त्याबरोबरच ओतप्रोत स्तुतीने भरलेला आपल्या हस्ताक्षरातील एक लेख 'केसरी' कडे पाठवून दिला. संपादकीय परीक्षण म्हणून तो लेख तात्यासाहेबांनी छापावा अशी त्यांची इच्छा होती. तिची संभावना पुढे कशी काय झाली, ते मला आता आठवत नाही. पण कादंबरीकार खांडेकरांवर मी जर असा

निनावी निकराचा हल्ला चढविला तर अनेक संपादक ते लिखाण मोठ्या आनंदाने छापायला तयार होतील, अशी माझी खात्री आहे.

हा थोडासा थट्टेचा भाग सोडून दिला तरी 'दोन मने' काय किंवा माझ्या दुसऱ्या अनेक कादंबऱ्या काय, अनेक गोष्टींनी मला आता अपूर्ण व सदोष वाटतात. दहा वर्षांनी जाणवणारे असले 'दोन मना'तले सारे दोष ती लिहिताना माझ्या लक्षात आले होते असल्या गप्पा मी मारू इच्छित नाही. पण त्यातले काही माझ्या मनाला क्षणभर खटकले होते, काही अधिक तीव्रतेने बोचले होते. अनेकांची त्यावेळी मला मुळीच दाद नव्हती. प्रसूतीच्या वेदना व अपत्यलाभाचा आनंद यांच्या संमिश्र तरंगांवर झुलणाऱ्या आईच्या मनाला आपल्या नुकत्याच जन्माला आलेल्या अपत्याच्या रूपाकडे चिकित्सकपणाने पाहण्याचे भानच राहत नाही. एखादी ललितकृती निर्माण करताना लेखकाचेही तसेच होते. पण मूल मोठे झाल्यावर आईला त्याच्याविषयी कितीही माया वाटत असली, तरी ती त्याच्याकडे परक्याच्या दृष्टीने पाहू शकते. त्याचे नाक नकटे आहे, त्याचे कपाळ अरुंद आहे, इत्यादी गोष्टी तिच्या लक्षात येतात. माझेही असेच आहे. एखादी कादंबरी हातावेगळी करून वर्ष दोन वर्ष झाली म्हणजे मग मी तिच्याकडे तिऱ्हाइताच्या आणि टीकाकाराच्या दृष्टीने पाहू लागतो. निर्मितीच्या वेळी न जाणलेली अनेक लहानमोठी वैगुण्ये अशावेळी मला दिसू लागतात. ती का निर्माण झाली याचा मी साहजिकच विचार करतो. 'दोन मनां'च्या बाबतीत माझा हा अनुभव सांगण्यासारखा आहे.

या कादंबरीची पहिली स्थूल जुळणी माझ्या मनात 'हिरवा चाफा' लिहीत असताना १९३६-३७ साली झाली. 'हिरवा चाफा' त्यावेळी 'ज्योत्स्ने'त क्रमशः प्रसिद्ध होत असल्यामुळे ती कथानकप्रधान होणे अपरिहार्य होते. एकाच पद्धतीच्या दोन कादंबऱ्या पाठोपाठ लिहिणे मला आवडत नाही. त्यामुळे जिच्यात मनोविश्लेषणाला थोडी अधिक जागा मिळेल, बाह्य घटनांपेक्षा माणसांच्या मनातल्या घडामोडी जिच्यात सूक्ष्मतेने सांगता येतील, अशा माझ्याजवळच्या एका कथा कल्पनेचा मी विचार करू लागलो. लहानपणी एकत्र वाढलेल्या, एकाच ध्येयवादाने भारलेल्या पण पुढे परिस्थिती आणि प्रकृतिधर्म यांमुळे भिन्नभिन्न वळणे घेत गेलेल्या तिघा मित्रांचे जीवन ही अनेक वर्षांची माझी एक आवडती कल्पना होती. तिचा उगम बहुधा आत्मचरित्रात्मकच असावा. पुण्याला कॉलेजमध्ये असताना अगदी अचानकपणे कोकणातल्या माझ्या चुलत्यांना मला दत्तक देण्यात आले. त्या एका घटनेने माझ्या जीवनप्रवाहाला अनपेक्षित वळण मिळाले. माझ्याबरोबर वाढलेल्या आणि माझ्या जोडीने विविध मनोराज्ये केलेल्या अनेक बालमित्रांच्या आयुष्यक्रमात आणि माझ्या जीवनात विलक्षण अंतर पडले. शिरोड्याला एकांतात जेव्हा जेव्हा ही विरोधी चित्रे माझ्या डोळ्यांपुढे उभी राहत, तेव्हा तेव्हा माझी मलाच मोठी मौज वाटे. मनुष्य

दैवाच्या हातचे बाहुले नसला तरी नशीब हेही काही मनुष्याच्या मांडीखालचे घोडे नव्हे, हा विचार अशावेळी हटकून माझ्या मनात येई. मनाच्या या चाळ्यातूनच वैयक्तिक आणि सामाजिक कारणांनी भिन्न भिन्न होत गेलेल्या तीन मित्रांच्या जीवनप्रवाहांची कथा गुंफायची कल्पना माझ्या मनात प्रथम दृढमूल झाली असावी.

या कल्पनेचा १९३६-३७ साली माझ्या मनात मोठ्या झपाट्याने विकास होऊ लागला. एकेका वेळी विशिष्ट गोष्टींचे माणसांच्या कल्पनेला जबर आकर्षण वाटू लागते, असा माझा अनुभव आहे. त्या दोन-तीन वर्षांत माणसाचे मन आणि त्याचे अंतर्मन, त्याच्या आचारविचारातला विचित्र विरोध, समाजाच्या नियंत्रणामुळे सुसंस्कृत भासणारी त्याची वृत्ती, मूळची गूढ स्वैर प्रवृत्ती, त्याची बहिर्मुखता आणि अंतर्मुखता इत्यादिकांचा विचार करण्यात माझे मन अधिक गुंग झाले होते यात शंका नाही. त्यावेळी वाङ्मयाच्या वातावरणात आणि व्यासपीठावरल्या या वादविवादात फ्रॉइडचे नाव पदोपदी कानावर पडत असे. मीही कुतूहलाने तो थोडा वाचून पाहिला. मला तो थोडासाच समजला. पण मानवी जीवनातल्या शारीरिक आणि आत्मिक प्रवृत्तींच्या द्वंद्वाकडे माझे लक्ष वळले ते काही केवळ फ्रॉइडमुळे नव्हे! असल्या अनुभूतीत जीवनातली मोहकता आणि दाहकता यांचे मला स्पष्ट दर्शन होऊ लागले होते. 'ज्वाला' बोलपट याचवेळी मी लिहिला. त्यातला 'अंगार'च्या स्वभावरेखनात हेच द्वंद्व चित्रित करण्याचा मी प्रयत्न केला. अरण्यातल्या गुहेत राहून अंगारला पापप्रवृत्त करू पाहणारी कुंतला आणि त्याने सन्मार्गापासून तीळभरही ढळू नये म्हणून आटोकाट प्रयत्न करणारी मंगला ही मानवी मनात सतत संग्राम करीत राहणाऱ्या असत् आणि सत् अशा विरोधी प्रवृत्तींची प्रतीके होती. चार घटका करमणुकीकरिता चित्रपटाला आलेल्या प्रेक्षकांना असली द्वंद्वे नको असतात. त्यांना 'तो' आणि 'ती' ची द्वंद्वेच अधिक आवडतात. त्यामुळे 'ज्वाला' चित्रपट माझ्या दृष्टीने फारसा कुणी पाहिला नाही! तो अयशस्वी झाला. पण मानवी मनातल्या या द्वंद्वाविषयीचे माझे कुतूहल त्यावेळी मोठे प्रबळ झाले होते. साहजिकच 'दोन मने' या कादंबरीत मी बाळासाहेब, सुबोध व आगटे या तीन मित्रांच्या जीवनाच्या चित्रणात तोच प्रयोग करून पाहायचे ठरविले. या मूळ कल्पनेशी सुसंगत असा कथानकाचा विकास करणे मला सर्वथैव अशक्य होते असेही नाही. बाळासाहेब, सुबोध व आगटे मी ज्या वयाचे कल्पिले होते, तेवढेच माझेही वय होते. त्यामुळे त्यांच्या आशा-आकांक्षांशी, सुख-दुःखांशी, स्वप्नभंगांशी आणि ध्येयभ्रष्टतेशी समरस होणे मला सोपे होते.

१९०० च्या आसपास जन्मलेली ही पिढी. हिच्या बाळपणावर टिळकयुगाचे दाट संस्कार झाले होते. थोडेसे कळू लागताच जहाल-मवाळांनी घरोघर चालणारी हमरीतुमरीची भांडणे या पोरांनी ऐकली होती. टिळकांना झालेली सहा वर्षांची हद्दपारीची शिक्षा ऐकून त्यांची बालमने थरारली होती. आग्र्याला औरंगजेबाच्या कैदेत

पडलेल्या शिवाजीसारखा हा आपल्या पिढीचा एक अति शूर व अति थोर महापुरुष आहे या भावनेने त्यांची मने भारून टाकली होती. स्वप्नाळू ध्येयवादाने ती रंगून जात होती. शिवाजी जसा आग्र्याहून औरंगजेबाच्या हातावर तुरी देऊन दक्षिणेत आला, त्याप्रमाणे टिळकही एखादे दिवशी मंडालेहून अचानक गायकवाडवाड्यात येऊन दाखल होतील अशी कल्पना त्यातल्या एखाद्या बालकवीच्या डोक्यात आलीसुद्धा असेल!

या पिढीने विशीत पाऊल टाकले न टाकले तोच हिंदी राजकारणात गांधीजींचा उदय झाला. भारतवर्षाच्या भवितव्याच्या गाडीने सांधे बदलले. राजकारण हे गांधीजींचे केवळ साध्य नव्हते. ते त्यांचे साधन होते. त्यामुळे आकाशात वीज चमकू लागली की सारा भूभाग जसा उजळून निघतो, त्याप्रमाणे त्यांच्या तत्त्वज्ञानाने आणि चळवळींनी सर्वत्र जीवनक्षेत्रात बदल घडवून आणला. नवी जीवनमूल्ये क्षितिजावर अवतरली. त्यांचा जुन्या मूल्यांशी संघर्ष सुरू झाला. स्वभाव व परिस्थिती यांच्या भिन्नत्वामुळे हा संघर्ष निरनिराळ्या लोकांना भिन्न भिन्न रीतींनी जाणवला. गांधीजींचे जीवनकार्य मानवांचा आत्मा जागृत करणे हे होते. त्यामुळे त्यांच्या व्यक्तिमत्त्वाचा पगडा हिंदी जीवनावर बसताच केवळ तरुणांच्याच नव्हे तर वृद्धांच्याही मनात आणि जीवनात नवे नवे संग्राम निर्माण होऊ लागले. बाळासाहेब, सुबोध आणि आगटे हे तीन नायक हाताशी घेऊन या विशाल सामाजिक पार्श्वभूमीवर आपल्या विविध संघर्षाचे चित्रण करणे मला शक्य होते. इतकेच नव्हे तर, ते कसे करावे याविषयी १९३७-३८ मध्ये माझ्या मनात कितीतरी कल्पना तरंगत होत्या. त्यातल्या काही खरोखरच लेखकाच्या आत्माविष्काराला अनुकूल अशा होत्या.

पण केवळ तीन नायकांच्या मानसिक संघर्षावर उभारेली कादंबरी कितपत यशस्वी होईल ही शंका पुन:पुन्हा माझ्या मनाला चाटून जाई. शाळेच्या संमेलनातली स्त्रीपात्रविरहित नाटके मी लहानपणापासून पाहत आलो होतो. आपल्या या कथानकाची स्थिती तशीच होणार नाही ना, असा विचार मधून मधून मला अस्वस्थ करून सोडू लागला. शिवाय उपभोग आणि कर्तव्य यांच्या झगड्यात शरीरसुखाच्या मोहाला बळी पडणाऱ्या बाळासाहेबांच्या आयुष्यात त्यांच्या नीरस पत्नीशिवाय दुसरी एक सुंदर आणि हुषार स्त्री येणे आवश्यक होते. ही स्त्री चित्रपटातली न मानता मी कथेची गुंफण केली असती, तर माझी मूळची कल्पना आविष्कारातही पुष्कळ अंशी कायम राहिली असती.

पण याचवेळी योगायोगाने चपलेच्या स्वभावरेखेने माझ्या मनाची पकड घेतली. त्यामुळे तिच्याऐवजी दुसरी कुठलीही तरुणी या कथानकात घातली तर त्याची रंगत कमी होईल असे मला वाटू लागले. आज दहा वर्षांनी चपलेच्या या पात्राने भुलवीत माझ्या मूळ हेतूपासून मला दूर केले असे मला वाटते. पण त्यावेळी अनेक

कारणांमुळे या स्वभावरेखेची माझ्या मनावर मोहिनी पडली होती. तेव्हा मी नुकताच चित्रपटकथालेखक झालो होतो. पावित्र्य हा शब्द फक्त कोशातच असतो असे मानणाऱ्या व बाह्य सौंदर्याच्या पूजेत अहोरात्र मग्न होणाऱ्या चित्रपटसृष्टीशी माझ्यासारख्या सोवळ्या आणि खेडवळ शाळामास्तराचे कितपत सूत जमेल याविषयी अनेक शहाणी माणसं साशंक होती. मी 'हंस पिक्चर्स'करिता 'छाया' लिहीत आहे हे कळताच पुण्यातल्या एका सुप्रसिद्ध वर्तमानपत्राच्या संपादकांनी मुद्दाम घरी येऊन मला उपदेश केला. 'जरा सांभाळून वागा हं, भाऊसाहेब! तुम्ही कुठल्या प्रकारच्या माणसांशी मैत्री करताय याची तुम्हाला कल्पना नाही!' नंतर एकेका माणसाचे नाव घेऊन त्यांनी त्यांच्याविषयी मला इतकी ऐकीव माहिती पुरविली की शेरिडनचे 'स्कूल फॉर स्कँडल्स' हे नाटक ती ऐकताना मला फार फिक्केच वाटू लागले.

साहजिकच मी बिचकत बिचकत चित्रपटसृष्टीत प्रवेश केला. पण तिच्या अंतरंगाचा पूर्ण परिचय झाल्यावर दिसते तसे नसते, म्हणजे एखादी गोष्ट बाहेरून जेवढी काळीकुट्ट वाटते किंवा लोक जेवढी ती भयंकर करून दाखवितात तेवढी ती नसते, याचा मला पूर्ण अनुभव आला.चित्रपटसृष्टीत माणसाच्या मोहसुलभ मनाचा सहज अध:पात होत असला पाहिजे असे बाहेरच्या लोकांना वाटते. कदाचित त्या मायानगरीत प्रवेश न मिळाल्यामुळे निर्माण झालेल्या एक प्रकारच्या अतृप्तीच्या पोटी या टीकेचा जन्म होत असेल. पण स्थूल मानाने इतर जीवनक्षेत्रांइतकेच हे क्षेत्रही बरे-वाईट आहे. तो स्वर्ग नाही आणि नरकही नाही. ती पृथ्वी आहे. तिथेही सज्जन माणसे आढळतात. मानवी मनातल्या साऱ्या उज्ज्वल छटा तिथेही प्रगट होऊ शकतात. चार चित्रपट कंपन्या एकत्रित केल्या तरी त्यांच्यातले पाप काही एका म्युनिसिपालिटीशी अथवा बाजारपेठेशी टक्कर देऊ शकणार नाही असे अजूनही मला वाटते. स्वभावत: मी थोडासा सोवळा (Puritan) असलो, तरी कृष्णराव मराठे यांच्या पंथाचा काही मी अनुयायी नाही. सर्व पूर्वग्रह बाजूला ठेवून मी चित्रपटसृष्टीत वावरलो. प्रत्येक पुरुषाला जिंकून आपल्या पायाशी लोळण घ्यायला लावणाऱ्या स्त्रीमनाचा नमुना मला तिथे दिसला. 'सुखाच्या शोधात'ल्या चंचलेच्या रूपाने मी तो चित्रित केला. त्या चित्रकथेची पहिली रूपरेखा मी तयार करीत असतानाच 'दोन मने' ही कादंबरी मला लिहायला घ्यावी लागली. चंचलेच्या अगदी विरुद्ध असा स्त्रीमनाचा दुसरा नमुनाही त्यावेळी माझ्या डोळ्यांपुढे उभा होता. 'दोन मनां'त हे स्वभावचित्र सहज एकजीव होईल अशी माझी कल्पना झाली. जिच्याविषयी मी कर्णोपकर्णी अतिशय वाईट गोष्टी ऐकत आलो होतो, अशी ही स्त्री होती. तिच्याशी माझा प्रथम परिचय झाला, तेव्हा फक्त चार औपचारिक शब्दांवर मी तिची बोळवण केली. पण पुढे जसजसा मला तिच्या स्वभावाचा अधिक अनुभव येत गेला, तसतशी तिची सहृदयता व सुप्त सात्त्विकता यांनी माझ्या पूर्वग्रहांना आणि

कल्पनांना मोठा धक्का दिला. या स्त्रीचे अंतरंग जिवंत आहे, तिची माणुसकी अभंग आहे. पूर्वी जे काही वाईट तिच्या हातून घडले असेल त्याला प्रवृत्तीपेक्षा परिस्थितीच जबाबदार असली पाहिजे, याची मला जाणीव झाली. अशा स्त्रीच्या दोन मनांचा संग्राम चित्रित करण्याची इच्छा कुणाही लेखकाला झाली असती. बाळासाहेबाला सहज मोहवू शकेल अशी चतुर आणि सुंदर तरुणी मला कथेत हवीच होती. साहजिकच माझ्या हातातल्या कादंबरीची ती नायिका झाली. आज मला वाटते, तिची जीवनकथा झ्वाइगच्या 'A Letter From An Unknown Woman' या कथेप्रमाणे मी अगदी स्वतंत्रपणे लिहिली असती, तर ते अधिक कलापूर्ण झाले असते.

चपला नायिका होताच तिच्या सात्त्विक मनाला आकृष्ट करणारा पुरुष म्हणून श्री कथानकात आला. त्याला जागा करून देण्याकरिता कथेची मूळची ठेवण अधिकच बदलावी लागली. या कादंबरीत गुंफणीच्या सैलपणाचे, जिथे अंतर्मुखतेची आवश्यकता आहे तिथे तिच्याकडे दुर्लक्ष झाल्याचे आणि लेखकाच्या आशयाचा आविष्कार रसरशीतपणाने न होता तो गुलगुलीत रीतीने म्हणा– अथवा गुळगुळीत पद्धतीने म्हणा– झाल्याचे जे दोष दिसतात, त्यांचा उगम मूळ कल्पनेचा स्वैर विस्तार करण्याच्या माझ्या या प्रवृत्तीतच आहे.

या कादंबरीतल्या अशा अनेक दोषांचे सविस्तर विवेचन करता येईल. जीवन व वाङ्मय या मनोविकासाच्या दोन्ही प्रमुख साधनांनी माझ्या ठिकाणी लहानपणापासून निर्माण केलेली कल्पनारम्यतेची अतिरिक्त आवड, ज्या कालखंडात मी कादंबरीकार झालो त्याची बहिर्मुख प्रवृत्ती, खोल आशय असलेल्या कादंबरीचा प्रभावी विकास करायला लागणाऱ्या एकनिष्ठतेचा अभाव, इत्यादी माझ्या अनेक वैगुण्यांचा या कादंबरीवर निश्चित परिणाम झाला आहे.

अशा गोष्टींची साधार मीमांसा करून कुठल्याही ललितकृतीच्या आत्म्याचे दुबळेपण दिग्दर्शित करणे हे प्रामाणिक टीकाकारांचे प्रमुख कार्य आहे. केवळ शब्दांचे कीस काढण्यात रममाण होणाऱ्या, गणमात्रांच्या चुका शोधून काव्यांची योग्यता पाहणाऱ्या, संदर्भरहित वाक्यांची रेवडी उडविण्यात धन्यता मानणाऱ्या आणि क्षुद्र विचारविकारांनी प्रेरित होऊन वाङ्मयातल्या सर्वश्रेष्ठ न्यायाधीशांचे सोंग आणणाऱ्या येरागबाळ्याचे हे काम नव्हे. असले खरेखुरे टीकाकार आपल्याला मिळावेत असे अजूनही मला वाटते. ते माझ्या चिंधड्या उडवतील हे खरे आहे. पण या चिंध्या पुढच्या पिढीतल्या साहित्यिकांना आपले प्रतिभादीप घासून पुसून प्रज्वलित ठेवायला उपयोगी पडू शकतील. माझी पिढी शृंखलांनी जखडलेल्या वातावरणात वाढली. त्या बेड्या हरतऱ्हेच्या होत्या– राजकीय, सामाजिक, आर्थिक, सांस्कृतिक. दीड-दोन मणांच्या अवजड बेड्या पायात वागवून आम्हाला आभाळात उडता येणे

शक्य नव्हते. आम्ही पृथ्वीवरच सरपटत राहिलो. प्रसंगी चडफडलो, तडफडलो. या शृंखला तुटाव्यात म्हणून माझ्यासारख्या अनेकांनी आपापल्या पिंजऱ्यात धडपड केली. त्या धडपडीने जो खळखळाट निर्माण झाला, तोच आमच्या वाङ्मयात प्रतिबिंबीत झालेला आहे.

आता त्या शृंखलांपैकी एक एक गळून पडू लागली आहे. यापुढे स्वतंत्र देशाच्या डोळ्यांनी साहित्यिकांनी आपली स्वप्ने पाहिली पाहिजेत. समतेची प्रामाणिकपणाने पूजा करणाऱ्या नव्या समाजावर दृष्टी ठेवून त्यांनी ती साकार केली पाहिजेत. साहित्याच्या क्षेत्रात हे नवे सकस पीक शक्य तितक्या लवकरच निर्माण होणे आवश्यक आहे. माझ्यासारख्याच्या लेखनाचा पालापाचोळा उगीच चिवडीत बसण्यापेक्षा शहाण्या शेतकऱ्याप्रमाणे तो चांगला जाळून त्याची राख या पिकाला टीकाकारांनी घातली, तर तेवढ्यानेसुद्धा आपले लेखन सार्थकी लागेल असे मला वाटेल.

शाहूपुरी
कोल्हापूर
१४/१०/१९४८

वि. स. खांडेकर

पूर्वार्ध

न पडलेले कोडे

गाडीने कल्याण स्टेशन सोडले.

स्टेशनातले दिवे मोठ्या कौतुकाने आपल्याकडे पाहत आहेत असे पहिल्या वर्गातल्या डब्यात एक रेशमी अभ्र्याच्या गुबगुबीत उशीशी कलंडून पुस्तक वाचीत असलेल्या तरुणीला वाटले. गाडी स्टेशनात उभी होती तोपर्यंत तिने बाहेर ढुंकूनही पाहिले नव्हते. पण गाडी हलताच तिने हातातले पुस्तक अलगद मिटून त्याचा आपल्या हनुवटीला आधार दिला आणि मोठ्या कौतुकाने बाहेरच्या जगावरून नजर फिरवली. वियोगानेच माणसाला वस्तूची किंमत कळू लागते की काय कुणाला ठाऊक!

रात्र नसती तर त्या तरुणीच्या दृष्टिक्षेपाचे अभिनंदन करणारे दहा-पाच लोक तरी धक्क्यावर मिळाले असते. पण पावसाळ्यातल्या मध्यरात्री आकाशात जशा विजा चमकतात, तशा त्या आगगाडीच्या डब्यातूनही डोकावतात हे रसिकांना फारसे ठाऊक नसावे! त्यामुळे गाडीचा निरोप देणाऱ्या स्टेशनवरल्या एका म्हाताऱ्या पोर्टरने तेवढा या तरुणीचा चेहरा ओझरता पाहिला. कधीकाळी पीटमध्ये बसून पाहिलेल्या मृच्छकटिकाची आठवण होऊन तो गुणगुणू लागला–

तरनि जान तू बिजलीवानी–

तरुणीने दिव्यांच्या अंधुक ज्योती झालेल्या पाहिल्या. हळूहळू ज्योतींचे पुसट ठिपके झाले. आता कुठे तिची दृष्टी वर आकाशाकडे वळली. ती एकदम मन:पूर्वक हसली.

तिच्या डोळ्यांपुढे मघाचे चित्र उभे राहिले– मुंबईहून निघताना आभाळ कसे भरून आले होते. बाळासाहेब जरा त्रासिक स्वरानेच आपल्याला म्हणाले, ''चपला, आता पुण्यापर्यंत ही पावसाची पिरपिर चालणार!''

''कशावरनं?'' आपण प्रश्न केला.

''आजच्या एका वर्तमानपत्रात तसं भविष्य छापून आलंय!''

"एवढंच ना? दुसऱ्या वर्तमानपत्रात मुंबईपासनं पुण्यापर्यंत पिठासारखं चांदणं पडेल असं छापून आलंय!"

हसत हसत बाळासाहेब उद्गारले.

"आज पौर्णिमा नाही पण काही!"

"नसली तर होईल!"

"हो, तेही खरं आहे! चंद्र झाला तरी या ज्योतिषांच्या तावडीत सापडलेला एक ग्रहच आहे!"

"तसं नाही!" लहान मुलाप्रमाणे लाडीकपणाने ओठांना मुरड घालीत आपण संभाषण मुद्दामच पुढे वाढविले होते.

"मग कसं?"

"अजून नाही ओळखता येत?"

"नाही बोवा!"

"जबलपूरचे केवढे मोठे बॅरिस्टर– मोठ्या मोठ्या खुनांच्या आरोपीला जीवनदान देणारे– आणि हे कळत नाही?"

"अं हं!"

"सांगू?"

"हं."

"चंद्र फार फार मत्सरी आहे हं! पृथ्वीवर जिथं जिथं प्रेमाचे खेळ सुरू असतात, तिथं हा आपला हजर असतोच!"

"अजून नाही कोडं सुटलं आपल्याला!"

"आज रात्री तो कुठं असेल आहे का ठाऊक? मुंबईहून पुण्याला जाणाऱ्या आगगाडीबरोबर एका दुसऱ्या वर्गाच्या डब्यात खिडकीतून डोकावून पाहत!"

सिगारेटचा धूर हळूच आपल्या तोंडावर सोडीत बाळासाहेब म्हणाले, "आज पहिल्या वर्गानं जायचं आपण पुण्याला!"

मनातले आश्चर्य स्वरात व्यक्त न होऊ देता हसत हसत आपण विचारले होते, "पहिल्या?"

"हो, पहिल्या! उद्या तुरुंगात गेलो तरी आपल्याला अ वर्गच मिळेल!"

"इश्श."

आपल्या गालावर त्यांनी हळूच चापट मारली. पण लगेच हात मागे घेत ते उद्गारले, "चूक झाली हं मोठी!"

"कसली?"

"हा चंद्र तर आकाशातल्या साऱ्या ग्रहांहून बलवान! त्याला असं दुखविणं म्हणजे–"

"दुखविणं की सुखविणं?"

बाळासाहेब आपल्याकडे पाहतच राहिले!

आपण चटकन बोलून गेलो!

"आमच्या कंपनीत चांगले पोक्त डायरेक्टर होते एक. पंधरा वर्ष संसार केलेला आणि पाच-सहा पोरं झालेला गृहस्थ होता तो! एके दिवशी तो मला म्हणतो काय! काय वाचतेहेस पोरी? पहिलं चुंबन? छी: तुम्ही अलीकडची पोरंच गचाळ! मी दहादा वाचलीय ही कविता. पण एवढं मिटक्या मारण्यासारखं त्यात आहे तरी काय तेच कळत नाही मला! म्हणे– फिरूनि जन्मावे परि पहिले चुंबन घ्यावे! हे कवीलोक मोठे बेवकूफ असतात! पुन्हा जन्माला येशील तर पुन्हा नाळ कापतील म्हणावं लेका, चुंबनबिंबन नाही कुणी घेऊ देणार!"

मजेदार गोष्ट म्हणून सांगता सांगता आपण फार वाहवत गेलो. आपल्याबरोबर बाळासाहेबही हसले. पण त्यांचे ते हसणे किती कृत्रिम होते! त्या डायरेक्टराची गोष्ट सांगता सांगता नकळत आपण त्यांच्यावरच प्रहार केला होता का? छे! प्रहार नव्हता तो! हृदयात रुतून बसलेला काटा हलविला होता आपण! गतवर्षी काय ती त्यांची आपली ओळख झाली. किती लवकर ते आपल्या भजनी लागले. पण ज्या ज्या वेळी कुणी तरी कुणाच्या विसकटलेल्या संसाराविषयी बोलू लागते, त्या त्या वेळी ते थोडेसे हसतात आणि एकदम करुणगंभीर होतात. असे का बरे व्हावे?

"ललिता..."

चपलेची स्मृतिमालिका चटकन तुटली. तिने चटकन मागे वळून पाहिले.

बाळासाहेबांनी झोपेतच हाक मारली. विलक्षण आनंदी दिसत होती त्यांची मुद्रा! जागेपणी ते मनापासून हसत असले तरी उन्हाने किंचित कोमेजलेल्या फुलासारखी त्यांची चर्या दिसे. पण आता नुकत्याच उमललेल्या गुलाबासारखी दिसत होती ती. जणू काही स्वप्नदेवतेने त्यांच्या आयुष्यातली वीस वर्षे आपल्या जादूच्या फुंकरीने पार उडवून लावली होती. चपला कोड्यात पडली. मघाची ती हाक तिने स्पष्ट ऐकली होती– ललिता!

ही ललिता कोण असावी?

बाळासाहेबांच्या पत्नीचे नाव तर निर्मला होते. आपल्या खोलीतून त्यांनी त्या नावावर "इथली केस फार घोटाळ्याची आहे. आणखी दोन दिवसांनी येईन" अशा दोन तीन वेळा तारा केल्या नव्हत्या का?

ललिता! बाळासाहेबांच्या मुद्रेकडे पाहत आणि आपला खालचा ओठ दातांनी अर्धवट चावत चपला म्हणत होती, "यांच्या आयुष्यात किती स्त्रिया येऊन गेल्या असतील कुणाला ठाऊक!"

आधीच मनातले बोल गोल घुमटातल्याप्रमाणे घुमून येतात. त्यात चालत्या गाडीतला रात्रीचा एकांत.

चपलेला भास झाला– बाळासाहेब म्हणत आहेत "हिच्या आयुष्यात किती पुरुष येऊन गेले आहेत कुणाला ठाऊक!"

याच वेळी गाडीने मोठे वळण घेतल्यामुळे असेल अथवा बाळासाहेब ज्या स्वप्नात विहार करीत होते ते विचार भंग पावल्यामुळे असेल, ते एकदम कुशीवर वळले. कुशीवर होताच त्यांनी किलकिले डोळे करून पाहिले. त्यांचा आश्चर्य वाटले. पडल्या पडल्याच त्यांनी विचारले, "काय, चंद्र काय म्हणतो?"

"जप करतोय!"

"तुझ्या नावाचा?"

"अं हं!"

"मग?"

"ललितेच्या."

"ललिता?" बाळासाहेबांच्या स्वरातला कंप अत्यंत सूक्ष्म होता. पण चपला काही कमी चतुर नव्हती. तिने तो चटकन ओळखला.

"कुठली ललिता ही?"

"मला काय ठाऊक?"

"मला ठाऊक आहे वाटतं?"

"तूच तर शोधून काढलंस हे नाव!"

"तुम्ही ते घेतलं नसतं तर जन्मातही कळलं नसतं ते मला!"

"मी?"

"हो, तुम्ही! मघाशी! झोपेत!"

बाळासाहेब खो खो करून हसत म्हणाले, "झोपेत मनुष्य काय वाटेल ते बरळतो. मानसशास्त्रच तसं सांगतं ना? स्वप्नातला मनुष्य आणि जागेपणीचा मनुष्य हे अगदी निराळे असतात!"

आपल्या उजव्या हाताचा अंगठा आणि त्याच्याजवळचे बोट यांचे मोठे नाजूक आणि मोहक वर्तुळ नाचवीत चपला म्हणाली, "बरी निघालीत एकेक शास्त्रं हल्ली!"

बाळासाहेबांच्या डोळ्यांवरली झोप उडाली नव्हती. चपलेचा आताचा चाळाच फार मोहक होता की प्रणयीजनांचा परममित्र असलेला चंद्रमा आपण आतापर्यंत झोपून राहिलो म्हणून आपल्यावर रुष्ट होऊन निघून जाण्याच्या विचारात आहे इकडे त्यांचे लक्ष गेले; काय झाले कुणाला ठाऊक! पण काही तरी झाले खरे! आणि त्यामुळे रुक्ष शास्त्रचर्चा जिथल्या तिथेच थांबली.

बाळासाहेबांनी पलीकडे पडलेली आपली बॅग किंचित वाकून जवळ ओढली. त्यांनी ती अर्धवट उघडली नाही तोच चपला चटकन त्यांचा हात धरून म्हणाली, "हे काय? काही काळवेळ?"

"आनंद लुटायला काय मुहूर्त पाहावा लागतो?"

एवढ्या अवधीत बाळासाहेबांनी बाटली बाहेर काढलीही.

"काय, घेणार का थोडं तीर्थ?"

"छी!"

"तुम्ही बायका म्हणजे अशाच सनातनी! कुंकू बारीक केलं नि पातळ गोल नेसलं तरी बाई ती बाईच! दोन वर्षं उत्तर हिंदुस्थानातल्या सिनेमा कंपन्यांतसुद्धा होतीस ना?"

"वा! सिनेमा कंपनी म्हणजे काय दारूचं दुकान की काय?"

"लक्षात ठेव– पुण्याला चालली आहेस. सिनेमा नटी आहेस म्हणून कळलं तर तुझ्या मुलाखतीला शे-दोनशे तरी माणसं येतील! एकेक असा वेचक प्रश्न विचारील, पहिला प्रश्न– तुम्हाला नवरे किती?"

"काही तरीच काय?"

"वा! एरवीच्या बाईला जशी मुलं विचारायची तसे सिनेमातल्या बाईला नवरे विचारायचे, अशी या सगळ्या लोकांची समजूत झालेली दिसते. सिनमासृष्टीत कुलीन स्त्रीचे शील बिघडेल म्हणून हे हिवताप आल्यासारखे कापत असतात. पण यांच्या डोळ्यांसमोर शाळेतल्या मास्तरणीपासून घरातल्या मोलकरणीपर्यंत शेकडो निष्पाप बायकांचे बळी जात असतात! त्यात कधी लक्ष घातलंय का या धर्ममार्तंडांनी! पोराच्या गळयाला नख लावलेल्या एका मोलकरणीची बाजू पदरचे पैसे खर्च करून परवा लढविली मी! पण बिचारीला शिक्षा व्हायची ती झालीच! कायदा आंधळा, नीती पांगळी, समाज बहिरा!"

बाटली बाजूला लोटून बाळासाहेब मोठ्या आवेशाने बोलत होते. एरवी किंचित धुंद वाटणारे त्यांचे डोळे अशावेळी एकदम मोठे तेजस्वी दिसू लागत. चपलेला हा अनुभव काही अगदी नवीन नव्हता. पहिल्या खेपेला तिला बाळासाहेबांचा हा आवेश पाहून हसूच आले होते. परस्त्रीच्या भोवती पिंगा घालणारा आणि दारूच्या प्याल्यात ब्रह्मानंद असतो असे मानणारा मनुष्य दुसऱ्यावर होणाऱ्या अन्यायाने चिडून जाईल हे तिला खरेच वाटले नाही तेव्हा! पण जसजसा बाळासाहेबांचा आणि तिचा अधिक सहवास होत गेला, तसतशी तिला एक अंधुक कल्पना येऊ लागली– बाळासाहेब एक नाहीत, दोन आहेत. हुशार बॅरिस्टर म्हणून खोऱ्याने पैसे मिळविणारे नि मित्रमंडळींच्या एका बैठकीला दारूपायी शंभर-दोनशे रुपये उडविणारे बाळासाहेब निराळे आणि एखाद्या

संस्थानातल्या जुलमाची अथवा मोठमोठ्या पुढारी लोकांवर लादीत असलेल्या अंध निष्क्रिय तत्त्वज्ञानाची चीड घेऊन बोलणारे बाळासाहेब निराळे! तीच विचित्र कल्पना आताही तिच्या मनात येऊन गेली. लगेच तिला वाटले– बाळासाहेब एकच असते, दुसरे बाळासाहेबच खरे असते, तर त्यांनी आपल्याला जन्मात तरी जवळ केले असते का? दारूबाजांचा गोतावळा नेहमीच फार मोठा असतो! यामुळे तर आपण मुंबईत ज्या कंपनीत होतो त्या कंपनीतल्या बड्या लोकांच्या एका मजलशीला बाळासाहेब सहज आले. न पिणारी नटी म्हणून त्यांना आपल्याविषयी आदर वाटला! आणि काय मनुष्याच्या मनाची मौज आहे! आपल्याच नादी ते लागले!

चपलेने काही उत्तर दिले असते तर बाळासाहेबांचा अन्यायाविषयीचा आवेश कदाचित टिकला असता. पण ती स्तब्ध राहिल्यामुळे सारे वातावरण आपोआप शांत झाले. मद्याचे एक-दोन घुटके घेऊन ते चपलेला म्हणाले, "तुम्हा बायकांना दारू का आवडत नाही हे आहे का ठाऊक?"

चपला त्यांच्याकडे पाहतच राहिली.

तिला वाटले– मद्याच्या मानसशास्त्राप्रमाणे या प्रश्नाचेही उत्तर बाळासाहेब एखाद्या शास्त्राच्या आधारेच देणार असतील!

पण बाळासाहेबांनी तिला निराळाच प्रश्न केला– "मूकनायक नाटक वाचलंयस का कधी?"

"अं हं! नावसुद्धा ठाऊक नाही मला!"

"नावसुद्धा ठाऊक नाही?"

"आमच्या चित्रांची सारी नावं तुम्हाला कुठं ठाऊक आहेत? असीरे हवीस, दर्दे उल्फत, झंबो, गोरिला?"

"अरे बाप रे..."

चपला हसत असतानाच बाळासाहेब म्हणाले, "हे पाहा, सीतेनं धनुष्यभंगाचा पण लावला, तो तिच्या भुवया धनुष्यासारख्या होत्या म्हणून. द्रौपदीनं मत्स्यभेदाचा पण लावला, तो तिचे डोळे माशासारखे होते म्हणून आणि तुझ्यासारख्या बायका दारूविरुद्ध आकांडतांडव करतात, त्या स्वत: मदिराक्षी असतात म्हणून!"

चपलेने बाळासाहेबांकडे पाहिले. मद्याचे तेज त्यांच्या डोळ्यांतून लोप पावले होते. मनुष्याचा क्षणात देव कसा होतो आणि त्या देवाच्या जागी दुसऱ्याच क्षणी दगड का दिसू लागतो हे कोडे तिला काही केल्या उलगडेना! पण इतक्यात त्या कोड्यापेक्षाही निकट प्रश्न तिच्यापुढे उभा राहिला. बाळासाहेब आपल्या हातातील पेला तिच्यापुढे धरून म्हणत होते, "एकदा पिऊन तर पाहा! म्हणे दारूनं माणसाचा सत्यानाश होतो. आज आठ-नऊ वर्षे मी पितोय! माझं काय बिघडलंय!

धंदा कसा छान चाललाय! म्हणे दारूनं वकिलीची सनद जाते. त्या गडकऱ्याने काही तरी लिहून ठेवलंय झालं!''

बाळासाहेबांनी चपलेकडे पाहिले. तिच्या डोळ्यांत अश्रू उभे राहिले होते.

''काय झालं!'' चटकन भानावर येऊन त्यांनी विचारले.

''काही नाही!''

''कशासाठी रडत होतीस? मी तुला प्यायचा आग्रह केला म्हणून?''

''अं हं!''

''मग?''

बाळासाहेबांना काय उत्तर द्यायचं हे चपलेला तरी कुठे सुचत होते? तिची ती किंचित करुण, निर्व्याज मुद्रा पाहून बाळासाहेबांना वाटले– रमणी निर्माण करताना विधात्याने बालकाचाच आदर्श आपल्यापुढे ठेवला असावा! दोघांच्याही हट्टाला, हास्याला आणि अश्रूंना काळ-वेळ लागत नाही. आकाशातून पडणारा तारा पूर्वी अशुभ मानीत असत. बालकांच्या किंवा रमणीच्या डोळ्यांतून गळणारा अश्रुबिंदूही अगदी तसाच वाटतो. तो मागच्या मागे परतविण्याचे सामर्थ्य आपल्या अंगी असावे असं पाहणाराच्या मनात आल्यावाचून राहते का? आणि अश्रू परतविता आले नाहीत तरी ते पुसता येतातच की?

बाळासाहेबांनी चपलेकडे पाहिले. जोडीने खोड्या करणाऱ्या दोन अवखळ मुलांप्रमाणे तिचे डोळे हसत होते.

आणि मघाचे अश्रू?

अश्रू आणि हास्य!

बाळासाहेब विचार करू लागले.

चपलेचे आताचे हास्य खरे आहे, की तिचे मघाचे अश्रू खरे होते?

की दोन्हीही खरे?

चपलेच्या सहवासातल्या आतापर्यंतच्या सर्व रात्री बाळासाहेबांना पुष्पशय्येप्रमाणे भासल्या होत्या. पण आज मात्र त्या फुलांचे काटे त्यांना टोचू लागले. रात्रीच्या रमणीयतेत एकांताच्या मोहकतेची भर पडावी म्हणून त्यांनी पहिल्या वर्गाची तिकिटे काढली होती. सुख हस्तगत करण्याकरिता मनुष्याने सव्वालाखाची मूठ उघडली तरी रिकामीच राहते या कटू सत्याचा आता त्यांना अनुभव येऊ लागला.

झोपी गेलेल्या चपलेकडे त्यांनी पाहिले. तिला काही तरी विचित्र स्वप्न पडत असावे! तिच्या चेहऱ्यावर दिव्याचा प्रकाश तिरपा पडला होता की तिची रंगभूषा विसकटली होती कुणाला ठाऊक! कुठल्या का कारणाने होईना; ती त्यांना या वेळी नेहमीइतकी आकर्षक वाटली नाही. त्यांचे एक मन दुसऱ्याला हसून म्हणत

होते- या पोरीसाठी पागल होणारा मनुष्य महामूर्ख असला पाहिजे. असे आहे काय तिच्यात?

त्या मनाचे शब्द ऐकू येऊ नयेत म्हणून बाळासाहेब दुसऱ्याच गोष्टीविषयी विचार करू लागले.

पहिल्या वर्गाच्या त्या सुशोभित डब्याचे सर्व अंतरंग त्यांनी मोठ्या अभिमानाने न्याहाळून पाहिले. कॉलेजात असताना एकदा पुण्याच्या तिसऱ्या वर्गाच्या तिकिटापुरते सुद्धा पैसे आपल्यापाशी कसे नव्हते, मामांकडे ते पैसे मागताना आपल्याला किती जिवावर आले, टांगा न करता स्टेशनावर गेले तर चार आणे वाचतील असे जाता जाता मामींनी कसे सुचविले- बाह्यत: बुजून गेलेली जखम कशानेही खपली उडाली की वाहू लागते, बाळासाहेबांच्या मनाची स्थिती तशीच झाली! त्यांना वाटले- शिष्यवृत्तीवर आपले कॉलेजातले शिक्षण करणाऱ्या भाच्याच्या शिक्षणाचे सारे श्रेय घेणारे, पण त्याला हृदयशून्यतेने वागविणारे ते आपले सर्व आप्त आज जिवंत असायला हवे होते! त्यातली काही मंडळी आज साताऱ्याला रुटुखुटू करीत जीवन कंठीत आहेत. चपलेसाठी आपण कधी नाही ते आज पुण्याला जात आहो. तसेच पुढे साताऱ्याला गेले तर! पुण्याहून एक टॅक्सी करावी, साताऱ्याला आपल्या मामांच्या दारात जाऊन उभे राहावे, चार नागडीउघडी पोरे दिसतील. त्यांच्या हातात पाच-दहाच्या नोटा कोंबाव्या आणि मामा आपले आश्चर्याने वासलेले तोंडाचे बोळके मिटून ''चहा घेऊन जा ना!'' असे म्हणतात, न म्हणताच तोच ''इथला कलेक्टर माझा दोस्त आहे'' असे झोकात उत्तर देऊन आपली गाडी चालू करावी!

पण मानसिक सुडाचे हे समाधान बाळासाहेबांना फार वेळ लाभले नाही. मनोराज्यातल्या मामांना मोठ्या झोकात उत्तर दिल्यावर ते आपल्या बिछान्यावर लवंडले खरे! क्षणभर त्यांनी आपले डोळेही मिटले, पण उघड्या डोळ्यांपेक्षा मिटलेल्या डोळ्यांनाच अधिक भयंकर दृश्ये दिसतात की काय कुणाला ठाऊक? त्यांनी लगेच डोळे उघडले आणि पलीकडे पाहिले. तेथे त्यांना चपला दिसली. ते एकदम दचकले. जणू काही क्षणार्धात भूतकाळात जाऊन आलेले त्यांचे मन म्हणत होते ''ही कोण बाई? आणि निर्मला कुठं गेली? आपल्या जागेवर या बाईला तिनं निजू तरी कसं दिलं?''

हा विचित्र भास लगेच अदृश्य झाला. आपले लग्न होताच मधुचंद्राकरिता आपण पहिल्या वर्गाने उत्तर हिंदुस्थानचा प्रवास केला होता. आजच्या चपलेबरोबरच्या प्रवासाने त्या प्रवासाची स्मृती जागृत केली आणि त्यामुळे आपल्याला हा भास झाला हे बाळासाहेबांच्या लगेच लक्षात आले. ते त्या प्रवासातील मधुर स्मृतिचित्रे पाहू लागले.

एका पंड्याच्या आग्रहावरून प्रयागला निर्मला वेणीदान करायला तयार झाली होती. एवढी बी.ए. झालेली, श्रीमंत सुधारकाची एकुलती एक लेक असलेली, सात-आठ वर्षे शाळा चालवणारी निर्मला! पण तीही जुन्या संस्कारांना बळी पडत आहे हे पाहून काही केल्या हसू आवरेना आपल्याला. ''वेणीदान केल्यावर केस बॉब करून घ्यायला काहीच हरकत नाही तुला!'' असे आपण म्हटले. त्यावर ती उत्तरली, ''उद्या तुम्ही बॅरिस्टर होऊन येणार! तेव्हा तसल्याच मुली आवडायच्या तुम्हाला!''

ताजमहाल पाहताना आपले झालेले संभाषण किती विचित्र होते! निर्मलेच्या डोळ्यांत अश्रू उभे राहिलेले पाहत आपण म्हटले, ''कुणासाठी रडत आहेस तू?''

ती काहीच बोलली नाही.

''मी सांगू?''

''हं!''

''मुमताजसाठी!''

''इश्श!''

''इश्शबिश्श काही नाही! नवऱ्यानं आपल्याकरिता किती सुंदर थडगं बांधलं हे पाहायला ती जिवंत राहिली नाही म्हणून वाईट वाटतं तुला!''

निर्मला हसली. पण तिच्या हास्यात कारुण्यच अधिक होतं. ती म्हणाली, ''मला शहाजहानबद्दल वाईट वाटलं!''

''त्याचं काय वाईट झालं होतं असं? मुमताज ही काही त्याची एकटीच राणी नव्हती!''

''पण मुमताजवर त्याचं खरं प्रेम होतं!''

''खरं प्रेम? पुरुष कधी खरं प्रेम करू शकतो का?''

''हो!''

''सांग, एक तरी नाव सांग मला.''

निर्मला नुसती डोळ्यांनी आपल्याकडे पाहत होती! आपण वादविवादामुळे वाढणाऱ्या आवेशाने म्हटले, ''कुठं आहे तो तुझा खरं प्रेम करणारा पुरुष?''

ती हसत हसत उद्गारली, ''इथंच!''

त्या वेळची निर्मलेची ती प्रेमळ दृष्टी–

आता बाळासाहेबांना त्या दृष्टीची स्मृती असह्य झाली.

त्या प्रवासाविषयीचे विचारचक्रच ते बंद करणार होते. पण एकाएकी त्यांच्या डोळ्यांपुढे एक मूर्ती उभी राहिली. झाशीच्या स्टेशनातून गाडी बाहेर पडत होती. एकदम तो आपल्याला किती तरी वर्षांनी दिसला. आपण ''सुबोध'' म्हणून

हाकही मारली. पण ती त्याला ऐकू गेली असेल का?

सुबोधच्या संगतीत कॉलेजात घालविलेले ते गोड दिवस! केवळ अभ्यासातच काही आपली जोडी पहिली नव्हती. क्रिकेटच्या खेळातही ती तशीच चमकत असे. सुबोधने टिपीटिपी करीत बसायचे आणि आपण टोले लगावायचे! सुबोध एखाद्या वेळी आपल्या कानात सांगे "बाळ, जरा संभाळून हं!" आपण नुसते हसत असू!

सुबोधच्या आठवणींनी बाळासाहेबांचे विषण्ण मन प्रसन्न झाले. पाखरांचा थवाचा थवा उडत यावा तशा त्या भुर्रकन त्यांच्याभोवती भिरभिरू लागल्या.

कॉलेजात पहिल्या दिवशी दोन स्कॉलर म्हणून आपण एकमेकांच्या जवळजवळ बसलो होतो. त्याचे सुबोध हे नाव थोडेसे विलक्षण वाटून आपण मुद्दाम म्हटले, "कुणी रे ठेवलं हे तुझं नाव?"

"वडिलांनी."

"तुझे वडील कवीबिवी आहेत का?"

"अं हं!"

"मग!"

"व्यापारी."

हसता हसता आपल्या दोघांची मने किती लवकर एक झाली.

मग त्याने आपल्या वडिलांची सर्व हकिकत सांगितली. कोकणपट्टीतले ते अत्यंत धाडसी व्यापारी होते. बंगाल, पंजाब, इत्यादी दूरदूरच्या प्रांतांशीच नव्हे, तर जपान, अमेरिका, आयर्लंड इत्यादी देशांशीही त्यांचा व्यापार चालत असे!

आपले कुतूहल जागृत झाले. आपण त्याला विचारले, "कसला व्यापार करतात ते?"

"ते काही नीट ठाऊक नाही मला!"

"अरे, पण प्रत्यक्ष तुझ्या घरचा व्यापार आहे ना तो?"

"मी काही व्यापारी होणार नाही, काही नाही!"

आणि तो व्यापारी झाला असता तर तुकारामाची सुधारून वाढविलेली आवृत्ती जगाला पाहायला मिळाली असती!

बाळासाहेबांच्या मनश्चक्षूंपुढे सुबोधचे ते भावमधुर डोळे उभे राहिले. 'तुला बंगाली नाव उगीच नाही ठेवलं वडिलांनी!' अशी सारे मित्र त्याची थट्टा करीत तेही त्यांना आठवले! आपल्याला एकदा खूप ताप आला असताना सुबोध रात्रभर आपल्या उशाशी कोलनवॉटरची पट्टी कपाळावर ठेवीत बसला होता. तो प्रसंगही आता त्यांच्यापुढे जसाच्या तसा उभा राहिला.

मध्यरात्र उलटून गेली होती. तापाने जड झालेले डोळे आपणाला काही

केल्या उघडता येईनात. इतक्यात कपाळावरली एक घडी उचलून तिथे दुसरी थंड घडी सुबोधने ठेवली. कृतज्ञतेने भरून आलेल्या स्वराने आपण हाक मारली, "सुबोध!" आपल्या गालांवर दोन थेंब पडले. पण ते काही गार नव्हते.

आपण प्रयत्न करून म्हटले, "कोलनवॉटर काही गालावर घालीत नाहीत, सुबोध!"

तो नुसता हसला! लाजाळूचे झाड होते ते! आपल्याला वाटले– सुबोधच्या या अश्रुबिंदूंनीच आपला ताप उतरेल. डॉक्टरांचे औषध हवे कशाला?

तशी गोड रात्र पुन्हा आपल्या आयुष्यात तरी आली का?

एका बड्या मालगुजाराला बलात्काराच्या खटल्यातून आपण मोठ्या कौशल्याने सोडविले. त्यादिवशी आपल्या बुद्धीचा किती जयजयकार झाला! तो जयजयकार रात्रभर आपल्या कानात घुमत होता. पण त्याचवेळी कुठून तरी कुणी म्हणत होते, "हा आनंद अक्षय नाही!"

निर्मलेच्या भेटीचा पहिला प्रसंग! एखाद्या लहान मुलाने नवी बाहुली पाहून वेडे व्हावे तशी त्या रात्री स्थिती झाली होती आपली. निर्मला आपली आहे, निर्मला आपल्या बाहुपाशात आहे, निर्मला आणि आपण दोन नाही, या साऱ्या गोष्टी खऱ्या होत्या. पण त्या आपल्याला खऱ्या वाटत नव्हत्या! अशा उन्मादक मन:स्थितीतही कुठून तरी कुणी तरी हळूच आपल्या कानात गुणगुणत होते, "हा आनंद अक्षय नाही!"

आपण चपलेच्या सहवासातल्या साऱ्या रात्री–

सुबोधचे अश्रुबिंदू आपल्या गालावर पडले ती रात्र मात्र अजूनही आपल्याला अवीट आनंदाने भारलेली वाटते.

पण सुबोध कुठे आहे?

कुणाला ठाऊक! तो बी.ए.च्या वर्गात असताना त्याच्या बापाला व्यापारात भयंकर ठोकर बसली, बाप बेपत्ता झाल्यामुळे आईने त्या धक्क्याने अंथरूण धरले आणि आईच्या समजुतीकरिता बापाला शोधायला सुबोध कॉलेज सोडून गेला. त्यावेळी त्याचे आपल्याला जे पत्र आले तेच शेवटचे ठरले. त्यानंतर त्याला आपण पाहिले ते झाशी स्टेशनवर! इतकी वर्षे तो काय बेपत्ता झालेल्या बापाचाच शोध करीत राहिला असेल?

आपल्या अंत:करणात त्याच्याविषयी अखंड प्रेम आहे! मग झाशी स्टेशनवर साखळी ओढून आपण गाडी थांबविली असती तर त्याची गाठ पडली नसती का?

त्यानंतर एखाद्या वर्तमानपत्रात आपण जाहिरात दिली असती तरीसुद्धा त्याचा पत्ता आपल्याला लागला असता.

पण आपण हे कधीच केले नाही. मग त्याच्याविषयी आपल्याला आता वाटणारे प्रेम खरे आहे असे कोण म्हणेल? पुरुष एका स्त्रीवर तर नाहीच, पण एका मित्रावर सुद्धा प्रेम करू शकत नाही का? चंचल प्रेमाचा हा शाप पुरुषालाच मिळाला आहे की स्त्रीलाही? ही चपला– हिची जिवाभावाची एकही मैत्रीण नसेल का? नाही कशी? मैत्रिणीला भेटण्याकरिताच तर ती पुण्याला चालली आहे! आणि तिच्या लहरीखातर आपणही इतक्या वर्षांनी पुण्यात पाऊल टाकीत आहोत. आपण सुबोधला विसरून गेलो आणि या तरुणीच्या कटाक्षाच्या तालावर मात्र आनंदाने नाचत आहोत. एका वर्षापूर्वी या चपलेला आपल्या आयुष्यात अस्तित्वसुद्धा नव्हते आणि आता– सृष्टीचा सारा खेळ सर्कशीसारखाच आहे का? माणसे पशू होऊन नाचायला लागली म्हणजेच निसर्गाला कृतकृत्य झाल्यासारखे वाटत असावे!

असल्या क्रूर निसर्गावर सूड घेण्याकरिता म्हणून का होईना, आपण या धावत्या गाडीतून खाली उडी टाकावी, नाही तर समोर निजलेल्या चपलेचा गळा दाबून प्राण घ्यावा, असा विचित्र विचार बाळासाहेबांच्या मनात ओझरता येऊन गेला. आता मात्र त्यांना स्वत:चीच भीती वाटू लागली.

ते उठले आणि खिडकीतून बाहेर डोकावून पाहू लागले.

चंद्र केव्हाच मावळला होता. एखाद्या वेड्यापिशा माणसाप्रमाणे आगगाडी कुठल्या तरी दिशेने धावत आहे असा भास होत होता. गाडीत सर्वत्र शांतता होती; पण बाहेरून येणारा किर्र, किर्र असा आवाज त्यामुळेच अधिक भयाण वाटे. झाडे, झुडपे, शेते, घरे नुसती अंधुक दिसत नव्हती, त्यांना एक प्रकारची अवकळा आलेली होती. मधूनच एखाद्या कुत्र्याचे भुंकणे ऐकू येई. तेही किती कर्णकटू वाटे. गाडी कुठल्या गावाजवळून जात होती हे बाळासाहेबांच्या लक्षात आले नाही. किती तरी वर्षात ते या बाजूला आलेच नव्हते. कुठल्या तरी एका कुत्र्याने रडायला सुरुवात केली. भराभर त्याच्या ग्रामबंधूंनी आपले गळे काढले. हां हां म्हणता इतका कर्कश हलकल्लोळ माजला की आपण धावत्या गाडीत आहोत ही फार आनंदाची गोष्ट आहे असे बाळासाहेबांना वाटले.

आकाशातल्या तारकांकडे दृष्टी जाताच ते अधिकच अस्वस्थ झाले. पृथ्वीवरला अंधार उजळण्याची ज्यांना अणुमात्रही शक्ती नाही, असले हे नकली दिवे देवाने निर्माण तरी कशाला केले, असा विचार त्यांच्या मनात आला. त्यांना वाटले– धावत्या गाडीच्या रत्यावरील रूळ कुणी उखडून टाकीत असला तरी या तारका आकाशात आनंदाने चमकत राहतील! त्यापेक्षा त्या साऱ्या एकदम कोसळून पडतील तर काय वाईट होईल?

स्वत:च्या या कल्पनेचे त्यांचे त्यांनाच हसू आले. यावेळी चपलेला अर्धवट

जाग आली होती. बाळासाहेब स्वत:शीच हसत आहेत हे पाहून तिला फार आश्चर्य वाटले. आपल्या अंथरुणावर स्वत:शीच आळेपिळे देत तिने विचारले, ''ललिता भेटली वाटतं?''

''एक मजेदार कल्पना सुचली मला!''

''बॅरिस्टर लोक कवीही असतात म्हणायचे!''

''हाडाचे नसतात. पण दुसरी माणसं त्यांना बनवतात!'' तिच्याकडे पाहत बाळासाहेब उद्गारले.

''तर तर!'' उशीवर रेलून बसत आणि मानेने मोठा मुग्ध अभिनय करीत चपला उद्गारली.

बाळासाहेब तिच्याजवळ येऊन बसले आणि सांगू लागले– ''काही केल्या झोप येईना मला. नाही नाही ते विचार यायला लागले मनात! बाहेर पाहिले तो गुडूप अंधार! आणि चांदण्या आपल्या खुशाल वर चमचम करताहेत! असा राग आला मला त्यांचा!''

हे ऐकून चपलेला मात्र हसू आले.

''मला वाटलं या साऱ्या चांदण्या एकदम कोसळून पृथ्वीवर पडल्या तर काय बहार येईल–''

''खरंच! मी वेचायला जाईन त्या!''

''चांदण्या म्हणजे गारा नव्हेत. पृथ्वीवर आल्यावर दगड होतात त्या!''

''मग तर छानच झालं! या साऱ्या दगडांचा सुंदरसा बंगला बांधू आपण!''

आता बाळासाहेबांना हसू आवरेना. ''त्या बंगल्यात राहणार कोण?''

''दोन माणसं. एक मी आपण एक–''

कुठले तरी स्टेशन जवळ आल्याची इशारत गाडीने मोठ्याने दिली. संभाषण जिथल्या तिथेच तुटले. पुणेही काही फार दूर राहिले नव्हते आता.

गाडी पुन्हा सुरू झाल्यावर चपला मंदमधुर स्वरात गुणगुणू लागली :

कुणि कोडे माझे उकलिल का?
कुणि शास्त्री रहस्य कळविल का?
हृदयि तुझ्या सखि, दीप पाजळे,
प्रभा मुखावरी माझ्या उजळे;
नवरत्ने तू तुज भूषविले,
मन्मन खुलले आंतिक का?
गुलाब माझ्या हृदयी फुलला,
रङ्ग तुझ्या गालांवर खुलला;

काटा माझ्या पायी रुतला;
शूल तुझ्या उरि कोमल का?
माझ्या शिरि ढग निळा डवरला;
तुझ्या नयनि पाऊस खळखळला,
शरच्चन्द्र या हृदयि उगवला,
प्रभा तुझ्या उरि शीतल का?
मद्याचा मी प्यालो प्याला,
प्रिये, तयाचा मद तुज आला;
कुणी जखडिले दोन जिवांला,
मंत्रबंधनी केवळ का?

चपला थांबली. एखाद्या बागेतून एकदम बाहेरील रूक्ष रस्त्यावर यावे तसे बाळासाहेबांना झाले. पण लगेच ते म्हणाले, ''मलाही कोडं पडलंय एक!''

''कुठलं?''

''हे कवी खरं बोलतात की थापा मारतात?''

''अगदी बॅरिस्टर आहात हं! देव समोर येऊन उभा राहिला तरी त्याला तूच खरा देव कशावरून म्हणून विचारायला कमी करायची नाहीत तुमच्यासारखी माणसं! माझ्या आवडत्या कवीची कविता आहे हं ही!''

बाळासाहेब अर्धवट स्वतःशीच उद्गारले, ''या कवीला पडलेलं कोडं मला पडलं असतं तर–''

चपलेने त्यांच्याकडे पाहिले. किती भुकेलेले दिसत होते त्यांचे डोळे. तशी दृष्टी पूर्वी एकदाच पाहिल्याचे तिला आठवले– ती स्टुडिओला जाण्याकरिता जॉर्जेटचे पातळ नेसून बंगल्यातून बाहेर पडली होती. अंगावर लक्तरे असलेल्या एका भिकारणीची दृष्टी तिच्याकडे गेली. पै-पैसा मागण्याकरिता ती भिकारीण थोडी पुढेसुद्धा आली. पण एकदम ती त्या जॉर्जेटच्या पातळाकडे पाहतच राहिली! जणू काही तिच्या जिवाची सारी भूक तिच्या डोळ्यांत उभी राहिली होती.

■

'मी' ची विस्मृती

स्टेशनातून बाहेर पडल्यावर बाळासाहेब टॅक्सीला खूण करताहेत इतक्यात चपलेने एका टांगेवाल्याला हाक मारली सुद्धा!

"टांगा कशाला?" बाळासाहेबांनी आश्चर्याने विचारले.

"बसून जायला!"

"टांग्यातून जाणार तू?"

"वेळ पडली तर बैलगाडीतूनसुद्धा जाईन!"

"तशी वेळ आली– म्हणजे इराणबिराणात प्रवास करायची– तर आपण गाढवावरूनसुद्धा जायला तयार आहोत! पण इथं–"

या जोडीचा इकडे विनोद चालला होता, तोपर्यंत टॅक्सीवाला आणि टांगेवाला चांगलेच हमरीतुमरीवर आले होते.

ससून हॉस्पिटल जवळच असल्यामुळे की काय मारामारी करायलाही आपण भिणार नाही असे ते एकमेकांना बजावीत असावेत!

हातातला चाबूक काडकन वाजवीत टांगेवाला म्हणाला, "मला मालकिणीनं बोलावलंय!"

टॅक्सीवाल्याच्या हातात चाबूकबिबूक काही नव्हता! पण विचित्र हातवारे करून ही उणीव त्याने भरून काढली. तो मोठ्या ऐटीने उद्गारला, "मालकीण मोठी की मालक मोठा?"

"मालकीण! घोड्यापेक्षा घोडीच चालायला चलाख असते. कुणालाही विचार!"

टांगेवाल्याच्या या वाक्याने दूर उभ्या असलेल्या तीन-चार मंडळींत चांगलाच हशा पिकला. त्यामुळे बाळासाहेबांचे आणि चपलेचे लक्ष दोघांच्या बोलाचालीकडे गेले.

चपलेच्या लहरीवर अपील नसल्यामुळे टॅक्सीवाल्याला मुकाट्याने माघार घ्यावी लागली. छोट्या तालमीतल्या पोराने मोठ्या तालमीतल्या जवानाला पाडल्यावर

तो पोरगा ज्या अभिमानाने रस्त्याने जातो, तो अभिमान आता टांगेवाल्याच्या अंगात पूर्णपणे संचारला होता. त्याने भराभर सामान टांग्यात घातले.

मागच्या बाजूला चपलेला चढवून बाळासाहेबही तिच्या शेजारी बसले.

चपला टांगेवाल्याला म्हणाली, ''नवपथिकाश्रमात जायचंय.''

बाळासाहेबांच्या मुद्रेवरून स्वारी रागावली आहे हे स्पष्ट दिसत होते.

चपला मृदू स्वराने म्हणाली, ''मी टांगा का केला हे लक्षात आलं नाही तुमच्या!''

''कसं येणार?''

''फर्स्ट क्लासनं येऊन किती पैशांची वाट लावलीत तुम्ही! तेव्हा म्हटलं थोडे पैसे वाचवावेत!''

बाळासाहेब काही उत्तर देणार इतक्यात टांगेवाल्याने कुतूहलाने विचारले, ''रावसाहेब, फस्सक्लासनं आलात तुम्ही?''

''हो! तुझंही काही म्हणणं आहे का त्यावर? पुण्यातला टांगेवाला आहेस!''

''होय साहेब!'' टांगा हाकीत हाकीत टांगेवाला उद्‌गारला!

मध्येच कुणाला तरी हाक मारून तो म्हणाला, ''ए गेन्या, हायस् कुठं लेका! स्वाऱ्या फस्सक्लासमधनं आल्यात!''

बाळासाहेबांना हसावे की रडावे ते कळेना! ते चपलेला म्हणाले, ''आमचं प्रदर्शन करीत हा गावात जाणार आता!''

इतक्यात तिसऱ्या वर्गाच्या फाटकाकडे टांगा घेऊन, 'एक स्वारी, तीन आणे' म्हणून त्या टांगेवाल्याने ओरडायला सुरुवातही केली.

''आता स्वारी कुठं घेणार आहेस बाबा?'' चपलेने रडकुंडीला येऊन विचारले.

''एखादं पिल्लू मिळालं तर बघतो बाईसाहेब!''

''पोलिसला हाक मारू का?'' बाळासाहेबांनी दम भरला.

टांगेवाल्याने साहेबांची मुद्रापरीक्षा केली आणि स्वारीची धडपड आपल्याच अंगलट येण्याचा संभव आहे असा तर्क करून टांगा हाकायला सुरुवात केली.

नाटकात स्वगत भाषणे घालू नयेत, कारण जगात स्वत:शीच कुणी बोलत बसत नाही, हा युक्तिवाद बाळासाहेबांनाही टांग्यात बसेपर्यंत मान्य होता. पण टांगा सुमारे पाच मैल गेला असेल नसेल तोच स्वगत भाषणाविषयीचे त्यांचे मत पूर्णपणे बदलून गेले. इतका वेळ तो टांगेवाला एकसारखा बडबडत होता! शेलेने गात गात उडणारा आणि उडत उडत गाणारा पक्षी असे चंडोलाचे वर्णन केले आहे. तो महाकवी विसाव्या शतकात पुण्यात येऊ शकला असता तर 'घोडं हाकत हाकत बोलणारा आणि बोलत बोलत घोडं हाकणारा प्राणी' अशीच त्याने

या महात्म्याची संभावना केली असती!

मात्र या टांगेवाल्याच्या स्वरात भाषणात असंबंधद्धता होती असे मुळीच नाही. जगावे की मरावे? हेच सर्व जगातले उत्कृष्ट स्वगत मानले जाते. टांगेवाल्याने त्याच प्रश्नापासून बोलायला सुरुवात केली. गवत किती महाग झाले आहे, मोटारींचा सुळसुळाट कसा वाढत आहे, एखादी स्वारी अधिक भरली तर तिचे पैसे पोलिसाला चिरीमिरी देण्यातच कसे जातात, आपल्या कारभारणीला झालेल्या रोगाची खरी परीक्षा मोठमोठ्या डॉक्टरांनाही कशी झाली नाही, मात्र परवाच सगळ्या रोगावर 'ओखद' देणाऱ्या एका वैदूने आपल्या औषधाने तिला किती त्वरित गुण आणून दिला–

त्याची चर्पटपंजरी थांबविण्याकरिता बाळासाहेब म्हणाले, "कुठं जायचं ध्यानात आहे ना?"

"हां हां साहेब, डोकं हाय् का मडकं हाय्? त्या आश्रमात!"

"अरे, कुठल्या आश्रमात? या पुण्यात फार आश्रम आहेत म्हणे! नवपथिकाश्रमात जायचंय आम्हांला!"

"बराबर ध्यानात हाय् साहेब! या आश्रमाचा मॅनेजर ओळखीचा आहे माझ्या. दर नाटकात याचं काम हटकून ठरलेलं असे बघा. कुणाचे तरी पैसे चोरायचे, कुणाची तरी बायको पळवायची, नाही तर कुणाचे तरी पोर मारायचं! नाटकाच्या शेवटी याचा मुडदा पडायचा. पण तवंर असा बेंबीच्या देठापासून ओरडायचा– त्याच्या ओरडण्यावरच आम्ही पीटमधले लोक खूष होतो बघा! तेव्हा वाघासारख्या डरकाळ्या फोडीत होता ना? पण आता कसा गाईवानी झालाय! दारात टांगा उभा राहिला की आपलं पोट हलवीत पुढं येतो आणि म्हणतो, "यावं साहेब!"

टांगेवाल्याचे हे वर्णन किती रेखीव होते हे नवपथिकाश्रमाच्या दारात टांगा उभा राहताच बाळासाहेब आणि चपला यांच्या प्रत्ययाला आले. एक टक्कल पडलेला स्थूल गृहस्थ शक्य तेवढ्या लगबगीने पण दुसऱ्या गृहस्थाला मंदपणे चालायला जेवढा वेळ लागला असता तेवढ्या वेळात टांग्यापाशी आला आणि किंचित वाकून म्हणाला, "यावं साहेब, यावं बाईसाहेब."

पथिकाश्रमातला नोकर सामान नेऊ लागला. टांगेवाला आपण आणून सोडलेल्या प्रवाशांकडे पाहत पाहत निघून गेला.

मॅनेजर आश्रमाच्या दारातच उभे राहिले होते. अर्थात आत जायला बंदी आहे अशी निराळी पाटी लावायचे या आश्रमाला कधीच प्रयोजन पडत नसेल या विचाराने बाळासाहेबांना हसू आले. बाळासाहेबांना पाहताच मॅनेजर दारातून जरा दूर झाले.

"दुसऱ्या मजल्यावर खोली आहे आपली. नंबर तेरा!''

"तेरा नंबरची खोली! नको गं बाई ती मला!'' चपला मध्येच म्हणाली.

"अरे, नऊ नंबरच्या खोलीत सामान न्या रे!'' मॅनेजरांनी गर्जना केली. टांगेवाल्याने वर्णन केलेल्या त्यांच्या पहाडी आवाजाविषयी बाळासाहेबांची आता कुठे खात्री झाली.

बाळासाहेब आपल्या नावाचे व्हिजिटिंग कार्ड मॅनेजरच्या हातात देऊन जिना चढू लागले. मॅनेजरांनी प्रथम मनात व नंतर आसपासच्या नोकरांवर वजन मारण्याच्या दृष्टीने नाव उच्चारले– "बॅरिस्टर बाळासाहेब देशमुख, जबलपूर!''

लगेच त्यांनी कारकुनाला ओरडून सांगितले, "दुसरा मजला नऊ नंबर, बॅरिस्टर बाळासाहेब देशमुख, जबलपूर आणि सौ. देशमुख.''

मॅनेजरांनी सौ. देशमुख हे नाव उच्चारताच बाळासाहेबांनी चटकन चमकून मागे वळून पाहिले.

त्यांच्यामागे तीन-चार पायऱ्या असलेल्या चपलेची तर हसता हसता पुरेवाट झाली.

दोघेही दिसेनाशी झाल्यावर मॅनेजर कारकुनाला म्हणाले,

"काम मोठं चलाख दिसतंय हं!''

"कुठली तरी सिनेमा नटी असेल!''

"बॅरिस्टरची बायको आहे बेट्या बायको! तिला नटीबिटी म्हणशील तर ते कोर्टात खेचतील हं तुला! त्यांना काय, वकील फीचा खर्च पडायचा नाही!''

हळूहळू जिना चढत मॅनेजर अर्धवट कारकुनाला ऐकू जाईल अशा स्वराने म्हणाले, "उगीच नाही लेकाचा खानावळीतला कारकून झाला. वाटेल त्या बाईला सिनेमा नटी म्हणतोय! अरे, ती सिनेमा नटी असती, तर दारातच एक आरसा आणि पावडरीनं भरलेलं पिंप का ठेवलं नाही म्हणून जीव खाल्ला असता तिनं माझा!''

मुखमार्जन करून बाळासाहेब व चपला यांनी चहा घेतला. चहा घेता घेता बाळासाहेब म्हणाले, "बायका फार लहरी असतात याचा आज खरा अनुभव आला मला!''

चपला हसत ऐकत होती नुसती!

"टांग्यातून कशाला धिंड काढून घेतलीस?''

"धिंड?''

"नाही तर काय वरात? मधून मधून असा एखादा गचका बसे की माझ्या दातांच्या कवळ्या देवानंच केलेल्या आहेत म्हणून बरं! नाही तर दोन-तीन

धक्क्यांत माझ्या तोंडाचं बोळकंच झालं असतं!’’

“मोटारीत बसून बसून वीट आलाय अगदी! तेव्हा म्हटलं–”

“वा!’’

“खरंच! या आश्रमातसुद्धा पूर्वी कधीच उतरले नव्हते मी! म्हणूनच आज मुद्दाम आले.’’

“अस्सं! मग ज्या मैत्रिणीला भेटायला आली आहेस, तिचीच गाठ घेणार आहेस की दुसरीच एखादी नवी शोधून काढणार आहेस?’’

“बघू या काय होतं ते. थांबा हं; तिला फोन करून येते मी!’’

पण चपला जेवढ्या उत्साहाने गेली तेवढ्या निराशेने परत आली. तिची मैत्रीण काल रात्रीच्याच गाडीने मुंबईला निघून गेली होती. ती चडफडत म्हणाली, “अगदीच अजागळ आहे. आधी कळवायचं तरी होतं!’’

“तू तरी तिला कुठं कळवलं होतंस आधी?’’

चपला हसली. हसता हसता बाळासाहेबांना वाटले– जगात नेहमीच असे घडते. मनाविरुद्ध गोष्ट झाली की प्रत्येकजण दुसऱ्याला बोल लावतो. पण त्या दुसऱ्याइतकाच बोल लावणारा स्वतःही दोषी नसतो का?

“चपला...’’

“चपला नाही म्हणायचं मला! सौ. देशमुख!’’ हसत हसत चपला म्हणाली. पण बाळासाहेबांना मात्र या विनोदाचे हसू आले नाही. चपला त्यांच्याजवळ जाऊन लाडीकपणाने म्हणाली, “तो मॅनेजर महामूर्ख आहे, मग तर झालं?’’

पण मूर्खांनाच शंभर वर्षे आयुष्य असते म्हणून म्हणा अगर नवपथिकाश्रमाची काळजी परमेश्वरालाच होती म्हणून म्हणा, चपलेने नाव घेतले न घेतले तोच मॅनेजर महाशय तिथे साक्षात प्राप्त झाले.

मॅनेजरांनी प्रथम दोघांच्या आवडीनिवडी विचारून घेतल्या. कुठलेही पथ्यबिथ्य आहे की काय याची चौकशी केली आणि नंतर कोणकोणत्या पदार्थात कोणकोणते व्हिटॅमिन्स असतात व ते सर्व पदार्थ नवपथिकाश्रमात दररोज किती किती आणले जातात याची माहितीही श्रोत्यांना सुनावली. दुपारच्या जेवणाचे साग्रसंगीत वर्णन करून ते संध्याकाळच्या जेवणाकडे वळले असे पाहताच बाळासाहेब म्हणाले, “दुपारच्या गाडीनं परत जाणार आहोत आम्ही!’’

“वा! वा! असं कुठं झालंय की काय? कुठं जबलपूर नि कुठं पुणं! आल्यासारखं चार दिवस राहिलंच पाहिजे आपल्याला!’’ आपण अगदी लंगोटीयार दोस्त असून बाळासाहेबांना आग्रह करण्याचा आपला हक्कच आहे अशा आविर्भावाने मॅनेजर बोलले.

“या आल्या होत्या एका मैत्रिणीला भेटायला–”

मॅनेजरसाहेबांनी हसत हसत चपलेकडे पाहिले.

"पण ती काल रात्रीच मुंबईला निघून गेलीय!"

"हात्तिच्या! एवढंच ना! येईल चार दिवसांनी परत! जरा राहा, पुणं पाहा–"

"पाहण्यासारखं काय आहे तुमच्या पुण्यात?"

"पाहण्यासारखं काय आहे? पुष्कळ लोक हेच विचारतात बघा. पण माझं एकच उत्तर आहे. पाहण्यासारखं काय नाही इथं? तुळशीबागेत गंगावनं जशी तयार करतात तशी दुसरीकडे होतात का? मिसळ खावी तर पुण्यातलीच!"

"आपण पाहण्याविषयी बोलतोय, खाण्याविषयी नाही."

मॅनेजर जरा वरमले. पण लगेच त्यांनी स्वत:ला सावरून घेतले. ते मोठ्या ऐटीने म्हणले, "आज मॅच आहे मोठी!"

"कुणाकुणाची?"

"इथलं एक कॉलेज आहे. दुसरं कोल्हापूरचं का–"

"कॉलेजची मॅच मोठी पाहण्यासारखी असते हं चपला!" बाळासाहेबांना एकदम आपल्या कॉलेजातल्या दिवसांची आठवण होऊन ते म्हणाले.

"मी तरी तेच म्हणत होतो नि त्यातून आज मॅचचा शेवटचा दिवस! कुणाचा तरी रामबोला होणारच. मग शिट्ट्या काय, झांजा काय, रॅकेटचे रिकामे डबे काय, चिवड्याचे कागद काय, नुसतं लढाईचं मैदान होईल तिथं!"

एवीतेवी आपण पुण्याला आलोच आहोत. तेव्हा आजचा दिवस मॅच पाहून यावे असे बाळासाहेबांनी ठरवले.

आपल्या मनात लपून बसलेल्या आवडीनिवडी ज्याच्या त्याला तरी कुठे ठाऊक असतात? पण एखाद्या कापडदुकानात जाऊन चार मैत्रिणी कापडाची निवड करू लागल्या किंवा एरवी एका धंद्यात असलेले लोक जेवायला बसले की प्रत्येकाची अभिरुची किती निरनिराळी असते हे चटकन लक्षात येते. बाळासाहेब कॉलेजात खूपच क्रिकेट खेळले होते. पुढे मुंबईला मास्तर असताना त्यांच्या मनावर जी उदासीनतेची छाया पसरली, तिच्यामुळे आपल्या कामापलीकडे दुसऱ्या कुठल्याच गोष्टीत त्यांनी लक्ष घातले नाही. निर्मलेशी लग्न झाल्यावर ते बॅरिस्टर होऊन जबलपूरला गेले. तिथं धंद्याच्या चरकात क्रिकेटकडे लक्ष द्यायला त्यांना फुरसद मिळणेच शक्य नव्हते.

मात्र एक गोष्ट नेहमी घडत असे. हातातल्या वर्तमानपत्रात कितीही महत्त्वाची बातमी असली तरी ती वाचायची सोडून ते त्यातली क्रिकेटच्या सामन्यांची हकिकत आधी वाचीत. ऑस्ट्रेलियन टीम हिंदुस्थानात आली तेव्हा तर कसोटीचे सामने पाहण्यासाठी मुंबईला आणि कलकत्त्याला जायचे त्यांनी ठरवलेही होते. पण कामाच्या खोड्यातून काही केल्या त्यांची मोकळीकच होऊ शकली नाही.

क्रिकेटचा एखादा मोठा सामना सुरू असला म्हणजे दररोज सकाळी जागे झाल्यावर बाळासाहेबांच्या मनात जे पहिले विचार येत ते काल कुणी किती धावा काढल्या असतील, कुणी कुणाचा बळी घेतला असेल, आजच्या वृत्तपत्रात आपल्याला काय काय वाचायला मिळेल, इत्यादी गोष्टींविषयी कल्पना! पाण्याच्या तळाशी लपून असलेल्या एखाद्या माशाने पृष्ठभागावर यावे तशी त्यांची ही आवड आता उसळी मारून वर आली होती.

बरोबर अकरा वाजता चपला आणि बाळासाहेब मॅनेजरांनी बोलावून आणलेल्या टॅक्सीत बसली.

टॅक्सी सुटणार इतक्यात मॅनेजर म्हणाले, ''कॉलेजच्या तंबूत खुर्च्या राखूनच ठेवल्या आहेत आपल्यासाठी!''

''कुणी?'' बाळासाहेबांनी आश्चर्याने विचारले.

''प्रो. आगट्यांनी!''

''प्रो.आगटे!'' बाळासाहेबांच्या समोर वीस वर्षांपूर्वीची एक उंच, किडकिडीत, काळीसावळी, डोळ्यांना जाड भिंगांचा चष्मा लावणारी आकृती उभी राहिली. कॉलेजात सुबोध नाईकांच्या खालोखाल आगटेच बाळासाहेबांचा जिव्हाळ्याचा मित्र होता.

''मी इथं आलोय हे आगट्यांना कसं कळलं?'' बाळासाहेबांनी मॅनेजरला प्रश्न केला.

''त्यांना कळवण्याचा काही बेत नव्हता माझा!'' कदाचित प्रो. आगटे व बॅरिस्टरसाहेब यांचे फारसे सरळ नसावे अशी शंका येऊन मॅनेजर म्हणाले, ''मी फोन करून कळवलं नुसतं–''

ती मॅच नको, आगट्याची इतके दिवसांनी पडणारी गाठही नको आणि काही नको असे क्षणभर बाळासाहेबांना वाटले. दुसऱ्या क्षणी त्यांच्या मनात आले– प्रोफेसरच्या जागेवरचा आपला रास्त हक्क दूर सारला गेला आणि पुन्हा पुण्याचे तोंड पाहायचे नाही म्हणून आपण इथून निघून गेलो. पण त्यात बिचाऱ्या आगट्याचा काय दोष आहे? त्याला अजूनही आपली आठवण होत असेल, आपणहून त्याने चौकशी कधी केली नाही हे खरे! पण आपणही सुबोधविषयी अशीच अनास्था दाखविली नाही का? याक्षणी सुबोध भणंग भिकाऱ्याच्या वेषात जरी आपल्यापुढे येऊन उभा राहिला तरी आपण त्याला अशी कडकडून मिठी मारू– ही शेजारी बसलेली चपला मनात काय म्हणेल याचा क्षणभरही आपण विचार करणार नाही– मग आगट्याची आणि आपली गाठ पडली तर त्यात काय बिघडणार आहे मोठे? उलट आजचा दिवस आनंदात जाईल. येथून मुंबईला

गेल्यापासून कॉलेजातल्या आठवणींची उजळणी करण्याची पाळीच आली नाही कधी आपल्यावर. ढोलीत दडून बसणाऱ्या घुबडाप्रमाणे मुंबईतल्या त्या खुराड्यात आपण पहिल्यांदा दिवस काढले. समुद्रात बुडूनही कोरडे राहावे तशी आपली स्थिती होती तिथे! आपल्याला हवा असलेला ओलावा लाखो माणसांतून एकही व्यक्ती देऊ शकली नाही. जबलपूरला गेल्यावर तर इकडचा सारा संबंधच सुटला. आपण, धंदा आणि निर्मला या त्रिकोणाबाहेरचे सारे जग आपल्या दृष्टीने असून नसल्यासारखे झाले. आता आगटे भेटल्यावर–

आगट्याच्या बाबतीत मॅनेजरची लुडबूड आपल्या पथ्यावर पडली असे त्यांना वाटले. त्यांनी ड्रायव्हरला गाडी सुरू करण्याविषयी इशारत दिली.

गेल्या अठरा-वीस वर्षांत पुणे बरेच बदलले आहे हे खरे! पण धावत्या मोटारीतून पाहताना हा बदल बाळासाहेबांना अगदी क्रांतिकारक वाटला. पाठीवर शेपटे नाचवीत आणि जोरजोराने बोलत दोन-तीन तरुण मुली त्यांच्या गाडीजवळून गेल्या. हे दृश्य पुण्यात दिसेल अशी त्यांना कल्पना नसावी! त्यांच्या वेळी कॉलेजात मुली फार थोड्या येत. ज्या येत त्याही खाली मान घालून चालत. त्यावेळची केशभूषेची आत्यंतिक सुधारणा म्हणजे अंबाडा बांधून त्यावर एखादे फूल खोवणे ही होती. गोल नेसणारी विद्यार्थिनी तर तेव्हा औषधालाही मिळाली नसती.

पुण्यासारखी सनातनी शहरेही झपाझप बदलतात. मग देवाने ज्यांना चंचल मन दिले आहे अशी माणसे बदलली तर त्यात नवल कसले? बाळासाहेबांच्या मनात हा विचार आला न आला तोच त्यांना स्वत:चे हसू आले. त्यांना वाटले आपण सोडले त्या वेळी पुणे जसे होते, तसेच ते राहिले असेल ही कल्पनाच वेडेपणाची नाही का? पण मनुष्याचे मन नेहमीच अशी कल्पना करीत असते. किंबहुना स्वत:मध्ये होणारा बदल तरी मनुष्याला खरोखर कधी कळत असतो का? काल रात्री त्या मधुर स्वप्नातून जागे होताना आपल्याला ललितेची जी मूर्ती दिसली, ती सतरा-अठरा वर्षांच्या मुग्धमनोहर मुलीची! पण त्या प्रसंगाला आता वीस वर्षे झाली. या वीस वर्षांत ललिता काय तरुण मुलगीच राहिली असेल? छे! ती चांगली प्रौढ स्त्री झाली असेल, अगदी निर्मलेसारखी दिसत असेल. सृष्टीच्या प्रत्येक पावसाळ्यातल्या प्रत्येक सरीने, वस्तुमात्राचे स्वरूप बदलत असते. निसर्ग भविष्याकडे धावत असतो आणि मनुष्य मात्र भूतकाळात गुंतून राहतो हेच खरे!

बाळासाहेबांनी चपलेकडे पाहिले. आज आपणाला प्रिय वाटणाऱ्या या तरुण स्त्रीकडे आणखी दहा-पंधरा वर्षांनी कुणीही पुरुष ढुंकूनसुद्धा पाहणार नाही हा विचार त्यांच्या मनात यावेळी आला होता की काय कुणाला ठाऊक!

पण त्यांच्या विचारचक्राइतकेच मोटारीचे चक्रही वेगाने फिरत होते. सामन्याचे मैदान जवळ आल्याचे नुसत्या कोलाहलावरूनसुद्धा कळण्याजोगे होते. मोटार चटकन वळली आणि तडक कॉलेजच्या तंबूकडे गेली. तंबूतून एक उंच, किडकिडीत चष्मेवाला मनुष्य धावतच पुढे आला. त्याने धोतराचा काचा मारला नसल्यामुळे वाऱ्याने त्याचे अगदी शीड बनविले होते. पण ते त्याच्या गावीही नसावे. ड्रायव्हर मोटारीचे दार उघडतो न उघडतो तोच त्या गृहस्थाने बाळासाहेबांचा हात धरून त्यांना खाली उतरविले. दोघेही एकमेकांकडे टकमक पाहू लागले. एकच क्षण त्यांनी असे पाहिले. पण अत्तराच्या एका थेंबाने वसंतातला मधुर मोहक सुगंध व्यक्त करावा, त्याप्रमाणे त्या एका क्षणात कालाच्या उदरात गडप झालेल्या त्यांच्या मैत्रीची उत्कटता प्रगट झाली.

चपला आश्चर्याने त्या दोघांकडे पाहत होती. बाळासाहेबांना पुण्यात एखादा जिव्हाळ्याचा मित्र असेल अशी कल्पनाही नव्हती तिला! गेल्या वर्षात जेव्हा जेव्हा पुण्याला जायच्या गोष्टी तिने काढल्या होत्या, तेव्हा तेव्हा ते पुण्याविषयी उदासीनतेनेच बोलत असत. त्यामुळे कुठलीही सिनेमा कंपनी ज्याला चित्रपटात गड्याचे सुद्धा काम द्यायला तयार होणार नाही अशा मनुष्याकडे बाळासाहेब अत्यंत प्रेमाने पाहत आहेत हे पाहून तिला नवल वाटले, तर त्यात नवल कसले?

आगटे गाडीकडे वळून म्हणाले, ''उतरा ना वहिनी.''

वहिनी?

चपलासुद्धा या संबोधनाने चमकली. पण बाळासाहेब मोठे प्रसंगावधानी होते. आगट्यांच्या पाठीवर थाप मारीत ते म्हणाले, ''ही आलीय म्हणून कुणी सांगितलं रे तुला?''

''माझ्या त्या आश्रमाच्या मॅनेजरनं! त्यानं फोन केला म्हणून बरं झालं. नाही तर पुण्यात येऊनही तू माझ्या हातावर तुरी देऊन गेला असतास गृहस्था! आणि वहिनी तर आमच्या हिला कधी पाहायला मिळाल्या नसत्या! ही काय रीत झालीय होय बॅरिस्टरसाहेब? इथं तुझा दोस्त– इतिहासाचा हा प्रोफेसर– जिवंत असताना तू आपला खुशाल जाऊन हॉटेलात उतरतोस!''

चपला मुकाट्याने खाली उतरली आणि बाळासाहेब व प्रोफेसर यांच्यामागून चालू लागली. बाळासाहेबांची पत्नी म्हणून त्यांच्याबरोबर मिरविण्याच्या या नाटकाची तिला मोठी मौज वाटत होती. पण तिच्या मनात दुसराही विचार येऊन गेला– बाळासाहेबांच्या पत्नीला ओळखणारे कुणी माणूस इथे मिळाले तर? तर या प्रहसनाचे एकदम दुःखपर्यवसायी नाटकात रूपांतर होण्याचा प्रसंग यायचा!

मैदानावर खेळ आणि त्यामुळे प्रेक्षकवर्ग मोठ्या रंगात आला होता! क्षणाक्षणाला

उत्कंठा वाढविणाऱ्या एखाद्या कादंबरीसारखाच क्रिकेटचा खेळ असतो. प्रत्येक चेंडू सुटला की भवितव्याविषयी प्रेक्षकांचे मन उत्सुक होते. या चेंडूने खेळणाराची दांडी उडेल की खेळणाराच त्या चेंडूला सीमापार पाठवील? काय घडेल याचे भविष्य कुणालाच वर्तविता येत नाही आणि त्यामुळेच खेळाची गोडी अवीट राहते.

खेळत असलेल्या जोडीपैकी एकाची आकृती दुरूनही मोठी रेखीव वाटत होती. तो जरा उंचेलाच होता. पण अगदी हडकुळा नसल्यामुळे त्याची उंची प्रमाणबद्ध वाटे. आपल्या उंचीचा भरपूर फायदा घेण्याची कला तर चांगलीच अवगत असावी. त्याने चाराचा फटका मारला नाही अशी एकही ओव्हर अद्याप गेली नाही, असे आगट्यांनी मोठ्या अभिमानाने बाळासाहेबांना सांगितले. ऑफला चेंडू दाबून मारताना, स्लिपमध्ये तो हळूच भुईसरपट पाठविताना, लेगला किंचित वळून तो लीलये टोलविताना, त्याच्या शरीराची जी हालचाल होत होती, ती किती मोहक वाटे. चपला मंत्रमुग्ध होऊन त्याचा खेळ पाहत आहे असे दिसताच बाळासाहेबांनी विचारले, ''तुला क्रिकेटची माहिती आहे का?''

प्रो. आगट्यांना हा प्रश्न जरा चमत्कारिक वाटला. आपल्या बायकोला क्रिकेटमधले काही कळते की नाही हेही या नवऱ्याला ठाऊक नसावे! इतिहास हा त्यांचा आवडता विषय असल्यामुळे कुठलीही शंका आली की ते आपले समाधान इतिहासातल्या दाखल्यानी करून घेत. आताही त्यांनी त्याच मार्गाचा अवलंब केला– जगातले सारे मोठे लोक वेडे असतात! तसेच या बाळासाहेबांचे झाले असले पाहिजे. कायद्याच्या कलमांपलीकडे याला कसलीच माहिती नसावी! बिचाऱ्याला बायकोचे नाव ठाऊक असले म्हणजे मिळविली!

याच वेळी त्या खेळाडूने मोठी सुंदर उडी मारून सहाचा टोला लगावला. ''बक अप्, श्री'' या गजरात टाळ्यांचा कडकडाट झाला. बाळासाहेब व चपला बसली होती त्याच तंबूच्या दिशेने तो चेंडू येत असलेला दिसला. कुठे पडणार याचा कुणालाच अंदाज होणे शक्य नव्हते. अगदी पुढल्या रांगेतली मंडळी गडबडून उठलीही. चपलेने उठावे म्हणून बाळासाहेबांनी तिचा हात धरला देखील! पण ती त्या चेंडूकडेच पाहत होती. तिच्या डोक्यात जणू काही फुले फुलली होती. बाळासाहेबांच्या मनात आले– पराक्रमाची खरी पूजा स्त्रीनेच करावी.

चेंडू तंबूच्या थोडा अलीकडे पडला; पण त्याला अजून खूप वेग होता. तो सर्रकन चपलेच्या रोखानेच आला. तंबूत एकच हशा पिकला. कुणी तरी ओरडला, ''अलीकडे चेंडूसुद्धा रोमँटिक झालेत हं!''

चपलेने पायाजवळ आलेला चेंडू उचलला, क्षणभर त्याच्याकडे कौतुकाने

पाहिले आणि तो परत केला.

"वहिनीचा पायगुण चांगला दिसतोय् हं! एवढा वेळ खेळतोय हा! पण सिक्सर असा पहिल्यांदाच मारला त्यानं!" बसता बसता आगटे म्हणाले.

चपला मोठ्या कौतुकाने खेळाकडे पाहत होती. एकदम ती बाळासाहेबांकडे वळून म्हणाली, "साऱ्या कला मुळात एकच असतात, नाही?" बाळासाहेब तिच्याकडे पाहतच राहिले.

चपला हसत हसत बोलू लागली, "ही मॅच पाहायला एखादा सिनेमाचा डायरेक्टर असता, तर ह्याला आपल्यापेक्षा अधिक आनंद झाला असता!"

"का?"

"एक चांगला नायक सापडला म्हणून." त्या खेळणाऱ्या तरुणाकडे बोट दाखवीत चपला म्हणाली, "किती मोहक नि रेखीव दिसतोय तो! त्याचा खेळ पाहताना अगदी पहिल्यांदा माझ्या मनात काय कल्पना आली आहे का ठाऊक?"

"काय?" बाळासाहेबांनी कौतुकाने विचारले.

"हा नृत्यकला शिकला असता तर उदयशंकरांसारखा पुढं आला असता!"

त्या खेळाडूने पुन्हा सिक्सर मारण्याचा प्रयत्न केला. या खेपेला मात्र तो चुकला. मोठ्या चपळाईने त्याने आपली बॅट रेषेच्या आत टाकली म्हणून बरे. नाही तर तो क्रीजआऊटच झाला असता.

तंबूतील प्रत्येकाचे मन चुकचुकलेच. पण दोघातिघांनी मोठ्याने इशारा दिला.

"सांभाळा हो खांडेकर!" पहिला ओरडला.

"ओढून ताणून कोटी करू नका!" दुसऱ्याने त्याला साथ दिली.

"नाही तर दोन ध्रुव इथंच दिसतील. सहाचा टोला नुकताच झालाय! लगेच दांडी जाईल!" तिसऱ्याने मल्लीनाथी केली.

ते उद्‌गार ऐकून चपलेला हसू आले. लगेच आगट्यांकडे वळून ती म्हणाली, "खेळताहेत ते खांडेकर का?"

"हो!"

"त्या लेखक खांडेकरांचे कोण?"

"कुणी नाही! पोरं थट्टेनं बोलत होती मघाशी! हा खांडेकर हरिजन आहे."

"हरिजन?"

चपलेच्या उद्‌गारात आश्चर्य व्यक्त झाले होते; पण त्यापेक्षाही आश्चर्याची गोष्ट मैदानात घडून आली होती. पुन्हा सिक्सर मारण्याच्या नादात खांडेकराने चेंडू खूप उंच उडविला होता. तो सीमेवर जाणार अशी चिन्हे स्पष्ट दिसत होती.

प्रो. आगटे हळहळत म्हणाले, "पाहिलंत बाळासाहेब, मोहाला बळी पडणारं

एक मन मनुष्यात असतंच. किती सावधपणानं खेळत होता हा पहिल्यांदा!''

सीमेवरल्या विरुद्ध पक्षाच्या खेळाडूकडे आता साऱ्या प्रेक्षकांचे डोळे लागले होते. तो चेंडू झेलण्याकरिता पुढे धावला. एकदम थांबला, आणि उन्हाची तिरीप डोळ्यांवर आल्यामुळेच की काय क्षणभर गांगरला. इतक्यात चेंडू त्याच्या जवळ आलाही. त्याने तो किंचित मागे होऊन पकडला! पण चटकन तो त्याच्या हातातून उडाला. तो पकडण्याकरिता तो एखाद्या माशाप्रमाणे परतला. त्याने चटकन उजव्या हाताने चेंडू पकडला. पण इतक्यात त्याचा पाय घसरला. तो जमिनीवर पडला. पण त्याने चेंडूचा हात मात्र उंच धरला होता.

टाळ्यांच्या कडकडाटाने क्रीडांगण दुमदुमून गेले.

खांडेकर तंबूकडे परत येऊ लागला. तंबूतून एकसारखा टाळ्यांचा कडकडाट चालू होताच. एकशेसत्तर धावा करून खांडेकरने आपल्या बाजूचा विजय आज निश्चित केला होता.

प्रिन्सिपॉलसाहेब आजारी असल्यामुळे आज आगटेच त्यांचे काम पाहत होते. खांडेकर तंबूजवळ येताच त्यांनी पुढे होऊन त्याचे अभिनंदन केले. लगेच त्यांनी बाळासाहेब आणि चपला यांची त्याला ओळखही करून दिली.

''हे बाळासाहेब देशमुख, जबलपूरला बॅरिस्टर असतात. आणि या त्यांच्या पत्नी, बी.ए. आहेत. महिला परिषदेच्या अध्यक्ष होत्या त्या एकदा!'' आगट्यांच्या स्मरणशक्तीचे बाळासाहेबांना कौतुक वाटले.

त्या तरुणाने स्मितपूर्वक दोघांनाही नमस्कार केला. हसतमुखाने दोघांनीही त्याचा स्वीकार केला. श्रीचे रेखाचित्र क्षणार्धात चपलेने आपल्या मन:पटावर काढले. खूप वेळ खेळत राहिल्यामुळे त्याची मुद्रा यावेळी उजळली असली, तरी मूळचा तो निमगोराच होता! विपुल केसाचा त्याला स्वभावत:च कंटाळा असावा! नाही तर इतके सुंदर आणि काळे कुळकुळीत केस असूनही त्यानं ते डोक्याबरोबर कापून घेतले नसते. त्याचे कपाळ किंचित अरुंदच होते. पण त्याचे डोळे– त्या डोळ्यांत किती तरी भावनांचे विलक्षण मिश्रण झाले आहे असा चपलेला भास झाला. प्रथम त्याने तिच्याकडे पाहिले तेव्हा त्याच्या डोळ्यांना तरुणींचा सत्कार करण्याची सवय असावी असे तिला वाटले. पण लगेच त्याची दृष्टी बदलली. तो तीव्र नजरेने आपला धिक्कार करीत आहे असे तिला वाटू लागले. तिने आपली दृष्टी दुसरीकडे वळवली.

श्री आपला खेळाचा जामानिमा सोडण्याकरिता जायला निघाला देखील. इतक्यात त्याला कसलीशी तरी आठवण झाली. एकदम मागे वळून तो बाळासाहेबांना म्हणाला, ''Please excuse, एक खाजगी प्रश्न विचारू का तुम्हाला?''

शेकडो प्रेक्षकांनी फुललेल्या न्यायमंदिरात कोर्टापुढे खोटी केस लढविताना

बाळासाहेब कधी भ्याले नव्हते. पण आता मात्र त्यांची छाती धडधडू लागली. हा तरुण आपल्याला कुठला प्रश्न करणार आहे याचा त्यांना तर्कच करता येईना. कदाचित याची नि निर्मलेची पूर्वीची ओळख असेल. लग्न होण्यापूर्वी ती मास्तरीण होती. स्त्रियांच्या चळवळीत भाग घेत होती, हरिजन स्त्रियांत मिसळतही होती. तिथे या मुलाचा आणि तिचा परिचय झाला असल्याचा संभव आहे. निर्मलेविषयीच त्याने काही प्रश्न विचारला तर काय उत्तर द्यायचे?

पण बाळासाहेबांच्या मनातला हा कल्लोळ त्या तरुणाच्या प्रश्नाने शांत झाला. तिकडे मैदानावर खेळ थांबला होता. खेळाडूंचे जलपान चालले होते.

श्रीने विचारले, ''आपण आमच्याच कॉलेजचे विद्यार्थी होता ना?''

''हो!'' बाळासाहेब अभिमानाने उत्तरले.

''अरे, आम्ही दोघे एकाच वर्गात होतो ना? त्या वेळची ती नाटकं नि त्या सभा आठवतात का बाळासाहेब?''

बाळासाहेबांनी हसत हसत मान डोलावली.

श्री म्हणाला, ''आपलं सबंध नाव बाळ गंगाधर देशमुख असेच आहे ना?''

''मी बराच प्रसिद्ध पुरुष आहे म्हणायचा!'' बाळासाहेब थट्टेने म्हणाले.

पण चपला आपल्याकडे अभिमानाने पाहत आहे हे काही त्यांच्या लक्षात आल्यावाचून राहिले नाही.

''कॉलेजात असताना सुबोध नाईक नि आपण अगदी जीवश्च कंठश्च मित्र होता का?''

''हो!'' या साऱ्या प्रश्नांचा रोख न कळल्यामुळे बाळासाहेब अस्वस्थ होऊन म्हणाले.

''आयुष्याविषयी आपल्या कल्पना मला फार आवडल्या!''

''मी व्याख्यानंबिख्यानं देत नाही कधी!''

''तुमच्या दोघांच्या सह्या असलेला एक लहानसा कागद कॉलेजातल्या एका जुन्या पुस्तकाच्या शेवटी चिकटविलेला आहे. त्या कागदाविषयी बोलत होतो मी.''

''वीस वर्षं तो कागद त्या पुस्तकात टिकला, यावरनं कॉलेजातली मुलं फार शांत होत चालली आहेत असं दिसतं!''

''साधं पुस्तक नाही ते! हरिभाऊ आपट्यांनी स्वत: कॉलेजला नजर केलेलं आहे! असली पुस्तकं जपून निराळी ठेवतात!''

''कसलं पुस्तक आहे ते?''

''हरिभाऊंची कादंबरी–'मी!' ''

''काही आठवत नाही बुवा!''

"ते पुस्तकच घेऊन येईन मी आपल्याला दाखवायला. सर, तुमच्याकडेच ही पाहुणेमंडळी उतरली आहेत ना?''

आगट्यांनी होकारार्थी मान हलवली. बाळासाहेबांनी आपल्या स्मरणशक्तीला खूप ताण दिला. पण आपण 'मी' कादंबरी वाचल्याचे काही केल्या त्यांना आठवेना.

∎

जखमा, ज्वाला आणि वादळे

होय नाही म्हणता म्हणता आगट्यांच्या आग्रहाला मान देऊन त्यांच्याकडे दोन दिवस राहायचे बाळासाहेबांना कबूल करावेच लागले. मुंबईहून त्यांनी निर्मलेला तार केली होती. ''केस फार गुंतागुंतीची आहे. चार-सहा दिवस सहज मोडतील!'' चपलेच्या सहवासात हे दिवस कुठेतरी आनंदात काढायचे एवढाच त्यांचा बेत होता. त्या दृष्टीने पुणे काही वाईट नव्हते.

चपलेलाही काही मुंबईला परत जाण्याची घाई नव्हती. ज्या मैत्रिणीला ती भेटायला आली होती, तीही सिनेमाच्याच धंद्यातली होती. कुठल्याशा कंपनीची तार आल्यावरून ती गेली होती असे अधिक चौकशी केल्यावर चपलेला कळले. मुंबईला दोन दिवसांनी गेले तरी त्या मैत्रिणीची गाठ पडणारच होती. तेव्हा तिनेही पुण्याला राहण्याच्या बाबतीत विशेष आढेवेढे घेतले नाहीत.

घरी गेल्यावर प्रोफेसरसाहेबांनी चपलेला आत नेऊन आपल्या पत्नीची व तिची ओळख करून दिली.

''या बॅरिस्टरीणबाई आल्यात तुम्हाला भेटायला!'' प्रोफेसरांनी प्रस्तावना केली. बिचारी प्रोफेसरीण घाबरून कोपऱ्यात अंग चोरून उभी राहिली. ती पोरसवदा दिसत होती. चपलेला वाटले– आपल्याच वयाची ही मुलगी असावी. वीस, फार तर एकवीस वर्षांची असेल! मग हिच्या चेहऱ्यावर भलताच पोक्तपणा कुठून आला?

प्रोफेसरीणबाईंनी बॅरिस्टरीणबाईंना बसायला पाट दिला. प्रोफेसर बाहेर निघून गेले.

बाळासाहेब प्रोफेसरांच्या छोट्याशा हॉलमधील फोटो पाहत होते. एका नव्या फोटोकडे बोट करून ते म्हणाले, ''याच का आमच्या वहिनी?''

''हो!''

''बऱ्याच लहान दिसतात की!''

“दिसतात काय! आहेतच ना! वीस वर्षांची आहे ती.”

“वीस म्हणजे?”

“म्हणजे काय? गृहस्था, ही माझी तिसरी बायको! गतवर्षीच लग्न झालं हे!”

बाळासाहेब काय बोलावे या विचारात पडले. पण आगटे चांगलेच गप्पीदास होते. ते म्हणाले, “काय सांगू बाळासाहेब, माझी पहिली बायको कशी नक्षत्रासारखी होती!”

“काय झालं तिला?”

“बाळंतरोग!”

“नि दुसरीला?”

“इतिहासाची पुनरावृत्ती होते म्हणतात ना! तीही बाळंतरोगाने मेली!”

हा गृहस्थ स्वत:च्याच बायकोच्या मृत्यूविषयी अशा रीतीने बोलू तरी कसा शकतो असे बाळासाहेबांना वाटले. पण लगेच त्यांना एका मुंबईच्या मास्तराचे उदाहरण आठवले. गृहस्थ मोठा रसिक होता. तो वर्गात कविता शिकवायला लागला की मुले अगदी रंगून जात तासात! एकदा या गृहस्थाची बायको बाळंतीण होऊन झालेले मूल गेले. ही गोष्ट मास्तरांना तो नेहमी खालील शब्दांत सांगत असे– “व्याज बुडाले, पण भांडवल सुरक्षित आहे!” मनुष्याच्या मनात रानटीपणाचा थोडा ना थोडा अंश असतोच! तो कुठल्या रीतीने प्रगट होईल याचा नेम नसतो, एवढेच अनुमान बाळासाहेबांनी आगट्यांच्या या उद्‌गारावरून शेवटी काढले.

“एका विधवेशी का नाही लग्न केलंस तू?”

बाळासाहेबांचा हा प्रश्न ऐकून आगटे प्रथम खो खो करून हसले आणि मग म्हणाले, “तुझ्यासारखा सडा फटिंग नाही मी वाटेल ते करायला! घरी म्हातारे आजोबा आहेत. मी विधवेशी लग्न केलं असतं तर त्यांनी माझ्यावर डोळे वटारले असते की ते पांढरे केले असते हे सांगणं कठीण आहे!”

“पण तुमच्या दोघांच्या वयात फार अंतर आहे! नाही का?”

“आणि तुझी बायको अगदी म्हातारीच असेल, नाही?”

बाळासाहेबांना गप्प बसणे भागच होते.

आगटे म्हणाले, “याबाबतीत मी एक नवीन शोधही लावला आहे!”

“शोध?”

“हो, हे पूर्वीचे राजेलोक इतक्या राण्या का करीत आणि जनानखाने का बाळगीत, आहे का ठाऊक?”

“दुसरा काही उद्योग नव्हता म्हणून!”

“छट्! तरुण स्त्रीच्या सहवासात प्रौढ पुरुषही तरुण होतो म्हणून. एकपत्नीव्रत

वगैरे गोष्टी नीतीच्या दृष्टीनं ठीक आहेत! पण पुरुषाच्या मनाच्या दृष्टीने पाहिलं तर...''

बाळासाहेब कोड्यात पडले! त्यांना वाटले– चपलेसारख्या तरुणीचा सहवास आपल्याला हवा-हवासा वाटतो त्याचे कारण हेच असेल का? आणि हे कारण सत्य मानले तर नीती, संस्कृती, स्त्रियांची समता इत्यादिकांविषयीच्या आजच्या आपल्या किती तरी कल्पना नुसत्या कल्पनाच ठरतील. नाही का?

चहा पिता पिता बाळासाहेबांनी आगट्यांच्या शेल्फवरील पुस्तकांवरून नजर फिरवली. किती सुंदर पुस्तके होती सारी! स्वारीला वाचनाचा खूप नाद असावा हे तर पुस्तकांच्या विविध नावांवरूनच उघड होत होते. इतके सुंदर ग्रंथ वाचणारा आणि समाजात सुसंस्कृत मानला जाणारा हा मनुष्य आपला शोध म्हणून सांगतो काय? तर तरुण स्त्रीच्या सहवासात प्रौढ पुरुषही तारुण्याचा अभ्यास अनुभवू शकतो.

फार दिवसांनी भेटलेल्या मित्रांच्या गप्पांचा ओघ कुणीकडे जाईल याचा काहीच नियम नसतो. खेडेगावात शेतातून जाणाऱ्या एखाद्या पाऊलवाटेला जशा अनेक वाटा फुटतात, त्याप्रमाणे अशा वेळी बोलता बोलता विषयांतर होते. आताही तसेच झाले. पहिल्यांदा त्यांच्या वेळेच्या कॉलेजातल्या आठवणी सुरू झाल्या. लोकमान्य टिळक आणि बालगंधर्व ही दोन्ही त्यावेळी विद्यार्थ्यांची दैवते कशी होती याविषयी आगटे बोलू लागले.

''मानापमान आठवतं ना तुला?''

''नि स्वयंवर?''

''खडा मारायचा झाला तर! त्या ॲक्टिंगनं तर सारी पोरं अगदी घायाळ होऊन जात होती बुवा!''

''त्यावेळी गंधर्वांचे आणि टिळकांचे फोटो प्रत्येकाच्या खोलीत हटकून सापडत. नाही का?''

शेवटचा प्रश्न विचारता विचारता बाळासाहेबांनी खोलीतल्या सर्व फोटोंवरून दृष्टी फिरवली. पण त्यात टिळकांचा फोटो कुठेच नव्हता. ते हसत हसत आगट्यांना म्हणाले, ''टिळक मंडालेहून सुटून आले, त्यावेळी आपण त्यांना पाहायला गेलो होतो, आठवतं का?''

''हो!''

''त्यांच्याकडे पाहताना मन कसं पराक्रमाच्या विचारांनी भारून जात असे, नाही?''

''तेव्हासुद्धा काही कमी धीट नव्हतास तू! टिळकांनी आपणाला जवळ बोलावलं आणि विचारलं, 'कॉलेजचं शिक्षण संपल्यावर काय करणार आहात

तुम्ही?' मी तर घाबरून गेलो त्या प्रश्नानं. पण तू किती छान उत्तर दिलंस! टिळकसुद्धा खूष झाले तुझ्यावर!''

''काय उत्तर दिलं होतं रे मी!''

''खरंच तुला आठवत नाही?''

''कॉलेजच्या दिवसांतलं काहीच आठवत नाही मला!''

''तू उत्तर दिलंस 'सवाई टिळक होणार आहो आम्ही!' हे ऐकून टिळकसुद्धा हसले. ते फार हसत नसत म्हणे कधी!''

या वाक्याची स्मृती एखाद्या बाणाच्या टोकाप्रमाणे बाळासाहेबांच्या हृदयाला बिंबून गेली. सवाई टिळक होण्याच्या गोष्टी खुद्द लोकमान्यांच्या समोर आपण बोलून दाखविल्या होत्या! विशीच्या उंबरठ्यातल्या उद्‌गारांना बडबडीपलीकडे काहीच का अर्थ नव्हता? तारुण्यात मनुष्याच्या मनात अनंत लाटा उत्पन्न होतात. त्यातली एक देशभक्तीची लाट आपल्या मनात त्यावेळी उसळली होती आणि ते शब्द म्हणजे त्या लाटेवरचा फेस होता, असेच का समजायचे? छे!''

स्वत:च्या मनाची फसवणूक कशी करायची हे कळेनासे झाल्यामुळे बाळासाहेबांनी आगट्यांना विचारले, ''त्यावेळी तू एकटाच टिळकांचा भक्त होतास. नि आज तर तुझ्या घरात एक फोटोसुद्धा नाही दिसत!''

आपले ठराविक हास्य करून आगटे म्हणाले, ''बाळासाहेब, यात एवढं आश्चर्य वाटतं तुला! देशभक्तांच्या फोटोची किंमत लहानपणी फार वाटते. मग बायकोच्या फोटोंचा हंगाम सुरू होतो. बायकोला खुर्चीत बसवून आपण मागं उभं राहायचं, आपण खुर्चीत बसून बायकोला मागं उभी करायची, एक ना दोन! आसनापेक्षाही अधिक प्रकार आहेत या प्रकरणात! तो हंगाम संपला की मुलांच्या फोटोची बरसात सुरू होते आणि शेवटी स्वत:च्या गळ्यात पुष्पहार घातलेला, हातात कसल्या तरी फुलांचा गुच्छ घेतलेला, आणि भोवताली पाच-दहा माणसे असलेला असा एखाद्या मोडक्या-तोडक्या समारंभाचा स्वत:चा फोटो अधूनमधून निघतो, त्याचं युग सुरू होतं! मिळून काय– ''

आगट्यांचे बोलणे जितके बोचक तितकेच सत्य होते. त्यातील सत्य उघड्या डोळ्यांनी पाहणे शक्य नसल्यामुळेच की काय बाळासाहेब उद्‌गारले, ''आपली ही स्थिती झाली. मग त्या सुबोधची–'' बिचारा टिळकांच्या सभेलासुद्धा कधी गेला नाही. हाडाचा फार गरीब! पण राजकारणाचं अगदी वावडं होतं त्याला!

बाळासाहेबांच्या पाठीवर मोठ्याने थाप मारीत आगटे उद्‌गारले, ''अरे हो, तुला सांगायचं विसरलोच होतो की!''

''काय?''

''सुबोधची नि माझी गाठ पडली होती!''

"केव्हा?" बाळासाहेबांच्या स्वरात विलक्षण आश्चर्य होतं.

"गतवर्षी."

"इथं आला होता तो?"

"अं हं! मी गेलो होतो कोकणात!"

"कोकणात?"

"हो. कोकणात शिवापूर म्हणून गाव आहे एक! काय सुंदर गाव आहे म्हणतोस? डोंगर, झाडी, धबधबा सारंच पाहण्यासारखं आहे तिथलं! आणि गावात एका बाजूला देवीचं देऊळ, मध्ये जिवंत झरे असलेलं मोठं विस्तीर्ण तळं, नि दुसऱ्या बाजूला एका छोट्याशा टेकडीच्या पायथ्याशी तो आश्रम!"

"कुणाचा आश्रम?"

"सुबोधचा!"

"बुवाबिवा झालाय की काय हा गृहस्थ?"

"त्यातलाच प्रकार म्हणेनास! दाढी काय वाढविली आहेन्?"

"दाढी?" बाळासाहेबांनी मोठ्या आश्चर्याने विचारले. त्यांच्यापुढे वीस-एकवीस वर्षांपूर्वीचा धड मिसरूडही न फुटलेला सुबोध उभा राहिला होता. त्या चेहऱ्याला त्यांनी कल्पनेने दाढी लावून पाहिली. हसता हसता पुरेवाट झाली त्यांची!

आगटे बोलू लागले, "आता टिळकांना दिलेलं उत्तर तुला आठवलं नाही ना? तसंच त्या सुबोधचं झालंय पाहा. एकदा आपण सारे गंधर्वांच्या नाटकाला गेलो होतो. रिझर्व खुर्च्या देखील शिल्लक नव्हत्या. दहा दहा रुपये घेऊन मॅनेजर नवीन खुर्च्या घालायला तयार झाला. आपण सारे घरी यायला तयार होतो. पण पदरचे पैसे भरून सुबोधनं त्या दिवशी सर्वांना नाटक दाखविले!"

"आठवतंय खरं मला!"

"पण त्याला हे मी सांगायला लागलो तेव्हा तो हसू लागला. त्याच्या आश्रमात एक बाई आहे पाहा. माई म्हणतात तिला सगळीजणं. चांगली पोक्त बाई आहे. पण दिसते कशी एखाद्या वीस वर्षांच्या पोरीसारखी! तिच्याकडे पाहून तो हसत हसत म्हणाला, 'माई, सुबोध कॉलेजात असताना इतका उधळ्या होता हं!' लगेच ती बाई म्हणाली, 'तर तर! आश्रमातल्या लहान पोरालासुद्धा खरं वाटायचं नाही हे!' "

"कोण बाई आहे ती?"

"कुणाला ठाऊक? दिसायला मात्र सुंदर आहे. असल्या बाया आश्रम चालवीत बसतात नि हे सिनेमावाले भलतीच रत्नं आणून आमच्यापुढं उभी करतात!"

"माझी आठवण काढली होतीन् का सुबोधनं?"

"तुला मात्र विसरला नाही तो! कुठं असतोस, काय करतोस, सारं सारं विचारलं मला! तळ्याच्या काठावर बसून चांगले चार-सहा घटका गप्पा मारीत होतो आम्ही!"

"माझा पत्ता त्याला माहीत नसावा!"

"मी सांगितला होता की!"

"तुला कुठून कळला?"

"वर्तमानपत्रांतून! तू एक मोठा खटला जिंकला होतास नि त्यावेळी तुझं त्रोटक चरित्र एका वर्तमानपत्रांत आलं होतं बघ!"

"असेल बुवा! पण गृहस्था, पत्ता ठाऊक असूनही तू कधी पत्र पाठविलं नाहीस मला!"

"आणि तुला काय माझा पत्ता माहीत नव्हता? की तुला पोस्टाची तिकिटं विकायची नाहीत असा सरकारनं कायदेमंडळात ठराव करून घेतला होता?"

संभाषणाने पुढे कोठले वळण घेतले असते कुणास ठाऊक. पण स्वयंपाकघरात धुराची वर्तुळे मोजून कंटाळलेली चपला याचवेळी बाहेर आली. तिने समोर पाहिले. दूर फाटकाबाहेर श्री कुणाशी तरी बोलत उभा होता. तिची नजर फाटकाकडे लागलेली पाहताच आगट्यांनीही हा कोण येत आहे ते पाहिले. ते लगेच म्हणाले, "बागेतच बसू या आपण?"

"श्रीलाच इथं बसविलं तर आमची सौभाग्यवती गोमूत्र पाजल्याशिवाय रात्री जेवायलासुद्धा वाढणार नाही आपणाला!"

"इतक्या का सनातनी आहेत वहिनी?"

"ते काही विचारू नकोस बाबा. तिच्या आजोळच्या देवीचं दर्शन घ्यायला मला शिवापूर गाठावं लागलं ना!"

आगटे नको नको म्हणत असतानाच चपलेने आपली खुर्ची स्वत:च उचलली. ती हसत म्हणाली, "सवय आहे मला!"

"तुम्हाला?"

आता मात्र चपलेला पेच पडला. शूटिंगच्या वेळी ट्रॉलीच्या सोईकरता स्वत:ची खुर्ची स्वत:च उचलून दुसरीकडे बसण्याचा प्रसंग तिच्यावर नित्य येत असे. पण आता त्याचा उल्लेख कसा करायचा? यावेळी ती सिनेमातारका नव्हती. एका श्रीमंत बॅरिस्टरांची बायको होती. मात्र आगट्यांना काही संशय येऊ नये म्हणून तिने स्वत:ला सावरून घेण्याचा चटकन प्रयत्न केला आणि तो यशस्वीही झाला.

"घरी खुर्च्यासुद्धा उचलाव्या लागतात मला!"

“मग गडीमाणसे काय करतात?”

“आम्ही उचलून ठेवलेल्या खुर्च्यांवर बसतात! यांना विचारा ना! एक गडी एकदा यांचाच सूट घालून कुठं भटकायला गेला; वाटेत त्याला त्याचा एक दोस्त भेटला. दोघेही दारूच्या गुत्त्यात गेले. तिथं मोठी मारामारी झाली नि त्या सुटावरनं साऱ्या गावात बातमी उठली की बॅरिस्टर बाळासाहेब देशमुख–”

बाळासाहेबांनी तीव्र दृष्टीने चपलेकडे पाहिले. प्रथम तिच्या प्रसंगावधानाचे कौतुक वाटले होते. पण प्रसंग आणि अतिप्रसंग यांच्यातले अंतर चपलेला कुठे कळत होते? तिने स्टुडिओच्या जगातली एक गमतीदार गोष्ट बेशक बाळासाहेबांच्या माथी मारली. पण असल्या अस्वलाच्या गुदगुल्या सोसण्याइतके बाळासाहेब स्थितप्रज्ञ थोडेच होते!

खुर्चीवर बसता बसता आगट्यांनी चपलेच्या गोष्टीवर मत द्यायला मात्र कमी केले नाही. ते बाळासाहेबांना म्हणाले, “पाहिलंस, कुठं काही पत्ता नाही तर हे गडी असे बेफाम वागतात! मग उद्या सोशॅलिझम आल्यावर–”

श्री फाटक उघडून हळूहळू येत होता. पण आगट्यांचे शेवटचे वाक्य त्याला ऐकू गेले असावे. रिकामी खुर्ची किंचित मागे ओढून घेऊन तो उभ्याउभ्याच उद्‌गारला, “सोशॅलिझमवर चर्चा चाललीय वाटतं, सर? मग अगदी योग्य वेळी आलो म्हणायचा मी!”

चपला श्रीकडे मोठ्या कौतुकाने पाहू लागली.

आगटे बाळासाहेबांकडे वळून म्हणाले, “श्री म्हणजे अजबखाना आहे हं एक!”

आपल्या गुरुवर्यांच्या या विनोदाला श्रीच हसला. मग बाळासाहेब नि चपला यांना आपले हसू आवरण्याचे काहीच कारण नव्हते.

आगट्यांना आपल्या या हास्योत्पादक शक्तीचा अभिमानच वाटला असावा. ते अधिकच खुलून म्हणाले, “अजबखान्यात कुठल्या वस्तूजवळ कुठला पदार्थ सापडेल याचा काही नेम नसतो. परवा एका संस्थानात गेलो होतो मी व्याख्यान द्यायला. राजेसाहेबांनी अगत्यानं आपला अजबखाना दाखविला मला! तिथं महात्मा गांधींच्या पुतळ्यापुढंच एक मासे चिरीत बसलेली बाई ठेवली आहे! या श्रीचं अगदी तस्सं झालंय पाहा! इतकं चांगलं क्रिकेट खेळतो ना हा? तेव्हा अभ्यासात हा अगदी डल असेल असा कुणीही तर्क करील! पण तसं बिलकुल नाही. परीक्षेचा हॉल हेसुद्धा क्रिकेटचं मैदान वाटतं याला!”

“सर–” श्री मध्येच म्हणाला.

“तू गप्प बैस रे! आता बाळासाहेब तुम्हीच सांगा! तुमचा आमचाही अभ्यास चांगला होता. पण आपण गायला तोंड उघडलं म्हणजे ते बंद करण्याकरिता

आपले सोबती आपल्या तोंडात बिस्किटं कोंबीत असत. आठवतं का?''

"चांगलं गायला येतं वाटतं यांना?'' चपलेने उत्सुकतेने एकदम विचारले.

"चांगलं? बाथरुम-बालगंधर्व कॉलेजात पुष्कळ असतात! पण हजारपाचशे मुलांना गुंगवून सोडणारा त्यांच्यासारखा मुलगा–''

"काही तरीच सांगताय सर! मन रिझविण्याकरिता थोडंसं गाणं शिकलोय झालं मी!'' आगट्यांनी थांबावे म्हणून श्री म्हणाला. पण आगटे पक्क्या शिष्याचे त्याहूनही पक्के गुरू होते! ते म्हणाले, "सोशॅलिझमशी काही संबंध आहे का? पण हा आता सोशॅलिस्टही झालाय म्हणे!''

श्रीने चपलेकडे सहज पाहिले. किती विलक्षण भक्ती भरलेली होती तिच्या डोळ्यांत! त्याचे मन लाजले; पण ते जसे लाजले तसेच आनंदितही झाले. तो लगेच आगट्यांना म्हणाला, "काळच सर्वांना समाजवादी करतोय!''

"सर्वांना?'' बाळासाहेबांनी आश्चर्याने विचारले. लगेच ते उद्गारले, "भ्रम आहे हा तुमचा खांडेकर!''

"पाहिलंस श्री! अरे, दर पिढीला एक नवं खूळ येत असतं! आमच्या लहानपणी थिऑसफीचं केवढं बंड होतं! ते जगद्‌गुरू आणि तो स्टार–''

"समाजवाद हे खूळ नाही सर!''

"वेडा कधी आपलं वेड कबूल करतो का?''

"मीसुद्धा तेच म्हणतो. खरी वेडी माणसं कोण आहेत याची परीक्षा काळच करील. मला वाटतं समाजवादाला विरोध करणारी माणसंच वेडी आहेत. समाजवाद ही काही कवीच्या डोक्यातून निघालेली कल्पना नाही की तिचं कौतुक केलं म्हणजे काम झालं. भुकेच्या चटक्यांनी तडफडणाऱ्या, विषमतेच्या विषानं तळमळणाऱ्या समाजाच्या मनात जो डोंब पेटलेला आहे, त्यातूनच समाजवाद निर्माण होतोय! हे पाहा, आजच मला आलेलं पत्र!''

पायजम्याच्या खिशातून एक पत्र काढून ते श्रीने आगट्यांच्या पुढे केले. आगट्यांनी ते न घेताच विचारले, "कुणाचं पत्र आहे रे?''

"माझ्या आजोबाचं!''

"लिहावाचायला येतं तुझ्या आजोबांना?''

"पहिल्यांदा येत नव्हतं. पन्नाशी उलटल्यावर शिकले ते! आज सत्तर वर्षांचं वय आहे त्यांचं! पण सुपारीचं खांड कसं काडकन फोडतात अजून!'' श्रीच्या मुद्रेवरून त्याला आपल्या आजोबांविषयी मोठा अभिमान वाटत असावा असे दिसले.

"काय लिहिलंय पत्रात तुझ्या आजोबांनी?'' आगट्यांनी विचारले.

"ते सत्याग्रह करायला जाणार आहेत!''

“सत्याग्रह?”

“हो!”

“पण हरिजनांना सत्याग्रह करायचं कारण काय उरलंय आता? गांधी तुमचे वाली आहेत. काँग्रेस तुमची पाठराखी आहे, आंबेडकरांसारखी मोठी माणसं तुमच्यात निर्माण होत आहेत–”

“ते सारं खरं आहे सर! पण–”

चपला, बाळासाहेब व आगटे या तिघांनीही पाहिले. श्रीचा चेहरा तांबडालाल झाला होता. त्याचे डोळे नुसते जळत होते. त्या पत्रात काही तरी विलक्षण बातमी खचित असावी!

कुणीच काही बोलले नाही. पण बोलण्यापेक्षाही शांतता अधिक त्रासदायक होऊ शकते. शेवटी आगटे म्हणाले, “कुठं व्हायचा हा सत्याग्रह?”

“शिवापूरला.”

“शिवापूर!” बाळासाहेब व आगटे एकदम उद्‌गारले. दोघांनाही शिवापूर हा शब्द ऐकताच आठवण झाली होती.

“हो, शिवापूरला. देवीच्या देवळापुढल्या तळ्याच्या पाण्याबद्दल! आतापर्यंत हरिजनांना शिवू देत नसत त्या पाण्याला! पण आता– आता ते पाणी हरिजनांना प्यायला तरी मिळेल, नाही तर त्यांच्या रक्तानं ते रंगून तरी जाईल!”

“कुणी तरी चिथावणी दिली असेल झालं तिथल्या अडाणी लोकांना!” बाळासाहेब सहज बोलून गेले.

श्रीला मनातून त्यांच्या या उद्‌गारांचा राग आला होता. पण तो त्याने आपल्या चेहऱ्यावर मुळीच दिसू दिला नाही. त्याने शांतपणाने उत्तर दिले, “तुमचा तर्क बरोबर आहे अगदी! तिथल्या लोकांना चिथावणीच मिळालीय!”

“कुणाची?”

“अन्याय सहन न होणाऱ्या मनाची!”

“इतकं चिडायला असं झालंय काय तिथं?”

“काय झालंय?” एवढेच शब्द उच्चारून श्री क्षणभर स्तब्ध राहिला. त्याने खालच्या ओठांवर दात घट्ट रोवून आपला राग गिळण्याचा प्रथम प्रयत्न केला. किंचित शांत झाल्यावर तो म्हणाला, “तहानेनं व्याकुळ झालेलं एक महाराचं पोर त्या तळ्यात पाणी प्यायलं! लगेच पाणी विटाळलं म्हणून ते तळं शुद्ध करण्याचा मोठा समारंभ झाला तिथं! व्यापाऱ्यांचे तुपाचे डबे खपले, भिक्षुकांची चंगळ उडाली आणि या समारंभाचा खर्च करणाऱ्या सावकाराला कुठल्याशा शंकराचार्यानं एक पदवीही दिली. पण ते पाणी पिणारं पोर मात्र–”

“त्या पोराचं काय झालं?” कंपित स्वराने चपलेने प्रश्न केला.

“त्या पोराचे गेलेले प्राण काही परत आले नाहीत!”

“ते पोर मेलं?” आगट्यांनी आश्चर्याने विचारले.

“मेलं नाही! मारलं त्याला!”

“केस घालता येईल त्या लोकांवर!”

“केस गरिबावर होते. श्रीमंतावर नाही. त्या सावकाराच्या एका नोकरानं तळ्यात जाऊन पाणी प्यायल्याबद्दल त्या पोराला मरेपर्यंत मारलं. चार-आठ दिवस विव्हळून ते पोर मरून गेलं. त्याची केस कोण लढवणार? केस काय पैशावाचून होते? पण गावातला सारा पैसा पडला त्या सावकारापाशी! केस लढवायला पुरावाही लागतो! सावकाराच्या विरुद्ध गावात कोण पुरावा देणार?”

“एक मनुष्य आहे तिथं!” आगटे म्हणाले.

“कुठं? शिवापूरला? सावकाराच्या विरुद्ध जायला धीर होईल त्याला?”

“हो! सावकाराच्याच काय, वेळ आली तर देवाच्याही विरुद्ध जायला भिणार नाही तो!”

“नाव काय त्याचं?

“सुबोध नाईक!”

सुबोध नाईक हे नाव ऐकताच श्री चमकला! बाळासाहेबांकडे वळून तो म्हणाला, “तुमच्याबरोबर कॉलेजात होते ते सुबोध हेच का?”

“हो!”

“काय करतात ते तिथं?”

“त्यानं आश्रम काढलाय एक!”

“आश्रम? गांधीच्या आश्रमासारखा?”

आगटे म्हणाले, “अं हं! अनाथ अर्भकांचं पालन करायचा आश्रम!”

श्री क्षणभर विचारात पडला. लगेच हातातल्या पुस्तकाकडे लक्ष जाऊन तो हसत म्हणाला, “मी आलो तो हे पुस्तक दाखवायला. आजोबांचं पत्र दाखवायला नाही काही!”

श्रीने बरोबर आणलेली ‘मी’ कादंबरी बाळासाहेबांच्या हातात दिली.

बाळासाहेबांनी कुतूहलाने पुस्तक उघडले. पहिल्याच पृष्ठावर हरिभाऊ आपट्यांची सही होती. बाळासाहेब तिच्याकडे पाहत आहेत असे पाहून श्री म्हणाला, “आज हरिभाऊ हवे होते आपल्यात! मागच्या पिढीला त्यांनी भावानंद निर्माण करून जशी स्फूर्ती दिली, तशी आजच्या पिढीलाही त्यांनी आपल्या लेखनानं स्फूर्ती दिली असती.”

बाळासाहेबांनी कादंबरीचे अगदी शेवटचे पृष्ठ उलटून पाहिले. पुठ्ठ्याच्या आतल्या बाजूस एक कोरा कागद चिकटविलेला होता! त्यांनी खाली पाहिले.

तिथे दोन सह्या होत्या.

बाळ गंगाधर देशमुख.

सुबोध पांडुरंग नाईक.

आता मात्र बाळासाहेबांची स्मृती जागृत झाली.

हरिभाऊंची 'मी' कादंबरी पुस्तक रूपाने त्यावेळी नुकतीच प्रसिद्ध झाली होती. खुद्द कॉलेजला हरिभाऊंच्या सहीची एक प्रत भेटीदाखल आली होती. ती प्रत पैदा करण्याची आपण खूप धडपड केली. कादंबरीतील भाऊंच्या चरित्रात आपण विलक्षण रंगून गेलो होतो त्यावेळी! सुबोधला मात्र ही कादंबरी तितकीशी आवडली नाही. भाऊने सुंदरीच्या प्रेमाचा स्वीकार करायला हवा होता असे तो म्हणाला होता. ही कांदबरी वाचून आयुष्याविषयीचे विलक्षण विचार आपल्या मनात उसळू लागले. आपण ते कागदावर लिहिले आणि खाली आपली सही केली. नंतर सही करण्याकरिता थट्टेने आपण तो कागद सुबोधपुढे टाकला. पण काही केल्या तो सही करायला तयार होईना.

''मला नाही हे तुझं तत्त्वज्ञान मान्य!'' तो म्हणाला होता.

''तू नि मी काही दोन नाही! कर, सही कर!'' आपण उत्तर दिले होते.

एखाद्या सावकाराने गरीब कुळाकडून कोऱ्या कागदावर अंगठा घ्यावा त्याप्रमाणे या कागदावर आपण सुबोधची सही घेतली होती. पण दैवगती किती वक्र असते! हे तत्त्वज्ञान अमान्य करणारा मनुष्य एक अनाथ अर्भकाचा आश्रम चालवीत बसला आहे आणि हे तत्त्वज्ञान मान्य असणारा–

विजेचा झटका बसावा तसे बाळासाहेबांना झाले.

चपलेने कुतूहलाने ते पुस्तक बाळासाहेबांच्या हातातून ओढून घेतले. ती तो कागद वाचू लागली–

जीवन ही लढाई आहे.
जीवन हा यज्ञ आहे.
जीवन हा सागर आहे.
जखमांतून लढाई नाही.
ज्वालेवाचून यज्ञ नाही.
वादळावाचून सागर नाही.

या सर्वांचा हसतमुखाने स्वीकार करणाऱ्यालाच जीवनाचा खरा अर्थ समजतो.

– बाळ गंगाधर देशमुख
– सुबोध नाईक

■

मुकुट रंकासि दे

श्री निघून गेल्यानंतर बाळासाहेब आगट्यांना म्हणाले, ''पोरगा मोठा हुशार दिसतोय!''

''पण हुशार पोरांनाच ही वेडं जडतात ना? मघाशी पाहिलंना किती लाल झाला होता तो! कुठं कोकणातलं शिवापूर, कुठं पुणं! तिथं म्हणे याचे जातभाई सत्याग्रह करणार! याच्या म्हाताऱ्या आजोबाला दुसरा काही उद्योग नसेल! पण याला आपला अभ्यास आहे की नाही? आपण कॉलेजात असताना होमरूल लीगची चळवळ नव्हती का? त्यातलाच हा सध्याचा समाजवाद!''

''मला नाही तुझं म्हणणं पटत!''

''या चळवळीबिळवळी निरुद्योगी पोरांकरिता असतात. हुशार विद्यार्थी असल्या गोष्टीत पडला की त्याच्या आयुष्याचा सत्यानाश झालाच म्हणून समजावं!''

बाळासाहेबांनी आगट्यांना काही उत्तर दिलं नाही. पण त्यांचे मन म्हणत होते– कशाविषयीच काही श्रद्धा नसलेला हा मनुष्य आपल्या विद्यार्थ्यांना काय शिकवीत असेल? मोठमोठ्या विभूतींचे नि ग्रंथकारांचे विचार? पण खऱ्याखुऱ्या आयुष्याशी ज्यांचा काही संबंध नाही अशा शेकडो गोष्टी मुलांना शिकवून फायदा काय? हा इतिहासाचा अभ्यास करणारा मनुष्य! आणि होमरूल लीगपासून कायदेभंगापर्यंत गेलेल्या राष्ट्राने काही मिळविले नाही असे मला अजून वाटते! कॉलेजात असताना टिळकांचा हा केवढा तरी भक्त होता! मग जीवनाविषयीचा हा विलक्षण अविश्वास यांच्या मनात कसा नि केव्हा निर्माण झाला?

श्रीने 'मी' कादंबरीत बाळासाहेबांच्या हस्ताक्षरात लिहिलेला जो कागद दाखविला होता, तो त्यांनी त्यावेळी गमतीने लिहिला होता, पण तो ज्याला त्या कादंबरीत सापडला त्याला फार आवडला असला पाहिजे! त्याशिवाय त्याने तो पुस्तकाच्या शेवटी चिकटवून ठेवलाच नसता! इतक्या वर्षांनी स्वत: लिहिलेला तो कागद दृष्टीला पडल्यावर त्यातील शब्दांना काही तरी विलक्षण अर्थ आहे असे

बाळासाहेबांनासुद्धा वाटू लागले.

बागेत फिरता फिरता चपला एका सोनचाफ्याच्या झाडाखाली थांबली. बाळासाहेब व आगटे पुढे झाले. आपण बोलतो ते चपलेला ऐकू जाणार नाही अशी खात्री होताच बाळासाहेब म्हणाले, ''मीही एक शोध लावलाय तुझ्यासारखा!'' आगटे नुसते हसले.

''तरुणीच्या सहवासात प्रौढ पुरुषाला आपण तरुण आहोत असं वाटायला लागतं! होय ना?''

आगट्यांनी मान डोलावली.

''तरुणीच्याच नाही तर तरुणाच्या सहवासातही तसं वाटतं!''

''तरुणाच्या? काही तरीच!''

''माझंच उदाहरण घे की!''

आगटे पाहतच राहिले.

''मघाशी तो श्री बोलायला लागला बघ आणि मला भास झाला मीही त्याच्यासारखाच वीस वर्षांचा तरुण आहे. अजून सारं आयुष्य आपल्यापुढं आहे. आपल्या देशासाठी, समाजासाठी, काही तरी उच्च ध्येयासाठी आपण लढायला हवं.''

''अरे वा!''

बाळासाहेबांना आपल्या उत्साहयुक्त उद्गारांची एक प्रकारची लाज वाटली.

''तुझा शोध अगदीच चुकीचा आहे.''

''कसा?''

''इथं इतक्या तरुणांच्या सहवासात आमची वर्षंच्या वर्षं चालली आहेत. पण तुझ्यासारखी भाषा एकही प्रोफेसर आपल्या तोंडातून काढणार नाही.''

''खरं?''

''खरं, प्रोफेसरांची ध्येयं फार निराळी असतात बाबा!''

बाळासाहेब आश्चर्याने पाहू लागले. आगटे आपली थट्टा करीत आहे की काय हेच त्यांना कळेना. बागेच्या कोपऱ्यात टाकलेल्या बाकावर दोघेही जाऊन बसले. मग आगट्यांनी बोलायला सुरुवात केली.

''शिक्षकांचं आयुष्य अत्यंत पवित्र असं आपण मानीत होतो. आठवतं का तुला? आपल्या डोळ्यांपुढं नेहमी उदाहरणं होती ती टिळक, आगरकर नि गोखले यांची!''

''मी टिळक, तू आगरकर नि सुबोध गोखले अशी वाटणीही केली होती आपण त्यावेळी! नाही?''

आगटे हसले. पण त्या हसण्यात आनंदापेक्षा विषादच अधिक होता.

"हे पाहा बाळासाहेब, प्रोफेसरांच्या आयुष्याइतकं नि:सत्त्व जीवन जगात दुसरं कोणतंही नसेल! युनिव्हर्सिटीत यश मिळालं की प्रोफेसर होतो. पण खरं सांगू तुला? यांपैकी बहुतेक माणसांची मनं जिवंत नसतात. त्यांच्या अंत:करणात कसलीच ज्योती प्रज्वलित झालेली नसते. त्यामुळं शेवटी कॉलेज म्हणजे हजारपंधराशे पोपटांचा मोठा पिंजरा होऊन बसतो झालं! एखादं गरुडाचं पिल्लू या पिंजऱ्यातून केव्हा तरी बाहेर पडतं; क्वचित कोकिळाही त्यात गात असलेली दिसते. तेवढ्याचा फायदा घेऊन हे सुशिक्षित बडवे मोठमोठ्याने घंटा वाजवून जगाला सांगत सुटतात– आम्ही गरुड निर्माण करतो, आम्ही कोकिळा निर्माण करतो. पोपटांच्या थव्यातून चुकून ती पिल्लं या पिंजऱ्यात आलेली असतात! बिचारी आपल्या जातीचा स्वभाव काही केल्या विसरू शकत नाहीत! पण त्याचं श्रेय मात्र हे लोक आपल्याकडे घेतात!''

बाळासाहेबांनी आगट्यांकडे पाहिले. मघाशी आगट्यांविषयी आपल्याला पडलेले कोडे आता थोडे तरी उलगडेल असे त्यांना वाटू लागले. ते आगट्यांना म्हणाले, ''तू म्हणतोस ते खरं असेल, पण कॉलेजातून सुसंस्कृत माणसं निर्माण होतात हे तर काही खोटं नाही ना?''

''ते ज्याच्या त्याच्या सुसंस्कृतपणाच्या कल्पनेवर अवलंबून आहे. हल्ली कॉलेजमध्ये गेलेला तरुण प्राण गेला तरी पंचा नेसणार नाही. पँट मात्र हटकून घालील. तो गोमूत्र पिणार नाही; पण बीअर पितो हे सांगायला त्याला कदाचित शरम वाटणार नाही. तो घरात आईशी अवाक्षरही बोलणार नाही पण बाहेर कुठल्या तरी चार दिवसांच्या ओळखीच्या मैत्रिणीबरोबर फिरायला जाऊन तिच्याशी गुलगुल गोष्टी करायला तो कमी करणार नाही. तुकारामाच्या अभंगाकडे ढुंकूनसुद्धा पाहणार नाही तो! पण व्हिकी बामच्या कादंबऱ्यांची मात्र स्वारी पारायण करीत बसेल! आता पँट, बीर, व्हिकी बाम आणि चार गोऱ्यागोमट्या मैत्रिणी यांतच सर्व संस्कृती असेल तर–''

बाळासाहेबांनी आगट्यांकडे पाहिले. आपला मित्र अगदी कळवळून बोलत आहे याची त्यांना खात्री पटली. आगट्यांच्या अंत:करणाला कुठे तरी खोल जखम झाली आहे, त्या जखमेतून खूप रक्त वाहून गेल्यामुळे ध्येयवादाच्या पोषणाला आवश्यक अशी शक्तीच तिथे राहिलेली नाही एवढी मात्र बाळासाहेबांना कल्पना आली. काय बोलायचे तेच त्यांना सुचेना!

बाळासाहेबांना कदाचित आपल्या या कटकटीचा कंटाळा आला असेल असे वाटून आगटे म्हणाले, ''एखाद्या शोला जाऊ या का?''

''सिनेमाशौकीन झालायस का तू?''

''शौकीन? वेड आहे नुसतं सिनेमाचं मला!'' लगेच हसून आगट्यांनी

पुस्ती दिली, “माणसाला कुठलं तरी वेड असावंच लागतं!”

“मला कंटाळा येतो बुवा या चित्रांचा!”

“हवं ते आयुष्यात तुला मिळालंय! तेव्हा–”

“खरंच तुला असं वाटतं?”

“खरं? वहिनींच्यासारखी सुंदर बायको लाखात एकाला तरी मिळते का? नि मास्तरकीला आरंभ करून उत्तम बॅरिस्टर झालेली माणसं तरी कितीशी आढळतील? खरा सुखी आहेस बाबा तू.”

आपले दु:ख या गृहस्थाला कसे सांगावे हेच बाळासाहेबांना कळेना. त्याचवेळी हातात चार-पाच सोनचाफी नाचवीत चपला आली म्हणून बरे!

“झाडावर चढून फुलं काढलीस का काय?” बाळासाहेबांनी विचारले.

“छे! असेल ज्याचा हरी–”

“कोणत्या रूपानं आला होता हा हरी?”

“एका लहान मुलाच्या!”

चपलेने दोघांच्याही हातात एक एक फूल दिले. त्या फुलाचा मुग्धमधुर सुवास घेऊन बाळासाहेबांनी क्षणभरच डोळे मिटले. पण लगेच दचकून त्यांनी ते उघडले. समोर चपला हसत फुले केसांत खोवीत उभी होती. त्यांचे मन म्हणत होते– आता आपल्याला दिसली ती ललिता की चपला?

आपण आजारी आहो– आपली शुश्रुषा एक सोळा-सतरा वर्षांची मुग्ध बालिका करीत आहे– दुर्दैवाने तिच्यावर वैधव्याच्या कुऱ्हाडीचा घाव पडला आहे– आपल्याला बरे वाटावे म्हणून ती आपल्या उशाशी नित्यनियमाने सोनचाफ्याची फुले आणून ठेवीत आहे– कोकणातल्या अगदी एका बाजूच्या त्या खेडेगावात दुसरी फुलं मिळणार कुठून?

चित्रपटात एक चित्र अंतर्धान पावून दुसरं त्यातून निर्माण होते. बाळासाहेबांसमोर केसात सोनचाफी खोवणारी चपला उभी होती. ती त्यांना त्या बालिकेच्या मूर्तीतून प्रगट झाल्यासारखी वाटली.

“कुणाविषयी विचार चाललाय एवढा?” चपलेले विचारले. बाळासाहेब स्तब्धच होते.

“मी सांगू?”

“हं!”

“त्या श्रीविषयी!”

“छे!”

“मग त्याच्या त्या सत्तर वर्षांच्या आजोबांविषयी?”

“तरी बरं, त्याच्या खापरपणजाविषयी म्हणून सांगितलं नाहीस तू!”

बाळासाहेबांनी आपण अगदी गळून गेल्याचे सांगितल्यामुळे आगट्यांनी सिनेमाचा बेत रद्द केला. अर्थात जेवणे नऊ वाजताच आटोपली. उद्या दुपारी पाहुण्यांना मेजवानी द्यायची व त्याचवेळी आपल्या दोन-तीन मैत्रिणींना जेवायला बोलवायचे प्रोफेसरीणबाईंनी ठरविले होते. त्यामुळे आता जेवायला फारसा उशीर झाला नाही. आगट्यांनी मनुष्य पाठवून नवपथिकाश्रमातले बाळासाहेब व चपला यांचे सर्व सामानही आणविले होते. तेव्हा जेवण होताच झोपण्याचा कार्यक्रम काय तो शिल्लक राहिला.

झोप येईल असे वाटल्यामुळे बाळासाहेब आपल्या खोलीत येऊन पलंगावर पडले. खिडक्यांतून बाहेरील चांदणे स्पष्ट दिसत होते. हवेत काही विशेष गारवा नव्हता. मधूनच वाऱ्याची झुळूक बागेतील फुलांचा सुगंध घेऊन येई. त्यातला पारिजातकांच्या फुलांचा सुवास किती मोहक होता!

पण व्यग्र मन:स्थितीत असलेल्या एखाद्या कवीपुढे सुंदर कागद, सोनेरी शाई आणि हस्तिदंती टाक ठेवला म्हणून तो कविता थोडाच रचू शकतो! बाळासाहेबांची स्थितीही तशीच झाली होती. त्यांच्या अंत:करणालाच काही तरी टोचत होते, बोचत होते.

पलीकडच्या पलंगावर चपला काल रात्रीची कादंबरी वाचीत पडली होती. तिला सहसा लवकर झोप येत नसे. स्टुडिओमध्ये रात्री-अपरात्री शूटिंगकरता जावे लागत असल्यामुळे जागणे तिच्या अंगवळणीच पडून गेले होते अगदी.

बाळासाहेबांनी चपलेकडे पाहिले. किती तरी वेळ झाला; पण तिने कादंबरीचे पान काही उलटले नाही. तिच्या हातात पुस्तक होते खरे! परंतु तिचे मन दुसऱ्याच कुठल्या तरी विचारात गढून गेले असावे!

आपले अस्वस्थ मन शांत करण्याकरिता चपलेशी बोलत बसावे असे बाळासाहेबांच्या मनात आले. पण त्यांनी चपलेला हाकसुद्धा मारली नाही. आपल्या मनाच्या उदासीनतेचे त्यांचे त्यांनाच आश्चर्य वाटले. परवा दिवशी रात्रीच मुंबईला आपण चपलेबरोबर एकसारखे हसत खिदळत नव्हतो का? गेल्या वर्षात आपलं शरीर जबलपूरला, पण मन मुंबईला अशी स्थिती होत होती ना? चपलेचे पत्र आले की आपण ते किती उत्सुकतेने फोडीत होतो! आणि तिने लिहिलेल्या स्टुडिओतल्या गमती आपल्याला पोरकट वाटल्या तरी ते पत्र पुन: पुन: किती वेळा आपण वाचीत होतो. गेल्या वर्षांत आपले मुंबईला नेहमीपेक्षा अधिक काम निघू लागले. ज्या केसकरिता यावे ती फार घोटाळ्याची आहे असे ठरे आणि दोन दिवसांचा मुक्काम आठ-आठ दिवस वाढवावा लागे. एकदा जबलपूरला परत गेल्यावर निर्मलेने संशयी स्वराने विचारले देखील! "अशी केस होती तरी

कसली?'' आपण लॉ-रिपोर्टातली एक जुनी विचित्र केस तिखटमीठ लावून तिला सांगायला सुरुवात केली. हा सारा लपंडाव चपलेसाठी नव्हता का? आणि आज त्याच चपलेचे आपल्याला आकर्षण वाटत नाही, असे झालंय तरी काय आपल्या मनाला?

कादंबरी उशीवर फेकून देत चपला म्हणाली, ''चांदणं कसं छान पडलंय! जरा फिरून येऊ या का बाहेरून?''

फिरून आल्याने आपले डोके शांत होईल असे बाळासाहेबांना वाटले.

चपलेने अंगात स्वेटर चढवला, बाळासाहेबांनी गळ्याभोवती स्कार्फ गुंडाळला आणि दोघेही बंगल्याबाहेर पडली.

दहा वाजून गेल्यामुळे जिकडे तिकडे सामसूम दिसत होती. क्वचित एखाद्या बंगल्याच्या एखाद्या खिडकीतून प्रकाशाचे किरण बाहेर आलेले दिसत. अशा एका बंगल्यापुढे चपला आणि बाळासाहेब क्षणभर थांबली.

चपलेने हसत विचारले, ''हे जागं असलेलं माणूस कोण असेल?''

''कॉलेजात जाणारा मुलगा?''

''मुलगाच कशावरून?''

''मुलीची खोली इतकी रुक्ष असायची नाही! पाहा ना जरा खिडकीतून!''

''हल्ली मुलीसुद्धा मुलांसारख्या व्हायला लागल्यात!''

''बरं बुवा! मुलगी असेल! मनुष्याचा आपल्या जातीचा अभिमान काही केल्या जात नाही! होय ना! जागून अभ्यास करणारी ही मुलगी...''

''ती अभ्यास कुठला करतेय?''

''मग?''

''कादंबरी वाचत असेल! लहानपणी मीसुद्धा हेच करीत होते ना!''

हसत हसत दोघेही चालू लागली. चार दोन बंगले मागे पडले. पलीकडच्या बंगल्यात कुणी तरी ग्रामोफोन लावला होता. वायुलहरींवरून मधुर शब्द नाचत येत होते–

''पियाबिन नहि आवत चैन!''

बाळासाहेबांना त्या मधुर स्वरांनी आठवण झाली ती 'देवदास' या चित्रपटाची. त्यातील देवदास दारूने धुंद होऊन रस्त्याच्या कडेला पडलेला असतो. बेभान स्थितीत तो 'पियाबिन नहि आवत चैन' ही ओळ गुणगुणत राहतो. त्याला शोधायला आलेली चंद्रा त्या स्थितीत त्याला पाहते, त्याला मोठ्या प्रेमाने गाडीत बसविते आणि घरी घेऊन जाते; पण इतके उत्कट प्रेम करणारी चंद्रा लाभली असूनही देवदास दु:खीच झाला. तो पार्वतीला विसरू शकला नाही. 'पियाबिन नहि आवत चैन' हा चरण दारूच्या धुंदीत गुणगुणणाऱ्या मनुष्याच्याही प्रेमाच्या

कल्पना किती सूक्ष्म, किती तरल, किती विचित्र असतात! हे प्रेम शारीरिक आहे म्हणावे तर नुसत्या सौंदर्याने त्याचे समाधान होत नाही. प्रेम हे मानसिक आहे म्हणावे तर आत्यंतिक त्यागानेही त्याची तृप्ती होत नाही!

चटकन बाळासाहेबांच्या मनात आले– आपल्यात आणि देवदासात तरी असे काय अंतर आहे? निर्मलेने आपल्यासाठी काय कमी त्याग केला आहे? चपला काय थोडी सुंदर आहे? पण आपले मन काही केल्या ललितेला विसरू शकत नाही. ललिता! कदाचित ती आता जगातही नसेल. आपल्यासारख्या भोगवादी माणसाने दीड तपापूर्वीच्या एका पुसट स्मृतीमध्ये इतके गुंग होऊन जावे? छे:! हा मनाचा दुबळेपणा नाही का?

समोरून एक टांगा येत होता.

टांगेवाल्याने मोठ्या आशेने विचारले, ''गावात जायचं काय साहेब?''

चपलेची खोडकर वृत्ती चांदण्याने चांगलीच जागृत झाली असावी! तिने उत्तर दिले, ''टेकडीवर जायचंय! काय घेशील?''

टांगेवाल्याने 'बरीच दिसतेय की बाई!' अशा अर्थाने मान झटकली आणि घोड्याच्या पाठीवर चाबूक मारला.

''उगीच त्या गरिबाची थट्टा केलीस!''

''आज बरंच वैराग्य आलेलं दिसतंय तुम्हाला!''

बाळासाहेब नुसते हसले. बहुतेक बंगले आता मागे पडले होते. कालव्याकडे जायला बाभळीच्या लहानशा झाडीतून एक पाऊलवाट होती. दिवसा ही झाडे आगट्यांच्या बंगल्याच्या गच्चीवरून किती ओबडधोबड दिसत होती. पण आता चांदण्यात त्यांना मोठा मोहकपणा आला होता. जणू काही त्याच्या काट्यांचीही फुले करण्याची जादू चंद्राच्या अंगी होती. प्रत्येक झाडाच्या खाली सावली आणि चांदणे यांचे जे मनोहर मिश्रण झाले होते ते पाहून कुणीही कवी झाला असता. जणू काही ठिकठिकाणी जाळीचे रेशमी रुमाल पसरून सृष्टीदेवता रात्रीच्या प्रहरी फिरायला निघणाऱ्या माणसांच्या पायघड्यांची व्यवस्थाच करीत होती.

कालव्यांच्या कडेने जाताना तर बाळासाहेबांना आपली विद्यार्थिदशा परत आल्यासारखे वाटले. पाण्यात लहान लहान तरंग उठत आणि चंद्राबरोबर क्षणभर रासक्रीडा करून पुन्हा अदृश्य होत. ते दृश्य पाहून बाळासाहेबांना आठवण झाली– सुबोधबरोबर चांदण्यात कालव्याच्या काठी मध्यरात्रीपर्यंत आपण बोलत बसत असू. त्यावेळचे आपले बोलण्याचे विषय काय होते? प्रेम, पैसा–? छे! असली कुठलीच गोष्ट त्यावेळी आपल्या बोलण्यात फारशी येत नसे. खूप शिकायचे, काही तरी मोठे ध्येय आपल्यापुढे ठेवायचे आणि त्या ध्येयाकरता लढता लढता मरण यावे एवढेच मागणे देवापाशी मागायचे! असल्या कल्पनांनी

आपले जीवन त्यावेळी सुगंधित झाले होते आणि आता–

त्या स्मृतीने बाळासाहेबांचे मन उदास झाले. सर्व्हंट्स ऑफ इंडिया सोसायटीच्या जवळ येताच ते म्हणाले, ''परत जाऊ या आपण!''

''इतक्यात?''

''मग काय पहाटेपर्यंत इथंच बसायचं!''

''चंद्राला सोबत नको का कुणी? समोर टेकडी कशी सुंदर दिसतेय. या बाजूनं चढून त्या बाजूनं उतरू या!''

''चांगली वेळ शोधून काढलीस फिरायला!''

''का?''

''रात्री-अपरात्री भुतं भटकत राहतात. माणसं नाही!''

''असं! मग तर आपण टेकडीवरून फिरून येऊयाच! एखादं भूत भेटलं तर खूप गमतीच्या गोष्टी तरी ऐकायला मिळतील!''

चपला फार धीट आहे हे बाळासाहेबांना माहीत होते. पण भुताची मुद्दाम मुलाखत घेण्याची तिची कल्पना बाळासाहेबांनासुद्धा विलक्षण वाटू लागली. त्यांच्या मनात आले– परिस्थिती मनुष्याच्या आयुष्याला किती विलक्षण पैलू पाडीत जाते. ही चपला जर एखाद्या कुलीन कुटुंबात जन्माला असती, तर कॉलेजातल्या वादविवादात भाग घेण्यापलीकडे हिच्या धीटपणाची मजल कधीच गेली असती आणि कदाचित लग्न होऊन नववधू म्हणून ती इतक्यात सासरीही गेली असती आणि नवऱ्याबरोबर संध्याकाळी फिरायला जाण्यात काय ते तिच्या धीटपणाचे प्रदर्शन झाले असते. पण रूप विकून पोट भरण्याच्या धंद्याचे संस्कार लहानपणी हिच्या मनावर झाले आणि त्यातच हरघडी नाना प्रकारच्या माणसांशी संबंध येणाऱ्या चित्रपटाच्या धंद्याची भर पडली! या सर्व संस्कारांनी पुरुषाहूनही ती धीट बनली आहे! नाही का? या धीटपणाला याहून चांगले क्षेत्र मिळाले असते तर–

''भुताचं भय वाटतं की काय तुम्हाला?'' चपलेने बाळासाहेबांना आता प्रश्न केला.

''पलीकडे वेताळ टेकडी आहे हं!''

''वेताळ असू दे नाही तर सैतान असू दे! मला काय करणार आहे तो? उलट मीच त्याला म्हणेन, बाबा, इथं तुला धड नैवेद्यसुद्धा मिळत नसेल खायला! माझ्याबरोबर सिनेमा कंपनीत येतोस तर ये. म्हणजे फ्रँकेन्स्टिनसारख्या चित्रात तुला काम देतील, उगीच लंगोटी लावून फिरतोस ते सुटाबुटात तरी मिरवायला मिळेल.''

चपलेचे हे बोलणे आणि त्यापेक्षा ती बोलत असताना तिचा होणारा अभिनय

बाळासाहेबांना अत्यंत आकर्षक वाटला. तिचा हात हातात घेऊन चांदण्यात टेकडी चढण्यात मोठी मौज आहे हा मधुर विचारही त्यांच्या मनाला स्पर्श करून गेला. ते काही बोलणार, इतक्यात चपला म्हणाली, "हो विसरलेच होते मी! आयुष्याच्या उतरणीला लागलेली माणसं तुम्ही! भलत्याच वेळी टेकडी चढायला तुम्ही कसे कबूल व्हाल?"

चपलेच्या या टोमण्याचा बाळासाहेबांना राग आल्यावाचून राहिला नाही. पण भर मध्यरात्री एकट्यानेच टेकडी फिरून येणाऱ्या कल्पनेचा कैफ चपलेच्या डोळ्यांवर इतका चढला होता की तिचे लक्षच बाळासाहेबांकडे गेले नाही.

ती चटकन जायला निघाली देखील! चार पावले पुढे जाऊन ती किंचित वळली आणि म्हणाली, "तुम्ही पायथ्याशी विसावा घ्या हं!"

"बरं बरं!"

जवळ जवळ अर्धवट धावत जाणाऱ्या चपलेने ते उत्तर ऐकले आणि मागे पाहून नुसते स्मित केले. चांदण्यात तिची आकृती किती तरी वेळ मोठी मनोहर दिसत होती. जणू काही एखादे मोहक रेषाचित्रच! ती अगदी दिसेनाशी झाल्यावर बाळासाहेब थोडेसे पुढे गेले आणि एका लहानशा खडकावर बसले.

यावेळी त्यांच्या मनात जी गुंतागुंत झाली होती ती कुणालाच उकलता आली नसती! चपलेच्या आग्रहावरून ते पुण्याला यायला निघाले, तेव्हा आपले कॉलेजातील आयुष्य ज्या जागी गेले, त्या जागेच्या दर्शनाने आपली स्थिती विलक्षण होऊन जाईल असे त्यांना मुळीच वाटले नव्हते. पण आगट्यांशी मोकळेपणाने बोलणे आणि श्रीचा परिचय होणे याखेरीज कोणताही प्रसंग घडला नसताना त्यांचे मन अत्यंत अस्वस्थ झाले होते. धरणीकंपाच्या धक्क्याने एखादी इमारत कोसळून पडावी आणि तिथे जमिनीखालचा झरा प्रकट व्हावा तशी त्यांच्या मनाची स्थिती झाली होती. कॉलेज सोडल्यापासून त्यांनी जे आयुष्य घालविले, जे मंदिर उभारले, ते केवळ जुन्या स्मृतींच्या धक्क्यांनी भंग पावू लागले आणि–

आपल्या आयुष्यातला चित्रपट पाहण्यात मनुष्याला किती विलक्षण सुख होत असते! राज्याभिषेक झालेल्या सीता-रामांनासुद्धा स्मृतिशेष झालेल्या वनवासातल्या दृष्यांनी विलक्षण आनंद दिला. मग बाळासाहेबांच्या कॉलेजातल्या आयुष्यात तर त्यांच्या जीवनातला सर्व मुग्ध सुगंध साठलेला होता. मैत्री आणि प्रीती या दोन्ही कल्पलता आहेत, हे त्या वेळीच काय ते त्यांनी अनुभविले होते. त्यानंतर–

तीच तीच स्मृतिचित्रे पाहत बाळासाहेब किती वेळ तिथे बसले कोण जाणे! त्यांच्या तंद्रीचा एकदम भंग झाला. मागून कुणी तरी धावत येत होते. त्यांनी वळून पाहिले, चपलाच होती ती!

त्यांना पाहताच ती आश्चर्याने उद्‌गारली, "अगं बाई!"

"वेताळ भेटला वाटतं टेकडीवर?"

"वेताळ नाही. पण–"

"पण काय?"

"मला वाटलं तुम्ही टेकडीवर झोपला आहात!"

"मी?"

"हो. मघाशी बरं बरं म्हणून मला सांगितलंत, तेव्हाच माझ्या मनात आलं की तुम्ही माझी फजिती करणार म्हणून! वर जायची अगदी जवळची वाट तुम्हाला ठाऊक असेल–"

"म्हणजे मी टेकडी चढून वर झोपेचे सोंग करून निजलो होतो?"

"हो, हो!"

"मग हाका मारून उठवलं का नाहीस मला?"

"एक हाक मारली ना? नि मग वाटलं– आपणच खाली जावं म्हणजे तुम्ही आपोआपच याल मागून!"

आता मात्र बाळासाहेब चकित झाले. ते म्हणाले, "मी तर इथंच बसून राहिलो होतो."

"खरं?"

"अगदी खरं!"

"माझ्या गळ्याची शपथ?"

"तुझ्याच का माझ्यासुद्धा गळ्याची शपथ घेतो हवी तर!"

चपला विचारात पडली.

बाळासाहेब हसून म्हणाले, "दुसरं कुणी तरी झोपलं असेल वर! कॉलेजातले विद्यार्थी येतात ना टेकडीवर!"

"दुसरं कुणी? छे! अगदी तुमचा भास झाला! थेट तुमच्यासारखा चेहरा–"

"माझ्यासारखा?"

"अगदी तुमच्यासारखा! मी काही फार लांबून नाही पाहिलं! काल रात्री गाडीत तुमचा चेहरा मध्येच एकदा जसा दिसला होता तसा– अगदी तस्सा–"

"माझा चेहरा मध्येच एकदा जसा दिसला होता! म्हणजे?"

"तुम्ही स्वप्नात होता! एकदम तुमची मुद्रा आनंदी झाली आणि–"

"आणि काय?"

"तुम्ही ललिता म्हणून कुणाला तरी हाक मारलीत! खरंच, कोण आहे ही ललिता?"

चपलेच्या प्रश्नाचे उत्तर न देताच बाळासाहेब टेकडीच्या दिशेने चालू लागले.

"आता तुम्हाला लहर आली वाटतं फिरायची?"

तरीही बाळासाहेबांनी काहीच उत्तर दिलं नाही. टेकडीवर बाळासाहेबांसारखा दिसणारा कोण मनुष्य झोपला आहे हे पाहण्याची इच्छा चपलेलाही काही कमी नव्हती. तीही बाळासाहेबांच्या मागून चालू लागली.

चंद्रावर मधून मधून लहान लहान अभ्रे येत होती. पण टेकडी पूर्णपणे चढून गेल्यावर दूर एका खडकावर कुणी तरी मनुष्य बसला आहे एवढे बाळासाहेबांना स्पष्ट दिसले. त्यांच्या मनात आले– बिचारा कॉलेजचा विद्यार्थी असेल, नाही तर दुसरा कुणी दुर्दैवी मनुष्य असेल! कुणी तरी आपल्या अंत:करणातली आग शांत करण्याकरिता या एकांतात येऊन बसला असेल! त्याच्या एकांताचा भंग करण्याचा आपल्याला काय अधिकार आहे?

पण इतक्यात ती आकृती गाऊ लागल्याचा भास झाला. सुगंधाप्रमाणे मधुर स्वरही वाहून नेण्यास वायुलहरी कुशल असतात. ते गाणे ऐकण्याचा मोह बाळासाहेबांप्रमाणे चपलेलाही अनावर झाला. ती पाठमोरी आकृती गातच होती. आपल्यामागे थोड्या अंतरावर दोन माणसे येऊन उभी राहिली आहेत या गोष्टींची दादही नव्हती त्या मनुष्याला. पहिले गाणे संपवून तो दुसरे म्हणू लागला–

डुमडुमत डमरु ये, खणखणत शृंग ये,
शंख फुंकीत ये, येइ रुद्रा!
प्रलयघन भैरवा, करीत कर्कश रवा
क्रूर विक्राळ घे क्रुद्ध मुद्रा!
कडकडा फोड नभ, उडव उडुमक्षिका,
खडबडवि दिग्गजां, तुडव रविमालिका,
मांड वादळ, उधळ गिरि जशी मृत्तिका–
खवळवी चहुंकडे या समुद्रा!
पाड सिंहासने दुष्ट, ही पालथी,
ओढ हत्तिवरुनि मत्त नृप खालती
मुकुट रंकासि दे, करटि भूपाप्रती
झाड खट्खट तुझे खड्ग क्षुद्रा!

मध्यरात्री झालेला प्रात:काळ

चपला तर गाण्याने मुग्ध होऊन गेलीच. पण बाळासाहेबांनासुद्धा आपल्या मनातील साऱ्या शल्यांचा क्षणभर विसर पडला. हे गाणे ऐकता ऐकताच त्यांना पहाटे चपलेने गाडीत म्हटलेल्या गाण्याची आठवण झाली. त्यांच्या मनात आले– त्या गाण्यात उत्कट प्रेम होते. तसल्या उत्कट प्रीतीचा साक्षात्कार आपल्या आयुष्यात एकदा तरी झाला. हा तरुण जे गाणे म्हणत आहे, त्यात उत्कट पराक्रमाचा साक्षात्कार आहे, तसल्या उत्कट पराक्रमाचा साक्षात्कार आपल्याला आयुष्यात एकदा तरी झाला आहे का?

कोर्टात एखादी केस आपण जिंकली म्हणजे त्याक्षणी आपले मन उन्मादाने फुलून जाते. पण मद्याप्रमाणेच आपल्या विजयाचा कैफही किती लवकर उतरतो. आपल्या अंत:करणातील शून्यता असल्या शेकडो विजयांनाही भरून काढता आली नाही, प्रीती आणि पराक्रम हेच जीवनाचे डोळे. आपणाला हे दोन्ही डोळे जवळ जवळ नाहीतच! एखाद्या आंधळ्याप्रमाणे आपण या जीवनमार्गावरून–

बाळासाहेबांच्या मनातील हे वातचक्र आणखी किती वेगाने भिरभिरीत राहिले असते हे सांगणे कठीण आहे! पण–

चपलेने एकदम मधुर स्वराने हाक मारली– ''श्री–''

त्या तरुणाच्या गानसमाधीचा एकदम भंग झाला. त्याने चटकन मागे वळून पाहिले आणि तो हसत हसतच उठला. चपला आणि बाळासाहेब यांना त्याने ओळखले होते हे त्याच्या हसण्यावरून उघड होत होते. तो त्यांच्याजवळ आला आणि म्हणाला, ''अगदी शंभर वर्ष आयुष्य आहे हं!''

''कुणाला? मला की यांना?'' चपलेने विचारले.

''दोघांनाही! दोघांचीही आताच आठवण झाली होती मला!''

''अय्या! शंभर वर्षे आयुष्य! कुठल्याही बाईला शापच वाटेल हा!''

''शाप?''

"हो! अगदी भयंकर शाप! डोक्याला टक्कल नि गालांना सुरकुत्या पडलेला आपला चेहरा पाहायला जगात एक तरी बाई तयार होईल का? पंचविशीपलीकडे जगण्याची इच्छाच असत नाही बायकांना."

"नि जगल्या तरी त्या आपले वय पंचविशीच्या आत आहे असंच सांगत सुटतात!"

श्रीच्या टोमण्याला उत्तर देण्याकरिता म्हणून चपला म्हणाली, "शंभर वर्षं जगून पुरुष तरी असे काय दिवे लावतात? शंभर वर्षं! अबब! इतका वेळ घालवायचा तरी कसा माणसानं?"

"काम करीत राहून!"

"कसलं काम?"

"उद्याची मानवजात सुखी कशी होईल हे पाहायचं!"

"उद्याच्या मनुष्याशी करायचंय काय आपल्याला?"

"कालच्या मनुष्यानं सुधारणेची धडपड केली म्हणून आजचा मनुष्य थोडा तरी सुखी झाला आहे, नाही का?"

चपला व श्री यांच्यातले वाग्युद्ध पाहण्यात मौज होती यात शंका नाही. पण बाळासाहेबांचे पाय अगदी असहकारिता पुकारण्याच्या बेतात आले होते. त्यामुळे ते मध्येच म्हणाले, "इथलं सगळं काम स्टँडिंग कमिटीच करणार आहे काय? तसं असेल तर मी आपला राजीनामा देऊन मोकळा होतो!"

श्री व चपला दोघेही मनमोकळेपणाने हसली. श्री मघाशी ज्या खडकावर बसला होता तिकडेच वळला. चांगला प्रशस्त आणि स्वच्छ खडक होता तो. त्याच्याकडे बोट दाखवीत तो म्हणाला, "हे माझं घर!"

"घर?"

"जिथं माणूस अत्यंत सुखी असतो तेच त्याचे घर! नाही का?"

चपलेने हसून श्रीची घराची व्याख्या आपल्याला पूर्णपणे मान्य आहे असे दर्शविले.

श्री पुढे म्हणाला, "अगदी करमेनासं झालं की मी इथं येतो. चार-चार तास एकटाच बसतो मी इथं!"

बाळासाहेब व चपला या दोघांनाही त्याच्या उद्‌गाराचे मोठे गूढ पडले. दुपारी क्रीडांगणावर पराक्रम गाजविणारा हा तरुण अपरात्री मन शांत करण्याकरिता टेकडीवर येऊन बसतो! याला काय एकही जिव्हाळ्याचा मित्र नसेल?

बाळासाहेब हसत हसत मुद्दामच म्हणाले, "आज तर तुमची कत्तल रात्र असायची! मॅचच्या गप्पागोष्टी करीत तुमचे सारे सोबती बसले असतील–"

"सिनेमाला गेले आहेत ते सारे!"

“तुम्हाला सोडून?” चपलेने विचारले.

“मीच त्यांना सोडून आलोय. परस्पर थेटरकडे येतो म्हणून थाप मारली आणि दिला झालं गुंगारा!”

‘आजचा विजयाचा आनंद, बरोबरीच्या मित्रांचा आग्रह आणि चित्रपटाचे आकर्षण या सर्वांपेक्षाही अधिक प्रभावी अशी काही तरी गोष्ट श्रीच्या मनाला ओढीत होती हे काही कुणी सांगायला नको होते!’ चपलेने बाळासाहेबांकडे अर्थपूर्ण दृष्टीने पाहिले.

बाळासाहेबांनी ‘तुझा तर्क बरोबर आहे’ असे तिला दृष्टीने सुचविले.

दोघांनाही वाटत होते– श्री प्रेमात पडला असावा! कॉलेजमध्ये असल्यामुळे, हुषार विद्यार्थी असल्यामुळे आणि त्यातही खेळाडू म्हणून तो सर्वांनाच प्रिय होण्यासारखा असल्यामुळे त्याचा अनेक मुलींशी परिचय झाला असेल. परिचयाच्या वेलीवर प्रीतीची फुले केव्हा व कशी फुलतात हे कुणाला तरी कळले आहे का? श्रीचे एखाद्या पांढरपेशा मुलीवर प्रेम बसले असेल, मुलीच्याही मनात याच्याविषयी मधुर कोमल भावना निर्माण झाल्या असतील! पण दोघांनाही आपल्यामध्ये असलेले जातीचे अंतर तीव्रतेने जाणवत असावे! कुठल्याही पांढरपेशा मुलीचे आईबाप कितीही सुधारक असले, कितीही उदार वृत्तीचे झाले, तरी आपल्या मुलीने एखाद्या महाराच्या गळ्यात माळ घालावी हे त्यांना आवडणे शक्य आहे का?

दोघांच्याही मनात असल्या तर्कांची मालिका वाढतच राहिली असती. पण श्रीच बोलू लागला, “ताप चढलेल्या माणसांच्या डोक्यावर कोलन वॉटरची घडी ठेवली म्हणजे त्याला बरं वाटतं ना? अगदी तस्सं होतं मला इथं आलं की! मन जळायला लागलं की मी इथं एकटाच येतो. चांदणं असलं तर वर आकाशाकडे पाहत पडतो.”

“मघाशी तुम्हीच निजला होता का इथं?” चपलेने विचारले.

“हो! तुम्ही येऊन गेला की काय?”

“नुसती आले नव्हते! हाकसुद्धा मारली एक!”

“मी डोळे मिटून स्वस्थ पडलो होतो. पण मध्येच डुलकी आली! इतक्यात कुणी तरी बोलल्यासारखं वाटलं म्हणून डोळे उघडून पाहिलं. कुणीच दिसेना तेव्हा आपल्या आवडत्या कविता म्हणायला सुरुवात केली झालं!”

चपलेने विचारलं, “तांबे तुम्हाला फार आवडतात?”

“फार? उद्या मी तुरुंगात गेलो नि एकच पुस्तक जवळ बाळगायची परवानगी मिळाली तर ती तांब्यांच्या कवितेचं पुस्तक बरोबर नेईन.”

“मलाही तांबे फार आवडतात!” चपला आनंदाने उद्‌गारली.

“पहाटे गाडीत तू कविता म्हटलीस ती कुणाची?” बाळासाहेबांनी पृच्छा केली.

“कुठली?” श्रीने कुतूहलाने विचारले.

“कुणी कोडे माझे उकलील का?”

“तीही तांब्यांचीच कविता आहे की! किती सुंदर आहे, नाही?”

श्रीचे हे उद्‌गार ऐकून बाळासाहेबांना आश्चर्याचा विलक्षण धक्का बसला. पहाटे चपलेने म्हटलेले मधुर प्रेमगीत आणि मघाशी श्री म्हणत होता ते तेजस्वी क्रांतिगीत ही दोन्ही एकाच कवीने लिहिली आहेत? कवी कविता लिहितो त्या आपल्या हृदयाच्या रक्ताने ना? मग त्या रक्ताने प्रीतीची फुले फुलतात की क्रांतीचे ज्वालामुखी जागृत होतात? ‘गुलाब माझ्या हृदयी फुलला, रंग तुझ्या गालावर खुलला’ हे रंगमहालात शोभणारे चरण कुणीकडे आणि ‘पाड सिंहासने दुष्ट ही पालथी, ओढ हत्तीवरुनी मत्त नृप खालती’ हे रणांगणाला साजणारे चरण कुणीकडे? एकाच कवीच्या प्रतिभेने या दोन्ही कवितांना जन्म दिला? का कवींना दोन मने असतात? कवींचीच गोष्ट कशाला हवी? आपल्यालासुद्धा दोन मने आहेत, नाही का? पहाटे चपला गात असताना त्या प्रेमगीतात आपण जितके रंगून गेलो होतो, तितकेच मघाशी श्री गात होता त्या क्रांतिगीताशीही आपण समरस झालो. पण स्वतःच्या दोन मनांचे कोडे ज्याचे त्याला तरी कधी सुटते का?

बाळासाहेबांप्रमाणे चपलाही एक कोडे सोडविण्याचा प्रयत्न करीत होती. श्रीत आणि आपल्यात तसे पाहिले तर काय साम्य आहे? बिचारा हुशार आहे म्हणून कॉलेजात येऊ शकला, नाही तर कुठे तरी कसले तरी कष्टाचे काम करीत आणि त्या कामाने मिळणारी अर्धीकच्ची भाकरी डोळ्यांतल्या पाण्यात भिजवून खातच त्याचा जन्म गेला असता! आपण जे विलास उपभोगले आहेत ते याने स्वप्नातही पाहिले नसतील! असे असून आपल्याप्रमाणेच त्यालाही तांब्यांची गाणी अतिशय आवडतात. असे का व्हावे? डोंगर आणि दरी हे भेद पृथ्वीच्या पाठीवर दिसतात; पण पृथ्वीच्या अंतरंगात खोल शिरले की जिकडे तिकडे पाणीच मिळते. मनुष्याचे मनही तसेच आहे का?

श्रीकडे मोठ्या उत्सुकतेने पाहत चपला म्हणली, “अगदी एकटं कसं करमतं तुम्हांला इथं?”

“मी एकटा नाही!”

बाळासाहेब आणि चपला दोघेही अधिक आश्चर्याने पाहू लागली. श्रीच्याही ते लक्षात आले. तो हसत हसत म्हणाला, “इथं एकांतात बसलं की माझं दुसरं मन जागं होतं, बोलायला लागतं, केव्हा केव्हा अगदी वर्दळीवर येतं ते!”

दुसरे मन? आपल्यासमोर उभ्या असलेल्या या वीस वर्षांच्या तरुणालाही दोन मनांचे अस्तित्व जाणवत आहे! बाळासाहेबांनी कुतूहलाने विचारले, "दुसरं मन?"

श्री म्हणाला, "हो, माझ्या सोबत्यांना काय अनुभव आहे कुणाला ठाऊक! पण हल्ली मला तर कात्रीत सापडल्यासारखं वाटतंय. आज खेळ संपून खोलीवर जाईपर्यंत मी हसत होतो, खिदळत होतो, रात्री सिनेमाला जायचा बेत करीत होतो. पण खोलीत पाऊल टाकताच आजोबांचं ते पत्र मिळालं नि मग–"

"मग स्वारीनं पळून जाण्याचा बेत केला! होय ना?" चपलेने प्रश्न केला.

"असं काही तरी झालं की बेचैन होऊन जातो मी अगदी. मग जिवाभावाचे सोबतीसुद्धा कुणी तरी परके लोक आहेत असं वाटायला लागतं मला! खेळ, खाणं, पिणं, अभ्यास, कशातच लक्ष लागत नाही! फक्त या टेकडीवर–"

"मन शांत होण्यासारखं आहे काय या रूक्ष टेकडीवर?" चपला भोवताली नजर फिरवीत उद्गारली.

श्री आवेशाने उद्गारला, "ही टेकडी रूक्ष आहे? इथं फुलझाडं नाहीत, लताकुंज नाहीत, काही नाही, हे खरं! पण–" पलीकडे बोट दाखवून तो म्हणाला, "पाहिलंत का?"

"काय आहे ते?"

"नामदार गोखल्यांचं स्मारक. भारत सेवक समाज काढायच्या वेळी सूर्याला साक्षी ठेवून गोखल्यांनी आणि त्यांच्या मित्रांनी इथं देशाच्या सेवेच्या शपथा घेतल्या. इथं एकटं येऊन बसलं की मलाही वाटतं– आपणही तशीच एखादी पवित्र शपथ घ्यावी–"

"आणि शिवापूरला सत्याग्रह करायला जावं!"

चपलेच्या या उद्गारांचे स्मितपूर्वक स्वागत करून श्री म्हणाला, "अगदी माझ्याच मनातलं बोललात की! काही तरी जादू आहे वाटतं तुमच्यापाशी."

"मी जादूगारीण असते तर काय केलं असतं, आहे का ठाऊक?"

"काय? मला पंख दिले असतेत शिवापूरला जायला!"

"अंऽहं! तुमच्या मनाला हे पंख आहेत ना, ते कापून टाकले असते!"

"का बुवा?"

"तुमच्या आयुष्याचा नाश होऊ नये म्हणून!"

"प्रत्येकाच्या आयुष्याच्या कल्पना निराळ्या असतात! तुम्हाला आयुष्य हा खेळ वाटत असेल– क्रिकेटचासुद्धा नाही, कॅरमचा. पण पिढ्यान्पिढ्या गुलामगिरीत वाढलेल्या आमच्यासारख्या लोकांना आयुष्य ही मोठी लढाई वाटते. होय की नाही बाळासाहेब?"

बाळासाहेबांना वीस वर्षांपूर्वी आपण लिहिलेल्या त्या वाक्याची आठवण झाली– जीवन ही लढाई आहे. लगेच त्यांच्या मनात आले– श्रीसारख्या वीरश्रीने बोलणाऱ्या तरुण सैनिकाला उपदेश करण्याचा आपल्याला काय अधिकार आहे? आयुष्य ही लढाई असेल! पण आपण या लढाईत शौर्याने तलवार गाजविली आहे का?

त्यांना काहीच सुचेना. ते श्रीकडे पाहून नुसते हसले. श्री त्यांना म्हणाला, "तुमची ती वाक्यं वाचल्यापासून एकसारखं मला वाटत होतं–"

"काय?"

"तुमचा नि सुबोध नाईकांचा पत्ता मिळवावा. सुट्टीत तुमच्याकडे जावं नि तुमचा धाकटा भाऊ, अगदी तुमचा मुलगा म्हणून तुम्हाला विचारावं–"

"मुलगा म्हणून?" हसत हसत चपला मध्येच म्हणाली. लगेच ती बाळासाहेबांकडे वळून उद्गारली, "लहानपणी लग्न होऊन तुम्हाला लगेच मुलगा झाला असता, तर तो आज यांच्याएवढा मोठा झाला असता! नाही?"

चपलेच्या या उद्गारांनी श्री किंचित गोंधळात पडला. पण त्याला बाळासाहेबांना सांगायचे होते ते अर्धवटच राहिले होते. त्यामुळे त्याला तिच्या बोलण्याचा विचार करायला अवसर मिळाला नाही. तो बाळासाहेबांकडे आदराने पाहत म्हणाला, "तुमचे नि सुबोध नाईकांचे आयुष्यातले अनुभव ऐकायला मिळावेत अशी फार इच्छा आहे माझी. लढता लढता तुम्हाला झालेल्या जखमा, तुम्हाला चटके देऊन गेलेल्या ज्वाळा, तुमच्या मनात झालेली वादळं, सारं ऐकावं–"

बाळासाहेबांच्या डोळ्यांपुढे 'मी' कादंबरीच्या शेवटी चिकटविलेला तो कागद उभा राहिला. त्यांचे मन सुन्न झाले. लढाई-यज्ञ-सागर-जखम-ज्वाला-वादळे! आपल्या अंत:करणाला जखमा झाल्या आहेत. आपल्या हृदयाला भयंकर चटके बसले आहेत. आपल्या मनात अनंत वादळे उठली आहेत. पण श्रीला सांगण्यासारखे, त्याच्या पराक्रमी वृत्तीला स्फूर्ती देण्यासारखे त्याच्यात काय आहे?

आपले दोन्ही हात एकमेकांत गुंफून चपलेने मानेमागे नेले आणि बोटे मोडून आळेपिळे देत ती श्रीला म्हणाली, "उद्या सकाळी या ना आमच्याकडे! म्हणजे अगदी सविस्तर चरित्र ऐकायला मिळेल यांचं!"

"स्वत:ला झोप आलीय हे नाही सांगितलंत तुम्ही!"

"आपला अपराध कधी कुणी कबूल करतो का?"

तिघेही उठून टेकडी उतरू लागले. मध्येच पाऊलवाट सोडून एका उंच खडकावरून श्रीने चटकन उडी मारली. चपलाही त्याचे अनुकरण करायला गेली. पण चांदण्यात दृष्टी थोडीशी गोंधळात असल्यामुळे असो अथवा श्री आपल्याकडे पाहत आहे ह्या जाणिवेमुळे असो, तिचे पाऊल एकदम निसटले. श्रीने चपळाई

करून तिला सावरले नसते, तर पलीकडच्या खडकावर पडून तिला चांगलीच दुखापत झाली असती! त्याचे हात हळूच दूर करीत ती म्हणाली, ''एका डॉक्टराच्या पोटावर पाय आणलात तुम्ही आज!''

तो हसत उत्तरला, ''फिल्डिंगची खोड जडलीय ना क्रिकेट खेळून! तिनं असं होतं!''

कालव्यापाशी आल्यावर श्री आपल्या खोलीकडे जायला निघाला.

चपला त्याला म्हणाली, ''बरं आहे, गुड नाईट!''

''रादर गुड मॉर्निंग! बारा केव्हाच वाजून गेलेत!''

हसत हसत श्री दूर गेला. बाळासाहेबांबरोबर चपलाही चालू लागली. पण लगेच तिने मागे वळून पाहिले. बाळासाहेबांनी विचारले, ''काही हरवलंय होय?''

''हं!''

''काय?''

''आकडा!''

''सिनेमातल्या नटी इतक्या चिक्कू असतात?''

चांदण्याच्या सहलीने स्वस्थ झोप येईल म्हणून बाळासाहेब व चपला फिरायला बाहेर पडली होती. पण आता फिरून आल्यावरही काही त्यांना शांत झोप येईना. किती तरी वेळ बाळासाहेब पलंगावर या कुशीवरून त्या कुशीवर होत होते, आणि चपला आपल्या अंगावरल्या चादरीशी उगीचच चुळबूळ करीत होती.

दोघांनीही एक वाजलेला ऐकला, दोन वाजताचे टोलेही ऐकले. मग मात्र पहाटेच्या गारव्याने त्यांचा डोळा लागला. पण इतक्या उशिरा आलेली झोप तरी कुठे गाढ होती?

मध्येच चपलेला श्रीने आपला हात घट्ट धरला आहे असा भास झाला. तिला वाटले तो आपले अभिनंदन करून म्हणत आहे, ''या चित्रात मोठं सुंदर काम झालंय तुमचं!''

थोड्या वेळाने तिला भास झाला– कुणी तरी आपला हात धरून आपल्याला जमिनीवरून फरफटत ओढीत नेत आहे. 'सोड, माझा हात सोड!' असे आपण म्हणताच त्या मनुष्याने आपला हात झिडकारून दिला. मोठा जादूगार असावा तो. त्याने आपला हात दूर लोटून दिला. पण आपल्या मनात नसतानाही आपले पाऊल पुढे पडू लागले. आपण अगदी त्याच्याजवळ गेलो आणि त्याच्या खांद्यावर मान टाकून स्फुंदत म्हटले, ''घे, माझा हात तुझ्या हातात घे! घे ना!''

तिला झालेला भास अगदीच निराळा होता. तिला दिसू लागले– फुलाफुलांचा परकर नेसून आणि नवं पोलकं घालून चिमुरडी चपला शाळेत गेली आहे. हजेरी

घेणारा मुलगा तिला विचारतो, ''ए चपला, तुझ्या बापाचे नाव काय?''

चपला रडू लागते.

एकच क्षण! रडणारी चपला लगेच हसू लागते. मास्तरांनी विचारलेल्या प्रश्नाचे उत्तर साऱ्या वर्गात एकटीनेच बरोबर दिलेले असते. 'गुड-नाईट' कुणाला म्हणायचे? म्हाताऱ्या माणसांना! 'गुड मॉर्निंग' केव्हा म्हणायचे? तरुणांचे स्वागत करताना!

बाळासाहेबांची झोपही तिच्यासारखीच अस्वस्थ होती.त्यांना पहिल्यांदा वाटले— कुणी तरी एक मनुष्य आला आणि विमानात बसून आपल्याला खूप वर वर घेऊन गेला. कुठले तरी कोर्टच असावे ते! कोर्टातल्या शिरस्तेदारासारखा एक मनुष्य तिथे बसला होता. जमाखर्चाच्या वह्यांप्रमाणे दिसणारी एक वही त्याने आपल्यापुढे टाकली आणि तो म्हणाला, ''नीट वाचून बघ.'' आपण वाचू लागलो— किती विलक्षण गोष्टी टिपून ठेवल्या होत्या त्याने. आपल्या मनात आलेल्या अगदी सूक्ष्म विचारांचा चित्रपटच होता तो. पण हे सारे या मनुष्याला कसे कळले, कुठून कळले? त्यातल्या कित्येक गोष्टी आपल्या एका मनाने दुसऱ्या मनापासूनसुद्धा चोरून ठेवल्या होत्या, त्यांची सुद्धा या वहीत नोंद आहे! हा माणूस—

एकदम ती आकृती अंतर्धान पावली. तिच्या जागी आलेला तरुण— कुठे तरी पाहिलाय याला आपण! कुठे? अरे, हा तर श्री. काय म्हणतोय हा? ''बाळासाहेब, तुमच्या आयुष्यातल्या एकूण एक गोष्टी ऐकायची इच्छा आहे मला. तुमच्यासारख्या ध्येयवादी माणसांनीच तरुण पिढीचे मार्गदर्शक व्हायला हवं!''

ध्येयवादी? मार्गदर्शक? हा श्री आपली थट्टा तर करीत नाही ना? ओठ पिळला तर दूध निघेल इतकं कोवळं वय आहे याचं! पण लक्षात ठेव म्हणावे— या बाळासाहेबांपाशी दयामाया काही नाही! माझी थट्टा केलीस, तर पोरा, ऐन विशीत तुझ्या तोंडाचे बोळके करून टाकीन.

यापुढे काय घडले ते बाळासाहेबांना कळलेच नाही. थोड्या वेळाने त्यांच्यापुढे जे दृश्य आले ते जबलपूरच्या कोर्टातील देखाव्याचे होते—

आपण सरकारी बाजूचे वकील आहोत. आरोपीच्या पिंजऱ्यात खुनाच्या आरोपावरून एक बाई उभी आहे. खून कुणाचा झाला हे नक्की कुणालाच ठाऊक नाही. पण आपण मोठे सुंदर वक्तृत्व करून त्या बाईनेच खून केला असला पाहिजे असे सर्वांना पटवून देत आहोत. आपले भाषण संपताच सर्वांच्या मुद्रेवर एकच भावना दिसते— ''खुनी बाईला फाशीची शिक्षा झाल्याशिवाय राहत नाही आता.''

कोर्ट त्या बाईला विचारते, ''गुन्हा कबूल आहे तुला?''

"होय." ती धीटपणाने उत्तर देते.

"तू खून केलास हा?"

"मी केला नाही! माझ्या हातून झाला!"

"तू आणि तुझे हात काय निराळे आहेत?"

"माझे हात दुसऱ्याच्या हातांत गुंतले होते!"

"त्या दुसऱ्या माणसानं तुझ्याकडून खून करविला?"

"नाही. आमच्या दोघांच्या हातून खून झाला!"

न्यायाधीश उपहासाने उद्गारले, "खून आपोआप होत नाहीत; खून केले जातात!"

"इच्छा नसतानासुद्धा माणसाच्या हातून खून होतो!"

"बस्स कर तुझी ही बडबड. तुझ्या त्या दुसऱ्या माणसाचं नाव तू सांगू शकशील का?"

"नाही!"

"का?"

"त्या माणसावर माझं प्रेम आहे!"

"पण त्या माणसाचं कुठं तुझ्यावर प्रेम आहे? तू इतक्या संकटात आहेस, पण तुझ्या मदतीला तो धावून आला का?"

"आलाय ना!"

"कुठं आहे तो?"

"तो– तो–"

"कोण? सरकारी वकील?"

"हो!"

"ज्यानं आता तुला खुनी ठरवलं तो?"

तिच्या तोंडातून शब्द उमटले नाहीत. पण डोळ्यांतून अश्रू मात्र झरझर वाहू लागले आणि तिची मुद्रा? अरे! ही तर निर्मला!

कुणी तरी हजारो सुया टोचाव्यात तशा वेदना होऊन बाळासाहेब या वेळी जागे झाले. त्यांच्या अंगाला दरदरून घाम सुटला होता. कसल्या तरी विचित्र भयाने त्यांचे मन भरून गेले होते. चटकन अंथरुणावर उठून त्यांनी बटन दाबले. खोलीत पसरलेल्या प्रकाशात त्यांनी चपलेच्या अंथरुणाकडे पाहिले. दिव्याचा प्रकाश डोळ्यांवर पडल्यामुळे थोडीशी चाळवाचाळव करून ती कुशीवर वळली. वळता वळता ती म्हणाली, "गुड मॉर्निंग!"

बाळासाहेब गुड मॉर्निंग म्हणणार होते, पण चपलेच्या तोंडून तो उद्गार झोपेत बाहेर पडला असावा असे त्यांना लगेच वाटले आणि ते स्वस्थ राहिले.

थोड्या वेळाने दिवा मालवून ते अंथरुणावर पडले. पण काही केल्या झोप येईना. आता सकाळी श्री आल्यावर त्याच्यापुढे आयुष्यातले कोणते प्रसंग सांगायचे? ज्यांच्या आयुष्याच्या मार्गावर पुष्पवृष्टी झाली असेल त्यांना त्याचे वर्णन करताना मोठा आनंद होत असेल. पण ज्यांच्या जीवन-मार्गावर खाचखाळगे आणि काटेकुटे यांच्यापेक्षा दुसरे काहीच नाही, त्यांना रसभरितपणे आत्मचरित्र कधी सांगता येईला का? आणि सारा अहंकार झुगारून, आपल्या प्रेताकडे आपणच पाहावे इतके निष्ठूर मन करून, एखाद्याने खरेखुरे आत्मचरित्र सांगितले, तर ऐकणाराला त्याचा उपयोग होईल का?

बाळासाहेबांच्या मनात आले– काही तरी काम निघून हा श्री सकाळी आपल्याला भेटायला आला नाही तर फार बरे होईल!

बाळासाहेब आणि चपला दोघेही उठले. तेव्हा ऊन चांगलेच वर आले होते. चपला चटकन तोंड धुवायला गेली. पण प्रोफेसरीणबाई कुठेच दिसल्या नाहीत तिला. चहाच्या वेळी तिने आगट्यांना विचारले, ''वहिनी कुठं आहेत?''

''गावात गेलीय!''

''इतक्या लवकर?''

''लवकर? तिच्या दृष्टीने उशीरच झाला तिला जायला!''

''अस्सं? मग घरात काही गजराचं घड्याळ लागत नसेल! त्या गावात गेल्यात, पण गावातले लोक उठले तरी असतील का?''

आगटे हसून म्हणाले, ''तीन-चार मैत्रिणींना जेवायला बोलवायचंय तिला. जी लवकर उठत असेल तिच्याच घरी जाईल झालं ही पहिल्यांदा.''

''पण हे कळायचं कसं?''

''वा: आपले मित्र नि मैत्रिणी यांच्या साऱ्या गोष्टी प्रत्येकाला ठाऊक असतात! बाळासाहेब इतक्या वर्षांनी मला भेटलेत! म्हणून काय माझ्यापासून कुठलीही गोष्ट ते लपवून ठेवतील?''

आगट्यांच्या या उद्‌गारांनी बाळासाहेब मनात अगदी शरमून गेले. त्यांना वाटले– आज ना उद्या जबलपूरला आगटे आपल्याकडे येईल. तिथे घरात निर्मला दिसल्यावर आपण त्याची फसवणूक केली होती हे त्याला कळून चुकेल आणि मग–

पण कधीकाळी जबलपूरला येणाऱ्या आगट्यांपेक्षाही आणखी थोड्या वेळाने भेटायला येणाऱ्या श्रीला तोंड देण्याचा प्रश्न बाळासाहेबांना अधिक बिकट वाटत होता. गेल्या वीस वर्षांतले आपले आयुष्य या तरुणापुढे प्रामाणिकपणाने मांडायचे! बाळासाहेबांनी या वीस वर्षांकडे वळून पाहिले. जीवन या दृष्टीने त्यातला प्रत्येक क्षण त्यांना पूर्वी महत्त्वाचा वाटला होता. पण त्यावेळी सुवर्णाचे वाटलेले क्षण

आता धुळीत मिळून गेले होते. ती धूळ त्यांनी पुनः पुन्हा निरखून पाहिली. पण त्यांच्यात त्यांना एकही सुवर्णकण चमकताना दिसला नाही.

त्यांना वाटले– एखादा उधळा मनुष्य हातात आलेले पैसे हवे तसे खर्चून टाकतो. बहुतेक माणसे आयुष्याचा असाच अपव्यय करतात. नाही का? उधळा मनुष्य कधी जमाखर्च ठेवीत नाही आणि कधी आढावा काढीत नाही. माणसे तरी गेलेल्या आयुष्याचा कुठे विचार करतात? शेवटी दोघांच्याही कपाळावर एकच शिक्का बसतो– दिवाळखोर!

घड्याळाचा काटा पुढे सरकत होता आणि बाळासाहेबांचे मन अधिक अधिक अस्वस्थ होत होते. एखाद्या कर्जदाराने सावकाराचे तोंड चुकविण्याचा प्रयत्न करावा तसे त्यांचे मन श्रीची भेट चुकविण्याची धडपड करीत होते. एकदम त्यांना एक कल्पना सुचली.

ते चपलेला म्हणाले, ''बंडगार्डनवर जाऊ या जरा!''

''हं!''

पण 'हं' शब्द तोंडातून बाहेर पडतो न पडतो तोच चपलेला श्रीची आठवण झाली. ती बाळासाहेबांना म्हणाली, ''श्री येणार आहे ना तुम्हाला भेटायला?''

''या कॉलेजातल्या पोरांचा काय नेम? येतो म्हणून सांगतील नि दुसरीकडे कुठं तरी झुकतील!''

''तो आल्याशिवाय राहायचा नाही!''

''वाः तुला दिलंय वाटतं त्यानं आपलं वकीलपत्र?''

''वकिलांनी जर आपला धंदा सोडून दिला तर–''

''सिनेमातल्या नटी तो करायला लागणार! मग काय? ज्या बाजूचा वकील अधिक सुंदर असेल त्या बाजूसारखा खटल्याचा निकाल होणार. सध्या पक्षकार वकिलाची विद्वत्ता पाहतात. तुझ्यासारखे वकील चमकायला लागले तर ते सौंदर्य पाहायला लागतील!''

चपला काही तरी प्रत्युत्तर देणार होती. पण इतक्यात आगटे लगबगीनेच तिथे आले. ते बाळासाहेबांच्या हातात एक वर्तमानपत्र देत म्हणाले, ''तुझी नि सुबोधची गाठ पडणार असा रंग दिसतोय हं!''

''कशावरून?''

''तो शिवापूरचा सत्याग्रह निघालाय ना? त्या बाबतीत काही मध्यस्थी करायला मुंबईला जातोय तो!''

''केव्हा?''

''आज उद्या इतक्यात!''

बाळासाहेबांना वाटले– बंडगार्डनवर जाऊन श्रीच्या माऱ्यातून आपली सुटका

करून घेता येईल. पण सुबोध भेटल्यावर त्याच्याशी प्रतारणा कशी करायची? आयुष्यातल्या वीस वर्षांचा खोटा हिशोब त्याला सांगायचा?

छे!

आणि खरा हिशेब सांगायचा म्हटले तर—

मनुष्य स्वतःचा केवढा मोठा शत्रू असतो याची बाळासाहेबांना आता कल्पना आली. सुबोधला भेटावे की भेटू नये या विचाराने तर त्यांना अगदी भंडावून सोडले.

शेवटी घड्याळाकडे नजर जाताच त्यांनी आपला पोषाख चढविला आणि ते आगट्यांना म्हणाले, ''फिरून येतो हं आम्ही!''

चपला त्यांच्याबरोबर बंगल्याबाहेर पडली. पण पहिल्याच पायरीवर मागे वळून ती आगट्यांना म्हणाली, ''श्री आला तर त्याला बसवून घ्या हं!'' ∎

दोन लोहचुंबक

कालचा सामना जिंकल्यामुळे आज कॉलेजला सुट्टी होती. अर्थात विद्यार्थ्यांचे सर्वच कार्यक्रम उशिरा सुरू झाले होते. बहुतेक मंडळींचा नुकता कुठे पहिला चहा झाला होता. अशावेळी श्रीची अंघोळ आटोपलेली पाहून अनेकांचे कुतूहल जागृत झाले.

"काय श्री, कुठं जायचंय वाटतं?"

"हो!"

"कुठं?"

श्रीच्या आधीच, दात पुढे आलेल्या व तोंडावरल्या पुटकुळ्यांमुळे अधिकच विचित्र दिसणाऱ्या एका विद्यार्थ्याने उत्तर दिले,

"कुठं म्हणून काय विचारतोस? काल रात्री स्वारी जिथं गेली होती तिथंच!"

"पण रात्री कुठं गेला होता हा?"

"आता जिथं जाणार आहे तिथंच!"

हशाची पहिली लाट उसळली. आता चेष्टांना भरती येणार हे श्रीने ओळखले. तो हसऱ्या मुद्रेने स्तब्ध राहिला.

"अरे श्री, प्रॅक्टिस करायला ग्राऊंडवर जाणार नाहीस का?"

"त्याचं दुसरं प्रॅक्टिस सुरू झालंय ना!"

"कसलं?" एका बायकी चेहऱ्याच्या विद्यार्थ्याने आपल्या भांगावरून नाजूकपणाने हात फिरवीत प्रश्न केला.

"फुकट फुकट कॉलेजची फी भरतोयस तू! एवढंही नाही ओळखता येत?"

"नाही बुवा!"

"बाबा, भगवंतांनीच म्हटलं आहे!"

"काय?"

"प्रॅक्टिसना प्रेमोस्मि–"

हशाची दुसरी लाट उचंबळून आली.

आता मात्र श्रीला गप्प बसवेना. तो जरा आवेशानेच म्हणाला, ''तुम्हाला दुसरं काही सुचतच नाही का रे?''

''वा: बैरागीबुवा! इतके विरक्त आहात तर चोरून पत्रं कसली वाचता आणि पाहिलं म्हणजे त्याच्यावर डोळे कशाला वटारता?''

श्री हसतच आपल्या खोलीकडे गेला.

त्याची पाठ फिरताच चार-पाच विद्यार्थ्यांनी प्रेमपत्रांची वित्तंबातमी सांगणाऱ्या त्या मुलाभोवती कडे केले. जो तो त्याला सर्व हकिगत सविस्तर सांगण्याचा आग्रह करू लागला. प्रेमाच्या आणि युद्धाच्या गोष्टी कधी कुणाला नकोशा झाल्या आहेत का?

त्या मुलाने पहाटेची सारी हकिगत सांगितली. पहाटे दूध घेण्याकरिता तो उठला तेव्हा श्रीच्या खोलीत दिवा आहे हे पाहून त्याला आश्चर्य वाटले. दुधाचे भांडे खोलीत ठेवून तो बाहेर आला. गेले तीन दिवस सामन्यात श्रीला इतका ताण पडला होता की सकाळी दहा वाजेपर्यंत तो घोरत पडला असता तरी त्याचे कुणालाच नवल वाटले नसते! पण त्याने भल्या पहाटे उठावे ही मात्र मोठ्या आश्चर्याची गोष्ट होती.

श्रीच्या खोलीचे दार नुसते लोटले होते. ते थोडे किलकिले करून या स्वारीने पाहिले. श्री खुर्चीत बसला होता. समोर पुस्तकबिस्तक काही नव्हते. कॉटवर अंथरूणही पसरलेले दिसत नव्हते. मग गृहस्थ आताच बाहेरून आला होता की काय कुणाला ठाऊक!

खुर्चीवर बसलेला श्री मधून मधून दोन कागद वाचीत होता. त्यातील एक नोटपेपरवर लिहिलेले पत्र होते. दुसरी एक साधी चिठ्ठी असावी! हे दोन्ही कागद पुन्हा पुन्हा वाचून त्याने 'आई' म्हणून एक सुस्कारा सोडला आणि टेबलावर डोके ठेवले.

हा विद्यार्थी हळूच आत गेला. श्रीला एवढे कसले दु:ख होत आहे हे त्याला कळेना. त्याच्या पाठीवरून स्नेहाने हात फिरवण्याचा विचार प्रथम त्याच्या मनात आला. पण त्यापेक्षाही टेबलावर पडलेली पत्रे वाचण्याचा मोहच अधिक बलवत्तर झाला. ती पत्रे त्याला पाहायला मिळालीही असती. पण त्याच्या पावलाची चाहूल लागल्यामुळेच की काय श्रीने एकदम डोके वर उचलले आणि मागे वळून पाहिले. हा पुढे होतो न होतो तोच श्रीने ती दोन्ही पत्रे टेबलाच्या खणात टाकून त्याला किल्लीही केली.

हीच काय ती बातमीदाराची माहिती! पण सर्वानुमते तिच्यातून एकच निष्कर्ष निघाला. श्री प्रेमाच्या भानगडीत पडला आहे. या फंदामुळेच काल रात्री आपल्या

सोबत्यांना सिनेमाला जायचे कबूल करूनही त्याने कुठे तरी पोबारा केला. त्याच्या प्रेमाची स्थिती बरीच चिंताजनक झाली असावी. त्यावाचून पहाटे उठून तो पत्रांची पारायणे करीत बसला नसता!

बायकी चेहऱ्याच्या भांग काढलेल्या मुलाने मध्येच प्रश्न केला, "नोटपेपरवरलं ते पत्र होतं ना! त्याचा रंग गुलाबी होता का?"

बातमीदाराची बुद्धी कुंठित झाली. त्याला नक्की काही आठवेना. इतक्यात श्री पोषाख करून आपल्या खोलीबाहेर आला. त्यांच्या अंगावरून तो जाऊ लागला तेव्हा दोघे-तिघे मिस्किलपणे म्हणाले, "श्री, वुइश यू गुड लक!"

श्रीने नुसते स्मित केले. पण ते किती निर्मल, उदात्त होते. जणू काही प्रात:कालच्या प्रकाशाची पहिली छटाच!

आगट्यांच्या बंगल्याकडे येता येता श्रीच्या मनात आपल्या सोबत्यांविषयीचेच विचार चालले होते. तो म्हणत होता– यांच्यापैकी स्वभावाने वाईट असा कुणीच नाही. पण यांच्या कल्पना किती कोत्या! जणू काही जग म्हणजे प्रेमाचे खेळ खेळण्याचे एक क्रीडांगणच आहे! कपडेलत्ते, नाटक, सिनेमा, कादंबऱ्या आणि मुली यांच्यापलीकडे मोठमोठ्या गोष्टी जगात आहेत याची त्यांना आठवण तरी होते का? यातली प्रत्येक गोष्ट मनुष्याला हवी, त्यांचे आयुष्य फुलवायला यातल्या प्रत्येक गोष्टीचा उपयोग आहे. पण आयुष्य ही काय नुसती फुलबाग आहे? आणि मनुष्याच्या मनातल्या अनंत उदात्त आकांक्षा म्हणजे काय या बागेत लावलेली तेरड्याची झाडे आहेत की त्यांना तीन दिवस मोहक दिसणारी फुले यावीत आणि मग चवथ्या दिवशी त्या फुलांकडे पाहण्याची सुद्धा कुणाला इच्छा होऊ नये इतका त्याचा रंग विटून जावा?

श्रीच्या जवळून एक विद्यार्थी सायकलवरून झर्रकन निघून गेला. श्रीला तो पाठमोराच दिसला. पण त्याने त्याला ओळखले. साऱ्या कॉलेजात प्रसिद्ध होता तो. हुशार म्हणून नव्हे, खेळाडू म्हणून नव्हे, वक्ता म्हणून नव्हे! कॉलेजच्या जगात चमकण्यासारखा कोणताच गुण त्याच्या अंगी नव्हता. पण दोन वर्षांपूर्वी त्याने सुट्टीत आपल्या खेडेगावी विलक्षण शौर्य दाखविले होते. मुंबईला मजुरीकरिता गेलेल्या एका शेतकऱ्याच्या बायकोवरला प्रसंग होता तो! नवऱ्याच्या गिरणीत संप झाल्यामुळे तो घरी पैसेही पाठवू शकत नव्हता. पोराबाळांची चिमणीसारखी झालेली तोंडे कुठली माउली उघड्या डोळ्यांनी पाहत बसेल? ती एकटी असती तर अव्वाच्या सव्वा व्याज घेणाऱ्या पठाणाचे कर्ज तिने जन्मातसुद्धा काढले नसते. पण– गरजवंताला अक्कल असली तरी जगाच्या बाजारात तिला कोण विचारतो?

शेवटी व्हायचं तेच झाले. बाईकडून पठाणाचे व्याजसुद्धा वेळेवर पोचते होईना. पठाणाला दुसरे काय हवे होते? पठाणाने सरळ तिचा हात धरला. या साऱ्या गोंधळात जो तो बाईलाच शिव्या देऊ लागला! पठाणाने तिचा हात धरला त्यावेळी पंधरा-वीस बघे उभे होते. पण एकही मायेचा पूत त्या बाईला सोडवायला पुढे झाला नाही. त्यावेळी वाटेने हा विद्यार्थी जात होता. तो धावतच पुढे गेला. पठाणाची आणि त्याची चांगलीच जुंपली. पठाणाने त्याच्या हातावर सुऱ्याने वार केला. पण रक्तबंबाळ हाताने त्याने पठाणाशी झगडा केला आणि त्या बाईची अब्रू वाचविली. त्या जखमेने त्याचे कॉलेजातले एक वर्ष खाल्ले! श्रीला वाटले– वर्षच काय, आयुष्य गेले तरी बेहेत्तर! पण, आपल्या हातून त्याच्यासारखे काही तरी घडावे! घरसुद्धा पुरते न उजळणारी मिणमिणती पणती होण्यात काय अर्थ आहे? क्षणभर का होईना, ब्रह्मांड उजळून टाकणाऱ्या विजेप्रमाणे चमकून जावे.

या विचारांनी उत्पन्न झालेला उत्साह त्याच्या मुद्रेवर नाचत असतानाच तो आगट्यांच्या बंगल्यावर आला. तो बाहेरील पायऱ्यांवरच उभा राहिला. आतून पति-पत्नींचे बोलणे ऐकू येत होते.

''कुठली मैत्रीण आली आहे म्हणालीस तिची?''

''आहे तिकडली नागपूरकडली!''

''मग बाळासाहेबांच्या ओळखीची असेल की!''

''कोण बसलंय ही चांभारचौकशी करायला?'' ती म्हणाली, ''मी कशी जेवायला येऊ. माझी मैत्रीण आली आहे सकाळी!''

मी म्हटले, ''भरल्या गाड्याला काही सूप जड होत नाही! तुझ्या मैत्रिणीला, तिच्या मुलाबाळांनासुद्धा घेऊन ये. आयती ओळख होईल साऱ्यांची!''

मध्ये एक-दोन भांडी वाजली. त्यावरून प्रोफेसरीणबाईंच्या तोंडाबरोबर हातही काम करीत आहेत हे श्रीने ओळखले.

बाईंचे बोलणे थांबले असे वाटून श्री आगट्यांना हाक मारणार होता. पण इतक्यात सोप्यालगतच्या खोलीतून पुन्हा त्याच्या कानांवर शब्द पडले,

''ऐकलं का?''

''काय?''

''या बॅरिस्टरणीचं माहेर कुठं आहे?''

''मला काय ठाऊक?''

''चांगल्या कुळातली आहे ना ही बाई?''

''का? तुला संशय यायला काय झालं?''

''तुम्हाला नाही दिसलं?''

''मी कशाला तिच्याकडे निरखून पाहू?''

"तर– तर– उद्या एखादी अप्सरा येऊन समोर उभी राहिली तर डोळे मिटूनच घ्याल की नाही अगदी!"

बाहेर श्रीला हसू आवरेना. पतिपत्नींचा हा प्रेमकलह आडून ऐकणे बरे नाही, असे त्याच्या मनात आले. पण प्रोफेसरीणबाईंच्या तोंडाचा पट्टा सुरूच होता. त्यामुळे तो गप्प बसला.

"तिचे केस काही आमच्यासारखे नाहीत!"

"कलपबिलप लावले वाटतं?"

"कलप लावायला काय म्हातारी झालीय? किती कुरळे आहेत तिचे केस!"

"असतात एखाद्याचे!"

"मुद्दाम करून घेतलेत म्हणे तिनं!"

"कुणी सांगितलं हे तुला?"

"तिनंच!"

इतर सर्व गोष्टी सोडून आपल्या पत्नीने बाळासाहेबांच्या बायकोच्या केसांची चौकशी करावी या गोष्टीचे आगट्यांना हसू आल्यावाचून राहिले नाही. ते हसत हसत म्हणाले, "तुझ्यासारखीला देव प्रसन्न झाला तर तू पहिल्यांदा त्याला काय विचारशील आहे का ठाऊक?"

"काय?"

"देवा, स्वर्गात जुने कपडे घेऊन भांडी देणारे बोहारी आहेत की नाहीत, तुझी बायको गोल पातळ नेसते की डोक्यावरून पदर घेते, मुलांना दात यायला लागले की त्यांना तू डॉक्टरचं औषध देतोस की घरगुती–"

"इश्श!"

याचवेळी आगटे आतल्या खोलीतून बाहेर सोप्यावर आले. पायऱ्यांवर श्री उभा आहे असे दिसताच ते म्हणाले, "केव्हा आलास रे?"

"आत्ताच!"

"बाळासाहेब बाहेर गेले आहेत!"

"फार वेळ लागेल का त्यांना यायला?"

"तू आलास तर तुला बसवून घ्यायला सांगितलंय बॅरिस्टरीणबाईंनी!"

बाळासाहेबांनी आपल्याला काहीच निरोप ठेवू नये आणि त्यांच्या पत्नीने आपल्याला बसवून घ्यायला सांगावे!

श्री आगट्यांना म्हणाला, "सर, आजची वर्तमानपत्रं द्या मला!"

आगट्यांनी दिलेली वर्तमानपत्रे घेऊन श्री बंगल्याच्या कोपऱ्यात जाऊन बसला. झाडांची सावली आल्यामुळे तिथे ऊन मुळीच लागण्याजोगे नव्हते. पण बाकावर जाऊन बसताच हातातले कागद– वर्तमानपत्र उघडण्याऐवजी श्री विचार

करू लागला. आणि त्याचे त्यालासुद्धा आश्चर्य वाटले– त्याच्यापुढे जी मूर्ती उभी राहिली ती बाळासाहेबांच्या पत्नीची!

आपण निरपराधी आहोत अशा खात्रीने एखाद्याने आपली झडती घ्यायला सांगावे आणि त्या झडतीत त्याच्या खिशातून चोरीचा जिन्नस निघावा, अशी यावेळी श्रीच्या मनाची स्थिती झाली. ज्या बाईचे आपल्याला धड नावसुद्धा ठाऊक नाही, काल तंबूत, नंतर आगट्यांच्या बंगल्यात आणि रात्री टेकडीवर मिळून उभ्या आयुष्यात आपण जिला तीनदा ओझरती पाहिली, त्या बाईची अगदी रेखीव आकृती आपल्या डोळ्यांपुढे उभी राहावी? ही आकृती इतका वेळ लपून तरी कुठे बसली होती? कपाटाला एखादा चोरकप्पा असतो आणि माणसे त्यात अगदी गुप्त वस्तू ठेवतात. मनही तसेच आहे का?

आपले काही तरी चुकत आहे याची जाणीव होऊनही श्रीला डोळ्यांपुढे उभी राहिलेली ती मूर्ती डोळे भरून पाहण्याचा मोह आवरला नाही. काल चांदण्यात अगदी जवळ असूनही ती त्याला इतकी मोहक भासली नव्हती. एखाद्या कुशल शिल्पकाराने केलेल्या पुतळ्याप्रमाणे तिचे शरीर कसे रेखीव होते आणि या पुतळ्याची हालचालही किती आकर्षक होती. जणू काही विजेची लवलवच! तिचे ते कुरळे केस! पाण्यावर लहान लहान तरंग उठावेत आणि एखाद्या जादूगाराने ते जागच्या जागी स्थिर करावेत तशा त्या बटा शोभत होत्या. बोलताना दोन्ही ओठ किंचित पुढे आणण्याची सवय असावी तिला. पण त्यामुळे अर्धस्फुट गुलाबाच्या कळीप्रमाणे तिच्या ओठांची ठेवण मोठी मोहक दिसू लागते. नाही का?

एखाद्या चित्रकारापेक्षाही अधिक बारकाईने आपण तिच्या रूपाकडे पाहिले केव्हा याचेच श्रीला कोडे पडले. तो जसजसा ती मानसमूर्ती पाहू लागला, तसतशी तिच्या सौंदर्याची एक एक कला प्रगट होऊ लागली. तो मनात अगदी गोंधळून गेला. मघाशी आगट्यांच्या बायकोने तिच्या केसांविषयी बोलणे काढले. त्यामुळे आपले मन तिच्या रूपाविषयी विचार करू लागले असावे, अशीही त्याने क्षणभर आपल्या मनाची समजूत करून घेतली.

पण काही केल्या गोड हुरहूर उत्पन्न करणारी ती मूर्ती त्याच्या डोळ्यांपुढून हलेना. अंधारातून चालणाऱ्या मनुष्याला एकदम चंद्रकोर दिसावी किंवा निर्जन जागी कुठून तरी संगीताची गोड लकेर ऐकू यावी म्हणजे क्षणभर भोवताली यक्षसृष्टी निर्माण झाल्याचा भास होतो ना? त्याच्या मनात अगदी तशा भावमधुर लहरी निर्माण होत होत्या.

त्याने निग्रहाने आपल्या मनाची समजूत घातली– ती तरुणी फार सुंदर आहे. पण ती परस्त्री आहे ना? तिच्या मूर्तीचे चिंतन करणे हेसुद्धा पाप आहे! नाही का?

या विचाराने ती मूर्ती तर त्याच्या डोळ्यांपुढून हलली नाहीच. उलट दुसरे मन प्रत्युत्तर म्हणून बोलू लागले– सौंदर्य आणि पाप! किती विचित्र जोडी आहे ही! कुणाच्या तरी बागेत फुललेले सुंदर फूल तोडणे हे पाप असेल; त्याचा अभिलाष धरणे हेही पाप असेल, पण दूर उभे राहून त्या फुलाकडे पाहणे, चुकून वाऱ्याच्या झुळुकेबरोबर त्याचा सुगंध आला तर तो घेणे, याला पाप म्हणण्यात काय अर्थ आहे?

क्षणभर ही विचारसरणी श्रीलाही बरोबर वाटली. पण दुसऱ्याच क्षणी त्याच्या डोळ्यांमधली ती तरुणीची सुंदर मूर्ती मोहकपणे मान मुरडून आपल्याकडे पाहत आहे असा त्याला भास झला. आपणही तिच्याकडे पाहत आहो– ती डोळ्याने आपल्याला काही तरी सांगत आहे– तरुणीचे डोळे किती बोलके असतात!

श्री एकदम सावध झाला. लहानपणीची एक रात्र त्याला आठवली.

आयुष्यात एकदाच आपण चोरी केली. आपले आजोबा संध्याकाळी दिवसातल्या मिळकतीचे पैसे मोजीत होते. त्यातला एक ढब्बू पैसा आपण पायाखाली लपवून ठेवला. आपल्याला पेढे फार आवडतात, दुसऱ्या दिवशी शाळेला जाताना या दोन पैशांचे पेढे खायचे असे आपण मनाशी ठरविले होते. हिशेबाला दोन पैसे चुकताहेत म्हणून आजोबा चुकचुकू लागले. त्यांनी इकडे तिकडे पाहिले. दुडा पैसा कुठे तरी घरंगळत गेला असेल म्हणून खोलीचा कोपरान् कोपरा त्यांनी शोधून पाहिला. पैसा कुठेच मिळाला नाही. पण त्यांना आपला संशयसुद्धा आला नाही.

रात्री अंथरुणावर पडल्यावर आपल्याला काही केल्या झोप येईना. आपल्या मुठीत दुडा पैसा होता. पण आपल्या हातात एखादा निखारा आहे की काय असे एकसारखे आपल्याला वाटत होते. पैसा पायाखाली लपविताना आपल्याला केवढा आनंद झाला होता. दुसऱ्या दिवशी सकाळी मिळणाऱ्या पेढ्यांच्या नुसत्या कल्पनेने आपल्या तोंडाला पाणी सुटले होते. पण ते पाणी कुठल्या कुठे पळाले. काही तरी आपल्याला भाजीत होते, टोचीत होते, जाळीत होते. ते काय तेही आपल्याला कळेना.

आजोबांनी आपल्याला विचारले, "काय रे होतंय श्री?"

"काही नाही" म्हणून आपण उत्तर दिले. पण आपल्या स्वरातील रडवेपणा त्यांच्या लक्षात आला असावा. ते आपल्याजवळ येऊन मोठ्या प्रेमाने पाठ थोपटीत म्हणाले, "रात्र फार झालीय! नीज बाबा आता!"

पण आजोबांच्या प्रेमळ स्पर्शानेही आपल्याला झोप आला नाही. आपण तळमळतच होतो.

आजोबांनी विचारले, "आईची आठवण झाली होय तुला पोरा?"

आपली आई इतक्या लहानपणी आपल्याला सोडून गेली होती की तिची कुठलीच गोष्ट आपल्याला केव्हाही आठवत नसे. मात्र एकुलत्या एका मुलीच्या आठवणीने म्हाताऱ्या आजोबांच्या डोळ्यांत पाणी उभे राहिले. ते पाहून आपल्यालाही उगी राहवेना. आपण उठून रडतरडत त्यांना मिठी मारली. आजोबांच्या डोळ्यांतली टिपे आपल्या गालावर ठिपकत होती. त्या टिपांनी आपले तळमळणारे मन शांत झाले. आपण तो ढब्बू पैसा एकदम आजोबांच्या हातात ठेवला आणि मोठमोठ्याने रडू लागलो. आजोबांनी हसत आपल्याला जवळ घेतले, आपल्या पाठीवरून हात फिरवला. दोन्ही हातांनी आपले गाल उचलून पाण्याने डबडबलेले डोळे आपल्यावर रोखले आणि गदगदलेल्या स्वराने ते म्हणाले, "बेटा, मोठेपणीही असाच राहा हं!"

श्रीच्या मनावर कोरलेला हा प्रसंग एका क्षणात उजळून त्याच्या डोळ्यांपुढे स्पष्ट उभा राहिला. लहानपणीची ती पैशाची चोरी आणि बाळासाहेबांच्या पत्नीच्या मूर्तीचे चिंतन– दोन्हीत विलक्षण साम्य आहे असे त्याला वाटू लागले. आयुष्यात मोहाचे क्षण वारंवार येतात, पण या क्षणांवर जे विजय मिळवतात तेच आपल्या आयुष्यावर सत्ता चालवू शकतात अशा अर्थाचे एक वाक्य परवाच त्याने वाचले होते. तेही त्याला आठवले. त्या वाक्याबरोबरच आजोबांचे सारे चरित्र त्याच्या डोळ्यांपुढे मूर्तिमंत उभे राहिले. चतकोर भाकरीला महाग असणाऱ्या या महाराने एका खुनाच्या खटल्यात एक हजार रुपये लाच मिळत असताही खोटी साक्ष दिली नव्हती, दारात आलेल्या लक्ष्मीला लाथाडून दिले होते.

श्रीला वाटले– क्रिकेटमध्ये प्रत्येक चेंडू खेळाडू फसावा, आऊट व्हावा म्हणून टाकीत असतात. आयुष्यही असेच आहे. या नाही त्या रूपाने त्यात मोहाचे प्रसंग येत राहतातच! पण खरा खेळाडू कुठल्याही फसव्या चेंडूला बळी पडत नाही. तो नेहमी सावध असतो. माणसानेही मोहाच्या क्षणावर असाच विजय मिळवायला नको का? काल सहाचे टोले लगावण्याच्या मोहाला आपण किती लवकर बळी पडलो! छे:! तसली चूक आपल्या आयुष्यात कधीही होऊ देता उपयोगी नाही. जीवन ही लढाई आहे! खरा सैनिक समोर अप्सरा उभी राहिली तरी आपल्या हातातील निशाण सोडणार नाही. जीवन हा यज्ञ आहे! यज्ञकुंडात आहुत्या टाकणारा ऋत्विज मंडपात नृत्य करणाऱ्या नर्तिकेकडे नजर लावून बसेल का? जीवन हा सागर आहे! सागरातून नौका हाकणाराची दृष्टी ध्रुवावर खिळून राहायला हवी! समुद्रातून वर येणाऱ्या मत्स्यकन्येकडेच तो पाहत बसला तर नौका कुठल्या तरी खडकावर आपटून तिच्या ठिकऱ्या उडायला कितीसा वेळ लागणार?

सरीमागून सर यावी तशा या कल्पना श्रीच्या मनात सळसळून गेल्या. लगेच

ते किती निर्मल झाले! मघाशी उडणारा धुरळा एका क्षणात कुठल्या कुठे नाहीसा झाला होता. त्याचे त्यालाच आश्चर्य वाटले– एका सुंदर तरुणीची मूर्ती डोळ्यांपुढे आणून तिच्या चिंतनात मग्न होणारा श्री खरोखर कुणी तरी दुसरा असला पाहिजे असा त्याला भास झाला. त्या उत्साहाच्या भरात त्याने हातातल्या दोन-तीन वर्तमानपत्रांतले अगदी वर होते तेच उचलले. ते त्याने उघडले मात्र! आतल्या पानावर जाड अक्षरांचा मथळा होता–

'शिवापूरचा सत्याग्रह तहकूब!'

श्री मोठ्या उत्सुकतेने वाचू लागला. वाचता वाचता त्याने मध्येच खालचा ओठ दातांनी चावला, पुढल्याच क्षणी त्याच्या कपाळाला आठ्या पडल्या. त्या वर्तमानपत्राच्या खास बातमीदाराने लिहिले होते–

'शिवापूर येथील नगरशेट शिवापूरकर सावकार यांच्या नोकराने एका महाराच्या मुलाला मारले आणि तो मेला अशी बातमी काही ठिकाणी प्रसिद्ध झाली आहे. पण ती साफ खोटी आहे असे मी घेतलेल्या खास मुलाखतीत सावकारांनी सांगितले. सदरहू मुलगा सावकारांच्या बागांत रात्री पडलेले नारळ चोरून नेत असे. एकदा चोरी करताना तो सापडला आणि रागावलेल्या रखवालदाराने त्याला दोन तडाखे दिले ही काय ती या प्रकरणातली खरी गोष्ट आहे.

सदरहू मुलगा नंतर मेला. पण तो आधीपासूनच आमांशाने आजारी होता असे कळते. पाऊस सुरू झाल्यानंतर झाडाखाली पडलेले आंबे व उशिरा पिकणारे फणस हे लोक फार खात असतात. त्यांच्या या अज्ञानाचे खापर शिवापूरकर सावकारांसारख्या सज्जन गृहस्थांच्या माथी फोडणे हा शुद्ध आततायीपणा आहे. मुंबई-पुण्याकडल्या चळवळ्या लोकांना नेहमी काही तरी उद्योग हवा असतो. शिवापूरच्या हरिजनांना गावातल्या तळ्यावर पाणी भरू देण्याची परवानगी असावी ही कल्पना अशा लोकांचीच आहे. उद्या सत्याग्रह सुरू झाला तर खुद्द गावातले महाराचे पोरसुद्धा त्यात सामील होणार नाही.

शिवापूरकर सावकार श्रीमंत म्हणून सोडून दिले, तरी येथील अनाथ अर्भकाश्रमाचे संचालक सुबोध नाईक हेही या सत्याग्रहाला अनुकूल नाहीत. कोकणच्या या भागात सुबोध नाईकांना 'शिवापूरचे गांधी' म्हणतात. त्यांच्या आश्रमात सर्व जातींच्या अर्भकांचा सांभाळ केला जातो. यावरून ते हरिजनांचे कैवारी आहेत हे सहज सिद्ध होईल. पण एकाचा कैवार आणि दुसऱ्याचे वैर मानणाऱ्या आततायी माणसांप्रमाणे देशभक्त सुबोध

नाईक यांची मते नाहीत. मुंबईला या सत्याग्रहाचा प्रचार जोराने होत आहे असे कळल्यामुळे श्री. नाईक हे आज अगर उद्या मुंबईला जायला निघणार आहेत. तिथे ते या सत्याग्रह्यांच्या पुढाऱ्यांच्या गाठी घेऊन त्यांची समजूत घालणार आहेत. या शांतिदूताला आपल्या कामी पूर्ण यश येवो अशीच कुणीही इच्छा करील!'

श्रीला कालच्या आजोबांच्या पत्रातले अक्षर न् अक्षर आठवले. त्यात बेदम मारामुळे ते मूल मेले असे स्पष्ट लिहिले होते. त्याला आपल्या आजोबांचा स्वभाव चांगला ठाऊक होता. एवढ्या-तेवढ्याशा गोष्टीवरून ते कधीच डोक्यात राख घालीत नसत. पण कालच्या पत्रात त्यांनी लिहिले होते–

'टिळकदेवानं सांगितलं, आम्ही वाट पाहिली. गांधीदेवानं सांगितलं, आम्ही वाट पाहिली. आता किती वाट पाहायची? महाराचं पोर म्हणजे काय परसातला पाचोळा? श्री, आता सोसवत नाही हे मला. शिवापूरला सत्याग्रह करायचा असं जातवाले म्हणताहेत. मी त्यांना सांगितलं, तुमच्या पहिल्या तुकडीतला पहिला माणूस मी आहे! ही म्हातारी हाडं जाळण्याकरिता लाकडं विकत घेण्याचा खर्च नको उगीच! शिवापूरच्या तळ्याच्या पाण्यातच त्यांचा चुरा होऊन पडू दे.'

आगटे बागेत येऊन पाहतात तो बाकावर वर्तमानपत्रे फडफडत आहेत. श्रीचा मात्र कुठेच पत्ता नाही!

■

मूक संदेश

पावसाळ्यात बंडगार्डनवरले दृश्य अत्यंत रमणीय असते. या रमणीयतेचा मुख्य भाग म्हणजे नदीच्या प्रवाहाची भव्यता. बाळासाहेब किती तरी वेळ धो धो आवाज करीत जाणाऱ्या पाण्याच्या त्या प्रवाहाकडे एकाग्र दृष्टीने पाहत होते. जलदेवतेचे तांडवनृत्य पाहण्यात आज आपल्याला विशेष आनंद का होत आहे हे त्यांचे त्यांनाही कळत नव्हते.

त्यांनी सहज पलीकडच्या बागेकडे नजर टाकली. आपल्या मागून जी मोटार आली, तिच्यातली माणसे तिकडे फिरत असावीत असे त्यांना वाटले. पण ती माणसे कोण असावीत हे कुतूहल त्यांच्या मनात मुळीच उद्‌भवले नाही. उलट बागेकडे पाहता पाहता त्यांच्या डोळ्यापुढे कारंजाचे चित्र उभे राहिले.

का कुणाला ठाऊक, त्यांचे मन कारंजे आणि नदीचा प्रवाह यांची तुलना करू लागले. कारंजातले पाणी कसे स्फटिकासारखे स्वच्छ असते. पण वेगाने वाहणाऱ्या नदीच्या गढूळ पाण्याकडे पाहताना जो जिवंतपणाचा आनंद होतो तो कारंजाकडे पाहून कधी तरी होतो का? माणसाचेही आयुष्य असे जिवंत असायला हवे! त्यातले हास्य, त्यातले अश्रू, त्यातला पराक्रम जिवंत असेल तर मनुष्याला जगण्याचा खरा आनंद प्राप्त होतो.

पाण्यातल्या भोवऱ्यांवरील त्यांची दृष्टी एकदम मागे वळली ती "ओ! मिस् चपला!" या उद्‌गाराने.

इतका वेळ ते आपल्याजवळ बसलेल्या चपलेचे अस्तित्व जवळ जवळ विसरूनच गेले होते!

एका स्थूल पारशी गृहस्थाने चपला दिसताच तो उद्‌गार काढला होता. त्याच्यामागे काही अंतरावर दोन सुटाबुटातले अक्कडबाज तरुण आणि आपले नवीन फॅशनचे पातळ पुन:पुन्हा पाहण्यात दंग असलेली एक तरुणी होती.

तो स्थूल गृहस्थ घाईघाईने पुढे आला. चपलेने "नमस्ते" म्हणून त्याला

नमस्कार केला. बाळासाहेबांची व त्याची ओळख करून देण्याकरिता ती म्हणाली, "मिस्टर बाटलीवाला, रजनी पिक्चर्सचे डायरेक्टर!" बाटलीवाल्यांनी आपला हात पुढे केला.

"हे बॅरिस्टर बाळासाहेब देशमुख. जबलपूरला असतात!"

"सो ग्लॅड टु मीट यू!"

बाळासाहेबांनी पुढे केलेला हात बाटलीवालांनी इतक्या जोराने दाबला की गळा दाबल्याचा अभिनय नटाला शिकविताना हा डायरेक्टर एखाद्याचा खूनही करायचा अशी विचित्र कल्पना बाळासाहेबांच्या मनात येऊन गेली.

बाटलीवाला चपलेशी बोलू लागले, "माझं पत्र मिळालं का तुम्हाला?"

"नाही!"

"काल मिळायला हवं होतं!"

"मी परवा रात्री मुंबईहून निघाले..."

"अस्सं!"

'अस्सं' मधील स चा उच्चार बाटलीवालांनी श सारखा केल्यामुळे त्यांच्या बोलण्याकडे बाळासाहेबांचे लक्ष वेधले. पण त्या पारशी माणसाच्या अशुद्ध उच्चारांपेक्षा तो मोडकेतोडके मराठी बोलत आहे याचेच त्यांना कौतुक वाटले.

"काही जरुरीचं काम होतं का?" चपलेने प्रश्न केला.

"जरुरीचं? अहो, आमच्या धंद्याइतकी घाई कुठल्याच धंद्यात नाही!"

"अगदी लग्नघाई? नाही का?"

"हा. कसं बराबर बोललात! चित्रात डायरेक्टरनं कुणाचंच लग्न लावलं नाही तर लोक अगदी नाखूष होतात त्याच्यावर! माझ्या चित्रात एक बेकार हिरो शेवटी तुरुंगात पडतो असं होतं, बॅरिस्टरसाहेब. आमचे मालक म्हणाले, 'छी: छी:! पैसे देऊन असलं चित्र बघायला कुत्रासुद्धा तयार होणार नाही! काही करून त्या तुरुंगातल्या झाडूवाल्याचं त्या फटाकड्या हिरॉईनशी लग्न लावून टाका!' मग मी नि कथालेखक विचार करायला बसलो. कथालेखकाने दोन बीअरच्या बाटल्या उघडल्या, झालं, सुचला सीन! अगदी नवीन! धरणीकंप! त्या धरणीकंपात तुरुंगाच्या भिंती भराभर पडून गेल्या. आमचा हिरो तिथून धावत निघाला, तो थेट हिरॉईनच्या घरापाशी आला. तिथंही धरणीकंप होत होताच! बेटा हलत्या घरात शिरला. बंदूक उचलून घ्यावी तशी त्याने हिरॉईनला खांद्यावर टाकली आणि तो जो पळत सुटला, तो जंगलात एका ओढ्यापाशी येऊन पोचला. तिथं त्या दोघांचं एक ड्युएट घातलं!"

बाटलीवालांनी हावभावासकट गायला सुरुवात केली–

"माझ्या राणी चुंबन दे

माझ्या राजा चुंबन घे
मी पोपट हिरवा गार
तू साळुंकी ग प्यार''

बाळासाहेब व चपला यांच्या हास्याचा मोठा स्फोट झाला नसता तर बाटलीवालांचे अशुद्ध काव्यगायन किती वेळ सुरू राहिले असते हे त्या पदाच्या कर्त्यालाच ठाऊक!

हसणाऱ्या बाळासाहेबांकडे मान उचलून पाहत बाटलीवालांनी विचारले, ''काय बॅरिस्टरसाहेब, तुमच्या कोर्टात नाही मिळायची असली गंमत कधी!''

वकिलाइतका जगाचा अनुभव दुसऱ्या कुणालाच नसतो असे बाळासाहेबांना नेहमी वाटत असे. पण आता त्यांना आपला पराभव कबूल करणे भागच होते. बाटलीवालांनी दुःखांत गोष्ट सुखांत कशी केली याचे जे मासलेवाईक वर्णन केले त्यातून बाळासाहेबांना पडलेल्या एका कूट प्रश्नाचे उत्तर नकळत निघाले होते. कालपासून विद्यार्थिदशेतली स्मृतिचित्रे एकसारखी त्यांच्या डोळ्यांपुढे नाचत होती आणि त्यांना पुनः पुन्हा प्रश्न करीत होती, ''त्या वेळेचा तुझा उदात्त उत्साह कुठे गेला? त्यावेळची तुझी लढण्याची धमक कुठं गेली? सवाई टिळक होणार होतास ना तू?''

या सर्व प्रश्नांचे उत्तर त्यांना बाटलीवालांनी त्या कथानकात केलेल्या सुधारणांत मिळाले. ते उत्तर म्हणत होते– जगाला कटू सत्य नको! नुसती गोड स्वप्ने हवीत! मुंबईतल्या हजार लोकांना गरिबीमुळे आपल्या कुटुंबापासून वर्षानुवर्षे दूर राहावे लागते. पण हे पडद्यावर दाखविले, समाजाने गरिबांवर सक्तीने लादलेले हे दुःख कोणी चित्रित केले, तर ते पाहायला पैसे देऊन कुणीही येणार नाही. तुरुंगातला प्रियकर वाटेल त्या उपायाने का होईना सुटला पाहिजे, धरणीकंपातसुद्धा त्याची प्रियकरीण त्याला भेटली पाहिजे. ती एरवी झुरळाला भीत असली तरी ओढ्याच्या काठावर प्रेमाचे गाणे म्हणण्याकरिता वाघ असलेल्या जंगलातसुद्धा तिने गेले पाहिजे. आणि मग– चुंबन दे, चुंबन घे– पोपट आणि मैना–

बाळासाहेबांचे जागृत होऊ लागलेले मन म्हणत होते– समाजाच्या या विकृत आवडीचे मूळ तुझ्यासारख्या सुशिक्षित लोकांच्या बुद्धीतच आहे. तुम्हाला तरी उपभोगावाचून काय सुचतंय? उपभोगासाठी खूप पैसे उधळले म्हणून तो काही उदात्त ठरत नाही! भरपूर पैसा मिळाला, त्या पैशाच्या बळावर दारूसारखी व्यसने लपविता आली, गुलगुलीत तरुणी पैदा करता आली, म्हणजे तुम्ही सुशिक्षितसुद्धा स्वर्गसुख मिळाल्याच्या आनंदात असता. मग–

बाटलीवालांच्या अभिनयगीताने बाळासाहेबांना जर हसविले नसते, तर त्यांच्या मनातल्या या विचारांच्या ज्वाला किती भडकल्या असत्या!

हशाचा भर ओसरल्यानंतर चपला म्हणाली, ''काम नाही सांगितलंत तुम्ही अजून!''

''काम चित्रात करायचं!''

''कसलं चित्र घेताय?''

''हरिजनांचा प्रश्न आहे त्यात!''

''वा! चांगली गोष्ट आहे!'' बाळासाहेब मघाच्या त्या कथानकाची आठवण होऊन उद्गारले.

''सारं आऊटडोअरचं चित्र आहे!''

''कुठं घेणार आहात? इथं बंडगार्डनवर?''

''हे! हे! बिचारे हरिजन इथं कशाला येतील?''

''मग?''

''कोकणात! फार छान सीनरी आहे तिथं, चपलाबाई!''

''नक्की जागा ठरली का?''

''हो! शिवापूर म्हणून मोठं सुंदर गाव आहे–''

शिवापूर हे नाव ऐकताच चपला जवळ जवळ दचकलीच. तिने बाळासाहेबांकडे अर्थपूर्ण दृष्टीने पाहिले. बाटलीवालांच्याही ते लक्षात आले असावे! ते चपलेला म्हणाले, ''तुमच्या माहितीचं दिसतंय हे गाव!''

''छे! त्याच्याविषयी ऐकलंय मात्र खूप!''

''काय ऐकलंय?''

''गाव फार सुंदर आहे म्हणे!''

''म्हणून तर आमची कंपनी तिथं जातेय! पंधरा-वीस दिवसांत पावसाळा खलास होईल. तिथेच मिस चपला हरिजनांची मुलगी होणार! होय ना बॅरिस्टरसाहेब?'' आपल्या विनोदाला आपणच हसत बाटलीवाला दोन्ही हात पाठीमागे धरून नेपोलियनच्या पवित्र्यात उभे राहिले.

''या शिवापूरला लवकरच सत्याग्रह होणार आहे!'' चपला बोलून गेली.

''अरे बाबा, जरा सबूर करा म्हणावं. आम्ही तिकडे गेल्यावर एकदा सोडून दोनदा सत्याग्रह करू देत. लगेच फिल्म घेऊन टाकतो!''

माणसातला धंदेवाईक मनुष्य किती लवकर जागा होतो हे पाहून बाळासाहेबांना हसू आल्यावाचून राहिले नाही. लगेच त्यांच्या मनात आले– पण माणसातला ध्येयवादी मनुष्य? तो का असा जागा होत नाही? त्याला कोण गुंगी आणते?

पलीकडे बाटलीवालांबरोबर आलेल्या तीन तरुण मंडळींच्या चेष्टा चालल्या होत्या. त्यांना प्रणयचेष्टा म्हणणे कठीण होते. पण दुसर्‍या कुठल्याही शब्दाने त्याचे बरोबर वर्णन करणे त्यापेक्षाही कठीण होते. ती तरुणी उगीचच लाजत

होती, लचकत होती आणि मधून मुरकतही होती. मध्येच ती आपल्या पातळावरच्या नाजूक फुलांकडे पाही, लगेच त्या तरुणांकडे किंचित तिरपा असा कटाक्ष टाकी. त्यांचे काय बोलणे चालले आहे हे इतक्या दुरून कळणे शक्य नव्हते. पण बाळासाहेबांच्या मनात एक गोष्ट आली– स्त्रीचे प्रेम पाण्यासारखे निर्मळ आणि संजीवक असायला पाहिजे. कळत नकळत आपल्या समाजात त्याला उन्मादक मद्याचे स्वरूप येत आहे! असे का व्हावे?

चपलेने बाटलीवालांना दोन-तीन दिवसांत मुंबईला भेटायचे कबूल केले. उशीरही खूप झाला होता, त्यामुळे बाळासाहेब आणि चपला बाटलीवालांचा निरोप घेऊन आपल्या गाडीत जाऊन बसली!

टॅक्सी सुरू झाल्यावर बाळासाहेब म्हणाले, ''शिवापूरला खरंच जाणार की काय तू?''

''हो!''

''इतक्या लांब?''

''सारं उत्तर हिंदुस्थान भटकून आले आहे मी!''

''तसं नाही? कुठं जबलपूर आणि कुठं शिवापूर!''

''जबलपूरला काय आहे माझं?''

बाळासाहेब तिच्याकडे पाहतच राहिले. लगेच त्यांच्या लक्षात आले. कालपासून आपल्या मनात जो विचारांचा गोंधळ सुरू झाला आहे, त्यामुळे आपले चपलेकडे पूर्ण दुर्लक्ष झाले. सत्यनारायणाच्या कथेतल्या देवासारख्याच बायका असतात. कुठे पूजेत एवढेसे चुकले की त्या क्रुद्ध होऊन शाप द्यायला तयार होतात.

बाळासाहेब स्तब्धच होते. चपलेचीही काही बोलण्याची इच्छा नव्हती. पण एकदम तिला कसली तरी आठवण झाली. ती उद्गारली, ''अगं बाई–''

''काय झालं?''

''तो श्री येऊन आपली वाट पाहत राहिला असेल, नाही?''

बाळासाहेब श्रीला अजिबात विसरून गेले होते. त्यांना चपलेच्या या उद्गारांचे आश्चर्य वाटले. चपलेची फुलपाखरासारखी असलेली वृत्ती त्यांच्या परिचयाची होती. त्यामुळे तर हे आश्चर्य द्विगुणित झाले.

पण आगट्यांच्या बंगल्यापाशी येईपर्यंत ते अवाक्षरही बोलले नाहीत. बंगल्याच्या फाटकापाशी एक मोटार उभी होती.

''कुणी तरी आलंय वाटतं आगट्यांच्याकडं.'' चपला म्हणाली.

''आगट्याला काही मित्रबित्र असतीलच की नाही?'' हसत हसत बाळासाहेब उद्गारले.

टॅक्सीवाल्याच्या हातात त्यांनी एक नोट टाकली. मोड नसल्यामुळे तो

चुळबुळ करू लागला. लगेच बाळासाहेब म्हणाले, "मोडबिड तुझ्यापाशीच राहू दे."

फाटक उघडून चपला व तिच्यामागून बाळासाहेब आत गेले. तरी तो टॅक्सीवाला त्यांच्याकडे पाहतच होता. मनुष्य इतका उदार होऊ शकतो हे त्याला स्वप्नातही खरे वाटले नसते. त्याला वाटले– अशा माणसाची बायको किती सुखी असेल!

चपला सरळ बंगल्याकडे चालू लागली. बाळासाहेबही तिच्यामागून जात होते.

इतक्यात बागेतून त्यांना कुणाची तरी कुजबूज ऐकू आली.

त्यांनी सहज वळून पाहिले. प्रोफेसरीणबाई दोन-तीन मैत्रिणींना आपले वैभव दाखवीत होत्या. त्या मैत्रिणींपैकी एक पाठमोरी उभी होती.

पण त्या पाठमोऱ्या आकृतीच्या दर्शनानेच बाळासाहेबांच्या अंगाला दरदरून घाम सुटला. ते जागच्या जागी खिळले!

इतक्यात प्रोफेसरीणबाईंनी चपलेला मोठ्याने हाक मारली, "अहो, बॅरिस्टरीणबाई..."

चपलेच्या अंगी चांगलेच प्रसंगावधान होते. काही तरी उत्तर देण्याकरिता ती वळली–

इतक्यात प्रोफेसरीणबाईंच्याजवळ उभ्या असलेल्या पोक्त बाईने मोठ्याने किंकाळी फोडली. चपलेला वाटले त्या बाईला सापबिप चावला असावा! ती थिजल्यासारखी उभी राहिली.

किंकाळी फोडून ती बाई जमिनीवर पडली होती. पडता पडता तिच्या मैत्रिणींनी तिला सावरण्याचा प्रयत्न केला. पण त्या साऱ्याच घाबरून गेल्या होत्या! प्रोफेसरीणबाई हिवतापाने कापणाऱ्या माणसाप्रमाणे कापतच बागेतून आल्या. बाळासाहेबांकडे मारक्या म्हशीप्रमाणे पाहत त्या पुढे आल्या. चपलेच्या अंगावरून त्या जाऊ लागल्या तेव्हा तिने मृदू स्वराने विचारले, "काय झालं हो यांना?"

"काय झालं?" तिला वेडावीत प्रोफेसरीणबाई उद्गारल्या, "चोर तो चोर नि वर–"

प्रोफेसरीणबाईंना वेड लागले आहे की काय हे चपलेला कळेना.

चपला बाळासाहेबांजवळ येऊन म्हणाली, "झालंय तर काय असं?"

शून्य दृष्टीने बाळासाहेब उद्गारले, "निर्मला!"

निर्मला जबलपूरहून पुण्याला केव्हा आली, इतक्या तातडीने तिला येण्याचे कारण काय, ती आगट्यांकडे नेमकी याचवेळी कशी आली, किती तरी प्रश्नांची वावटळ त्यांच्या डोक्यात उठली. पण आगटे घाईघाईने बाहेर आलेले पाहताच त्यांना आपल्या कर्तव्याची जाणीव झाली. निर्मला बेशुद्ध पडली आहे. आधी तिला आत नेऊन सावध केले पाहिजे. मग बाकीच्या गोष्टींचा विचार करता येईल अशी त्यांनी आपल्या मनाची समजूत घातली. ते जागचे हललेदेखील. पण आगटे जवळ येताच एकदम त्यांचे धैर्य गळाले. आगट्यांच्या दृष्टीला दृष्टी देण्याची देखील त्यांना लाज वाटू लागली. त्यांनी एकदम खाली मान घातली.

पण आगट्यांनी बेशुद्ध पडलेल्या निर्मलेजवळ उभे राहून जेव्हा 'बाळासाहेब' म्हणून हाक मारली तेव्हा त्यांना पुढे जाणे प्राप्तच होते. मोठ्या कष्टाने त्यांनी आपले पाऊल उचलले. आपल्या पायात कुणी तरी दीड दीड मणाच्या बेड्या घातल्या आहेत असा त्यांना भास झाला. मधुचंद्राकरिता पहिल्या वर्गातून प्रवास करताना दररोज सकाळी तिचे मुखमंडल पाहून आपल्याला किती आनंद होत असे याचे त्यांना स्मरण झाले आणि तीच निर्मला पलीकडे बेशुद्ध पडली असताना आपणाला धावत जाण्याची इच्छाही होऊ नये, या गोष्टीचे त्यांना विलक्षण दुःख वाटले! स्वतःवरच ते संतापले.

बाळासाहेब व आगटे यांनी गडीमाणसांच्या साहाय्याने बेशुद्ध निर्मलेला घरात नेली. इतर बायकाही त्यांच्याबरोबर आत गेल्या. चपला मात्र एका झाडाच्या बुंध्याला टेकून हा सर्व प्रकार निमूटपणे पाहत होती. फाटक वाजल्यासारखे वाटले, म्हणून तिने वळून पाहिले.

फाटक उघडून श्री आत आला होता. बाळासाहेब व आगटे कुणा तरी माणसाला उचलून आत नेत आहेत हे पाहताच तोही स्तिमित झाला. कुणाला काय झाले आहे हेच त्याला कळेना. त्याच्यासारख्याला तडक आगट्यांच्या घरात शिरणेही शक्य नव्हते. काय करावे या विचारात तो आहे इतक्यात झाडाखाली उभी असलेली चपला आपल्याला खुणावत आहे असे त्याला दिसले. तो मोठ्या उत्सुकतेने तिच्याजवळ गेला.

"काय झालंय?" त्याच्या स्वरातील अपरिचित मनुष्याविषयी आर्द्रता आणि आर्तता तिला मोठी हृदयस्पर्शी वाटली.

"शुद्ध गेलीय!"

"कुणाची?"

"बाळासाहेबांच्या बायकोची!"

श्री गोंधळात पडला. चपलेच्या मुद्रेवरून ती काही थट्टेने बोलत नव्हती. मग– बाळासाहेबांची बायको बेशुद्ध झाली आहे असे त्या बायकोनेच आपल्याला

का सांगावे? याचा अर्थ तरी काय? त्याच्या मनातले हे भाव मुद्रेवर उमटले. चपलेने ते पाहिले. ती म्हणाली, "खरं सांगतेय मी तुम्हाला!"

"बाळासाहेबांना दोन बायका आहेत की काय?"

"अंऽहं!"

"मग तुम्ही–"

"सिनेमा नटी आहे मी एक! माझं नाव चपला!"

श्री क्षणभर हतबुद्ध झाला. आपण एखाद्या नाटकातला प्रसंग तर पाहत नाही ना असे त्याला वाटले. चपलेकडे तिरस्काराने दृष्टिक्षेप करून तो दुसऱ्या बाजूला पाहू लागला. त्याचे मन म्हणत होते– तू बाळासाहेबांचे चरित्र ऐकायला आला होतास ना? हा प्रसंग डोळ्यांनी पाहिल्यावर आता ऐकण्यासारखे काय उरले आहे?

श्रीची तिरस्कारयुक्त दृष्टी चपलेच्या वर्मी झोंबली. ती हळूच म्हणाली, "माझा राग आलाय तुम्हाला? होय ना?"

श्री काहीच बोलला नाही.

"सिनेमा नटी फार भयंकर असतात, नाही?"

"ते कळायला काही लांब जायला नको!"

तो ताडकन वळला. त्याची मुद्रा किती उग्र दिसत होती. समाजातल्या बड्या प्रस्थांशी बेदरकारपणे वागणाऱ्या आपल्या मनाला या तरुणाच्या रागाचे भय का वाटावे हे चपलेला कळेना.

आपला स्वर शक्य तितका कठोर करीत श्री म्हणाला, "चपलाबाई, तुमची ओळख होऊन पुरते चोवीस तासही झाले नाहीत. पण पुन्हा जन्मात तुमचं तोंड पाहू नये असं वाटू लागलं आहे मला!"

"इतकी का मी कुरूप आहे?"

वाऱ्याने आग भडकते आणि पाण्याने ती शांत होते. रागाचेही असेच आहे हे चपलेला गेल्या चार-पाच वर्षांतल्या अनेक अनुभवांवरून पूर्णपणे कळून चुकले हाते. श्रीच्या जातीला लागेल असे काही तरी टोचून बोलावे अशी तीव्र इच्छा होत असतानासुद्धा तिने आपले मन आवरले आणि चटकन विनोदाचा आश्रय घेतला.

चपला रागावून काही तरी उत्तर देईल आणि मग तिला ताडताड बोलून आपल्या मनाचे समाधान करून घेता येईल अशी श्रीची कल्पना होती. पण 'इतकी का मी कुरूप आहे?' हा तिचा प्रश्न ऐकताच तो स्तिमित झाला. त्याने तिच्याकडे क्षणभरच टक लावून पाहिले. लगेच तो तिरस्काराने म्हणाला, "कुरूप असता तर फार बरं झालं असतं!"

"मग मात्र जन्मभर माझं तोंड पाहत राहिला असतात! होय ना?"

चपलेच्या निर्लज्ज धीटपणाचा श्रीला राग आला. पण त्या रागाला कौतुकाची सूक्ष्म किनारही होती. बोलण्यात आपण हरलो असे वाटू नये म्हणून तीव्र स्वराने प्रश्न केला, "दुसऱ्याच्या संसारात तुम्ही विष कालविलंत हे तरी खरं आहे की नाही?"

क्षणभर स्तब्ध राहून चपलेने प्रश्न केला, "पण हे विष माझ्या हातात कुणी आणून दिलं?"

श्री चपापला. चपलेच्या प्रश्नाला काय उत्तर द्यायचे? नीतीच्या नाकावर नेहमीच राग बसलेला असतो. पण समाजातले कूट प्रश्न काही रागाने सुटत नाहीत!

आपला पराभव झाला असे वाटले तर चपला अधिकच बोलू लागेल म्हणून श्री तुटकपणे म्हणाला, "मला काय करायचंय ते?"

"अस्सं?" एवढाच उद्गार काढून चपला हसली.

त्या एकाक्षरी शब्दात जणू काही जगातला सर्व उपहास साठला होता! आपला घाव वर्मी बसला हे श्रीच्या मुद्रेवरून चपलेने ओळखले. लगेच ती म्हणाली, "शिवापूरला एका महाराच्या मुलाला मारले म्हणून रागानं लाल झाला होता तुम्ही काल! पण दुसरीकडं एखाद्या मुलीला कुणी जिवंत जाळलं असलं, तर तिची कहाणीसुद्धा ऐकून घ्यायला तयार नाही तुम्ही!"

श्रीच्या मनात चपलेविषयी एकदम सहानुभूतीच्या तारेचा झंकार उमटला. त्याचे मन म्हणाले– या तरुणीने बाळासाहेबांच्या संसाराला आग लावली असेल! पण आग लावायला तिच्या हातात कोलीत कुणी दिले? छे! तिला आपण इतके टाकून बोलायला नको होते.

आगटे बाहेर आल्यामुळे पुढे चपलेशी काय बोलावे या विवंचनेतून श्री मुक्त झाला.

आगटे सावकाश चपलेजवळ आले आणि म्हणाले, "निर्मलाबाई शुद्धीवर येताहेत. पण आता तुम्ही इथं राहणं–"

"योग्य नाही. होय ना? एक क्षणभरसुद्धा राहणार नाही मी!"

"बाळासाहेबांना हवं तर बाहेर पाठवून देतो."

"कशाला उगीच?"

कालपासून बाळासाहेबांची पत्नी म्हणून त्यांच्याबरोबर फिरणारी ही बाई! पण त्यांच्याशी दोन शब्द बोलून जावे असेसुद्धा तिला वाटत नाही! आगटे बुचकळ्यात पडले. पुढे काय बोलावे हेच त्यांना कळेना. आगटे स्तब्ध राहिलेले पाहून श्री म्हणाला, "सर, तुमच्याकडे काम आहे माझं!"

"काय रे बुवा?"

"रजा हवीय मला!"

"कुठं जातोयस?"

"मुंबईला."

"का?"

"आजोबांना भेटायला."

"ते कालचं सत्याग्रहाचं वेड आहे वाटतं अजून तुझ्या डोक्यात? आजची वर्तमानपत्रं पाहिलीस ना? आता काही तो सत्याग्रह होत नाही! मग मध्येच कसलं काम आहे तुझं? पुढचा सामना तर अगदी अटीतटीचा आहे. प्रॅक्टिस करायचं सोडून गेलास तर प्रिन्सिपॉलना आवडणार नाही ते!"

"म्हणूनच तुमच्याकडे आलोय मी! आधीच ते आजारी आहेत, त्यांचे मन मोडणं कठीण जाईल मला. मुंबईला माझा खेळ पाहून त्यांनी मुद्दाम मला आपल्या कॉलेजात बोलावलं, खूप सवलती दिल्या. हरिजन म्हणून कुठंही काही कमी पडू दिलं नाही हे काही मी विसरलो नाही. पण–"

आगट्यांनी श्रीकडे पाहिले. त्याच्या डोळ्यात हट्ट आणि कृतज्ञता यांचे विचित्र मिश्रण झाले होते. त्यांना त्याला नाही म्हणवेना. ते हसत हसत बोलू लागले, "तुझं मन मोडवत नाही मला! पण लगेच परत ये हं! नाही तर मुंबईत रमत राहशील!"

"मुंबईत आजोबांवाचून कुणीच नाही माझं!"

"वा! असं कसं होईल!" चपलेने मध्येच मिस्किलपणे प्रश्न केला.

"तुमच्यासारखी माझ्या ओळखीची खूप माणसं आहेत मुंबईत! पण कॉलेज बुडवून त्यांना काही भेटत बसणार नाही!"

आगट्यांकडे वळून त्यांना नमस्कार करीत श्री म्हणाला, "बरं सर, जातो मी! बरं आहे चपलाबाई."

चपलेला नमस्कारसुद्धा न करता त्याने आपली पाठ फिरवली. लगेच त्याला चपलेचे शब्द ऐकू आले, "बाळासाहेबांना सांगा की चांगली सोबत पाहून मी मुंबईला गेले. माझी काळजी करू नका!"

फाटकापाशी श्रीला गाठून चपलेने विचारले, "कुठल्या गाडीनं जाणार तुम्ही?"

ही पीडा कशी तरी टाळली पाहिजे म्हणून श्री म्हणाला, "बेत बदलला माझा! मी जाणारच नाही मुंबईला!"

"बरं, बरं!"

आगट्यांच्या दारात चपलेला फसविणे सोपे होते. पण स्टेशनावर काही ते श्रीला शक्य झाले नाही. ती त्याच्या आधीच आली होती आणि श्री केव्हा येतो याची डोळ्यांत तेल घालून वाट पाहत होती. श्री दिसल्यावर ती त्याला म्हणाली, "मी तुमच्या डब्यात बसले तर वाटेत साखळी-बिखळी नाही ना ओढणार तुम्ही?"

श्रीला काही केल्या हसू आवरेना. त्याने मनात विचार केला– आगगाडीत आपल्यापाशी कुणी बसावे हे ठरविण्याचा हक्क काही उतारूला नाही. ही चिकट घोरपड सुंदर आहे हे खरे! पण तिच्याबरोबर एकांतात थोडेच चार तास काढायचे आहेत आपल्याला! तिसऱ्या वर्गाच्या डब्यात माणसाला हातपाय हलवायला जागा मिळताना मारामार! मग तिथे ही कसली चाळे करणार?

असा विचार करून श्रीने चपलेला आपल्या शेजारी बसू दिली खरी. पण गाडी सुरू झाल्यावर या गोष्टीचा त्याला पश्चात्ताप झाल्यावाचून राहिला नाही. चपला एकसारखे त्याला प्रश्न विचारीत होती. तिला जवळ जवळ आपला सर्व इतिहासच सांगावा लागला त्याला.

वडिलांची आपल्याला मुळीच आठवण नाही. आपली आईही लहानपणीच देवाघरी गेली. आपल्या आईचे वडील मूळचे नागपूरकडले. पण ज्याला त्यांनी मोठ्या कष्टाने शिकवले तो पुतण्या क्रिकेट चांगला खेळणारा निघाला. क्रिकेटमधल्या ओळखीमुळेच एका साहेबाने त्याला मुंबईत छानशी नोकरी दिली. त्यामुळे आजोबाही मुंबईलाच राहायला आले. या मामामुळेच लहानपणी आपल्याला क्रिकेटची गोडी लागली. पुढे मामा वारला. आजोबांनी आपली एकुलती एक मुलगी एका शिकलेल्या मनुष्याला दिली होती. कारकून होते आपले वडील. ते तिकडे कोकणात नोकरीवर असतानाच आपला जन्म झाला. एकूण एक गोष्टी त्याने सांगितल्या. सांगाव्याच लागल्या त्या त्याला. बाळासाहेबांविषयीही त्या दोघांचे बोलणे झाले.

चपलेने आपली सर्व माहिती मिळविली. पण स्वत:विषयी मात्र ताकाला तूर लागू दिला नाही हे श्रीच्या लक्षात आले. तिचे पूर्वचरित्र जाणण्याची उत्सुकता त्याच्या मनात उत्पन्नही झाली. पण तो तिला एकही प्रश्न विचारू शकला नाही.

मध्येच खप्पड चेहऱ्याचा पण अक्कड कपड्यांचा एक चष्मेवाला तरुण चपलेजवळ आला आणि मोठ्या लाचारीने म्हणाला, "मिस चपलाच ना आपण?"

"हो!" या गृहस्थाचे आपल्याकडे काय काम असावे याचा तर्क न झाल्यामुळे चपला त्याच्याकडे पाहतच राहिली.

चेहऱ्यावर शक्य तितके हसू आणून तो गृहस्थ म्हणाला, "आपलं काम फार आवडलं मला!"

"कुठलं?"

"दुनिया दिवानोंका बझार है या चित्रातलं! त्यातली वेश्येची भूमिका किती हुबेहूब केली आहे तुम्ही!"

चपलेने श्रीकडे पाहिले आणि एकदम हसत हसत आपल्या या भक्ताला विचारले, "ती भूमिका हुबेहूब आहे हे तुम्हाला कसं कळलं हो?"

तो गृहस्थ गारच झाला. त्याने लगबगीने खिशातून एक छोटे पण सुंदर नोटबुक काढले आणि ते चपलेपुढे करीत तो म्हणाला, "कृपा करून तुमची स्वाक्षरी देता का?"

चपलेने थोड्याशा अभिमानानेच त्याने दिलेले फाउंटनपेन हातात घेतले. ती नुसती सही करणार असे वाटून तिचा तो भक्त एकदम ओरडला, "नुसती सही नको. संदेश द्या काही तरी!"

श्री चकित होऊन त्या मनुष्याकडे पाहू लागला. सिनेनटीकडून संदेश मागणारा असला प्रेमवीर तो आयुष्यात पहिल्यांदाच पाहत होता!

चपलेने सहज त्या नोटबुकाची मागील पाने चाळली. अनेक प्रसिद्ध पुरुषांचे संदेश त्यात होते. पण चाळूनही काय लिहावे हे तिला मुळीच सुचेना. श्रीकडे वळून ती म्हणाली, "तुम्ही सांगा ना एखादं वाक्य!"

"निसर्गात ईश्वर निद्रित असतो, पण मनुष्यात तो जागृत होतो!" श्री बोलून गेला. "वा: वा:!" म्हणून चपलेच्या त्या भक्ताने आपली पसंती दर्शविली. चपला श्रीकडे वळून म्हणाली,

"तुम्हीच लिहून द्या हे वाक्य! मला नाही बाई जमायचं!" श्रीने नाईलाजाने ती वही हातात घेतली. कुठल्या तरी स्टेशनात गाडी थांबली होती. त्यामुळे त्याला ते वाक्य झटकन लिहिताही आले. त्याच्या त्या गोल मोहक अक्षरांकडे चपला पाहतच राहिली. श्रीच्या हातातून ते नोटबुक घेऊन चपलेने त्या संदेशाखाली आपली इंग्रजी सही केली. लगेच श्रीपुढे ती वही करून ते गृहस्थ विनंती करते झाले...

"आपला संदेश द्या ना!"

"अहो, संदेश द्यायला मी मोठा मनुष्य नाही कुणी!"

"पण– पण–" भक्ताने देवतेकडे पाहिले.

देवता प्रसन्न होऊन म्हणाली, "फार लाजाळू आहेत हं हे!"

"काय करतात हे?" भक्ताने पृच्छा केली.

"आमच्याच कंपनीत आहेत!"

"पुढल्या चित्रपटात यांचं काम आहे का?"

"हो. नायकाचं काम करणार आहेत हे!"

चपलेच्या या चेष्टेचा श्रीला राग येत होता आणि हसूही येत होते. पण त्या गृहस्थाने स्वाक्षरीदाखल जेव्हा त्याचा पाठपुरावा केला तेव्हा श्री चिडून म्हणाला, ''माझ्या संदेशाप्रमाणं वागायचंय का तुम्हाला?''

''अलबत! हे सर्व संदेश दररोज झोपतेवेळी मी वाचीत असतो!''

श्रीच्या मनात आले– या गृहस्थाने झोपेवरले रामबाण औषध पैदा केले आहे यात शंका नाही. परंतु उसना गंभीरपणा धारण करून तो म्हणाला, ''माझा तुम्हाला एकच संदेश आहे!''

''कुठला?'' भक्ताने भाविकपणाने पृच्छा केली.

''सत्याग्रहाला चला!''

''आँ!'' एक पाऊल मागे घेत तो गृहस्थ उद्गारला.

सत्याग्रह शब्द ऐकल्यावर सत्याग्रह कुठला, तो केव्हा होणार आहे वगैरे गोष्टी विचारायला ती स्वारी उभीच राहिली नाही! अर्थात श्रीवरची संदेश देण्याची आपत्ती आपोआपच टळली.

श्रीच्या या समयसूचकतेचे चपलेला मोठे कौतुक वाटले.

कर्जतपासून कल्याणपर्यंत गाडीचा एवढा खडखडाट होत असतो की जवळ बसलेल्या दोन माणसांनासुद्धा एकमेकांशी बोलण्याचा त्रास होतो. त्यातूनच चपलेचे बोलण्याचे सर्व विषय संपले होते. श्रीला तर काहीच बोलायचे नव्हते.

हालत्या गाडीच्या तालावर त्या दोघांची शरीरे डुलत होती. मधूनच गाडीने मोठे वळण घेतले की क्वचित त्यांचा ओझरता स्पर्शही होत होता. अशाच एका स्पर्शाने श्री चमकला. त्याने डब्यात चौफेर नजर फिरविली. आठ-दहा तरुणी त्याच्या दृष्टीच्या टप्प्यात आल्या. एकीपाशीही चपलेच्या पासंगाला लागेल एवढेसुद्धा सौंदर्य नव्हते.

सुंदर तरुणीच्या जवळ बसणे फार मोठी शिक्षा आहे असे आता श्रीला वाटू लागले. गळ्यातल्या लोढण्याला न जुमानता एखादे ओढाळ गुरू जसे बेफाम धावते तसे त्याचे मन स्वैर भ्रमण करू लागले होते. सकाळी चपलेची काल्पनिक मूर्ती डोळ्यांपुढे आणून तिच्या चिंतनात तो रममाण झाला होता पण बाळासाहेबांची पत्नी आहे या अंकुशाने मनाला वारंवार टोचून त्याने त्या मोहातून कशीबशी आपली मुक्तता करून घेतली होती.

पण आता चपलेची खरीखुरी मूर्ती त्याला बिलगून बसली होती. ती बाळासाहेबांची पत्नी नाही ही गोष्टही कळून चुकली होती. त्यामुळे सकाळी तोडलेले मोहपाश आता दुप्पट दृढ होऊ लागले.

तिसऱ्या वर्गाच्या डब्यात एकांत मिळण्याची शक्यता नसल्यामुळे चपलेबरोबर प्रवास करण्यापासून आपल्याला काही त्रास होईल असे श्रीला वाटत नव्हते. पण

मोहवश मन गर्दीतही एकांत निर्माण करू शकते. त्या एकांतात क्षणाक्षणाला ते किती विलक्षण चित्रे रंगविते!

एक श्री ही चित्रे रंगवीत होता. दुसरा त्याच्यावर टीका करीत होता. जगातल्या पहिल्या युवकाने पहिल्यांदाच युवती पाहिल्यावर त्याच्या मनात ज्या विकारलहरी उसळल्या असतील, त्या आपल्या मनातल्या खळबळीपेक्षा फारशा भिन्न नसाव्यात असे श्रीला वाटले. मघाशी संदेश म्हणून चपलेला त्याने सुचविलेले वाक्य त्याच्या डोळ्यांपुढे उभे राहिले– निसर्गात देव निद्रित असतो; पण मनुष्यात तो जागृत होतो!''

त्याला वाटले– मघापर्यंत हे वाक्य आपल्याला किती अर्थपूर्ण वाटत होते. पण निसर्गात खरोखरच देव आहे का? छे! निसर्ग हा एक राक्षस आहे. तो नेहमीच जागृत असतो. या राक्षसाच्या शक्तीवाचून एक क्षणभरही जग चालू शकणार नाही. पण या राक्षसाला शक्ती तेवढी आहे, बुद्धी बिलकूल नाही आणि दयामाया हा शब्दही त्याला ठाऊक नाही.

कल्याण स्टेशनवर एक वर्तमानपत्र घेण्याच्या निमित्ताने श्री बाहेर गेला. परत आल्यावर चपलेच्या समोरील बाकावर एक जागा रिकामी झाली होती. तिथे तो बसला.

चपलेने स्मित केले.

श्रीने ते पाहिले. पण आपण वर्तमानपत्र वाचण्यात गढून गेलो आहोत असेच त्याने दाखविले.

ठाणे मागे पडल्यावर श्रीने चपलेला विचारले, ''कुठं उतरणार तुम्ही?''

''जिथं तुम्ही उतराल तिथंच!''

''तुम्ही सी. आय.डी.त आहात की सिनेमात आहात? अगदी माझी पाठ सोडायची नाही असं ठरवलंय वाटतं?''

''माणसं पळून जायला लागल्यावर मग काय करायचं?''

''ती अशी का धावतात हे समजून घ्यायचं!''

''त्यांच्यामागं वाघ लागलेला असतो म्हणून!''

''अंऽहं! त्यांच्यापुढं मोठं ध्येय असतं म्हणून!''

चित्रपटसृष्टीतल्या अनुभवांमुळे चपला हजरजबाबीपणात विलक्षण तरबेज झाली होती. पण श्रीचे हे वाक्य त्याच्यावर कसे उलटवावे हे मात्र तिला कळेना. तिने विषयच बदलला.

ती म्हणाली, ''तुमच्या घरी येणार आहे मी!''

''आमचं घर काही पाहण्यासारखं नाही!''

''कुणाच्या घरी जातात ते घर पाह्यला नाही! माणसं पाह्यला!''

"कालपासून तुम्ही मला पाहताच आहात की!"

"पण तुमच्या आजोबांना पाहायचंय मला!"

ही खट्याळ तरुणी आपली थट्टा तर करीत नाही ना अशी श्रीला शंका आल्यावाचून राहिली नाही. पण तिची मुद्रा तर भावपूर्ण दिसत होती. श्री काहीच बोलत नाही असे पाहून चपला म्हणाली, "तुमचं देणंही द्यायचंय मला!"

"देणं?"

"हो. देणंच म्हणायचं! आपण ज्याच्याकडे जेवायला जातो, त्याला आपल्या घरी जेवायला बोलवायला नको का? तसंच आहे हे. मी तुमची खडान्‌खडा माहिती काढून घेतली. मग माझ्या साऱ्या गोष्टी तुम्हाला सांगायला काय हरकत आहे?"

चपलेविषयी निर्माण झालेली श्रीच्या मनातली जिज्ञासा अगदी उचंबळून आली. चपला त्याला म्हणाली, "तुमचा पत्ता टिपून द्या मला. मी रात्री दहा वाजता टॅक्सी घेऊन येते. कुठं तरी फिरायला जाऊ आपण. जुहूला नाही तर..."

चपलेचे पूर्वचरित्र जाणण्याचा मोह श्रीला अनावर झाला होता. पण लगेच त्याच्या मनात आले– हिच्या सहवासाने आपल्या मनातील छाया वाढणार तर नाही ना?

श्री काहीच बोलत नाही असे पाहून चपला म्हणाली, "काल रात्री आपण टेकडीवर बोलत बसलो होतो ना? आज समुद्रावर जाऊ. तिथं चांगला संदेशही द्या मला!"

चपलेने आपल्या मनीबॅगमधून एक छोटा कागद काढून तो श्रीच्या हातात दिला. श्रीने त्यावर आपला पत्ता लिहिला.

दादर स्टेशनवर श्री होता तो डबा स्टेशनच्या अलीकडेच उभा राहिला. धक्का नसल्यामुळे डब्यातून तिथे उतरणे फारसे सोपे नव्हते. पण श्रीने हातात बॅग घेऊन अगदी लीलया उडी टाकली. आपल्याच डब्यात एका बाईला खाली उतरावयाचे आहे हे लक्षात येताच त्याने हातातली बॅग खाली ठेवून तिचे सामान चटचट खाली घेतले. ती बाई उतरायला काकू करू लागली असे पाहताच श्रीने हात देऊन तिला खाली उतरायलाही मदत केली.

या साऱ्या गोष्टी चपला अत्यंत तन्मयतेने पाहत होती. गाडी सुरू झाली तरी गाडीतून गमतीने उतरणारा श्रीच तिच्या डोळ्यांपुढे तरंगत होता.

आणि दहा वाजता श्रीच्या बिऱ्हाडाकडे जाण्याकरिता टॅक्सीत बसेपर्यंतच्या मध्यंतरीच्या काळात जरी तिने आपल्या शृंगारलेल्या खोलीत विश्रांती घेतली होती, दोन-तीन मैत्रिणींबरोबर आवडते आइस्क्रीम खाल्ले होते, एका ओळखीच्या

नटाबरोबर चित्र पाहायला जाऊन बॉक्समध्ये अर्धा तास घालविला होता आणि अगदी नवीन पद्धतीची जॉर्जेटची पातळे आली आहेत असे तिच्या नेहमीच्या दुकानदाराने सांगितल्यामुळे विजेच्या प्रकाशात चमकणारी चित्रविचित्र पातळे पाहण्यात ती दोन घटका रंगून गेली होती, तरी कोणत्याहीवेळी श्रीच्या त्या मूर्तीचे तिला विस्मरण झाले नव्हते.

मात्र टॅक्सीत बसल्यावर गेल्या तासात तिच्या मनाला न शिवलेला विचार एकदम तिला चाटून गेला. सकाळी आगट्यांच्या बंगल्यात आपले रहस्य कळल्यानंतर श्रीने आपल्याकडे विलक्षण तिरस्काराने पाहिले. त्या तिरस्काराचा सूड घ्यायचा म्हणून का आपण त्याच्याभोवती एवढी रुंजी घालीत आहोत? की प्रणयाविषयी उदासीन असणाऱ्या तरुणाचे स्त्रीच्या मनाला अधिक आकर्षण वाटते?

परस्परविरोधी अनेक विचारांनी चपलेचे मन इतके अस्वस्थ झाले की तिने ड्रायव्हरला मध्येच गाडी थांबवायला सांगितली. तिला वाटले– आपण आता श्रीला भेटायला जाणे हा लोचटपणा आहे– शुद्ध वेडेपणा आहे.

पुन्हा तिला वाटले– श्री आपली वाट पाहत बसला असेल. आपण गेलो नाही तर त्याला वाईट वाटेल. परिचयाचे पहिले धागे रेशमाहूनही नाजूक असतात. एवढ्याशा धक्क्यानेही ते तुटून जातात. तिने ड्रायव्हरला गाडी सुरू करण्याचा हुकूम फर्मावला. ड्रायव्हर मनात म्हणत होता– सिनेमानटी आहे ही! पिऊन-बिऊनसुद्धा आली असेल! कुणी नेम सांगावा?

मात्र चपलेने दिलेल्या पत्त्यापाशी गाडी उभी करताना तो गोंधळला. अगदी गरीब, खालच्या जातीच्या माणसांचीच या जागी वस्ती आहे हे त्याला ठाऊक होते. असल्या भिकारड्या वस्तीत सुंदर सिनेमानटीचे काय काम असावे याचा त्याला तर्कच करता येईना.

त्याने पुन:पुन्हा गाडीचे हॉर्न वाजविले. शेवटी आतून एक काळा कुळकुळीत मुलगा बाहेर आला. त्याला पाहताच तर ड्रायव्हर चपापला. तो स्टेशनवर हमाली करणारा एक महार मुलगा आहे हे त्याला ठाऊक होते.

''श्री आहेत का?'' चपलेने प्रश्न केला.

''तुम्हाला आत बोलावलंय त्यांनी!''

त्या मुलाच्या मागून जाताना वाटेवरले खड्डे, वाटेपलीकडची घाण, अंगावरून गेलेल्या दोन-तीन काळ्याकुट्ट माणसांचे फाटकेतुटके कपडे, काही म्हटल्या काहीच चपलेला दिसले नाही. जवळजवळ काळोखातूनच त्या मुलाने तिला एका खोलीपुढे नेऊन उभे केले. खोलीचे दार लोटले होते. चपलेने ते हलक्या हाताने उघडले.

तिने पाहिले– जमिनीवर पसरलेल्या लहानशा अंथरुणावर एक म्हातारा

मनुष्य निपचित पडला आहे.

चपला आत गेली तेव्हा श्री त्या वृद्धाच्या कपाळावरली एक घडी काढून तिथे दुसरी घालीत होता.

घडी घालून झाल्यावर श्रीने चपलेला पाहिले. त्याने नुसते स्मित केले.

"काय होतंय तुमच्या आजोबांना?"

"ताप भरलाय! अगदी वेळेवर आलो मी!"

"आल्यापासून शुश्रूषाच करताय वाटतं?"

काहीच उत्तर न देता श्रीने आजोबांच्या अंगावरील पांघरूण सारखे केले आणि तो पांघरुणावरून हात फिरवू लागला.

"घटकाभर फिरून येऊया हवं तर. म्हणजे तुम्हालाही बरं वाटेल!"

श्रीने नकारार्थी मान हलविली. त्या नकाराचा चपलेला रागही आला.

तिचे एक मन रागावले होते. दुसरे श्रीच्या सेवेकडे कौतुकाने पाहत होते.

थोड्या वेळाने श्री मान वर करून म्हणाला, "क्षमा करा हं मला चपलाबाई!"

चपला काही तरी मधुर उत्तर देणार होती. इतक्यात श्रीचे आजोबा भ्रमात किंचाळले, "महाराच्या मुलाला काय जीव नसतो होय?"

■

गुरु-शिष्य

त्या दोन पत्रांपैकी एकावरील अक्षर बाळासाहेबांनी चटकन ओळखले. आगट्यांचेच पत्र होते ते! इतक्या वर्षांनीही ते अक्षर त्यांना ओळखीचे वाटले.

पण हे दुसरे अक्षर! किती गोल आणि मोहक! एखाद्या पक्षकाराचे तर पत्र नसेल. छे! मग? सुबोध पुण्याला आल्यावर त्याला सारी हकिकत कळून आपली कानउघाडणी करणारे हे पत्र त्याने लिहिले नसेल!

काही केल्या ते दुसरे पत्र आधी फोडायला बाळासाहेबांचे मन घेईना. त्यांनी आगट्यांचेच पत्र फोडून ते वाचायला सुरुवात केली.

'प्रिय बाळासाहेब,

सप्रेम नमस्कार. गाडीतच तू कर्जतला पत्र टाकलंस ते मिळाले. तुझ्या पत्रात चारच ओळी आहेत. पण त्या चार ओळींत किती अदृश्य दु:ख भरले आहे! मनुष्याचे आयुष्य हे इतिहासासारखेच आहे. नाही? इतिहासातील मोठ्या प्रसंगांची छोटी वर्णने आपण पुस्तकात वाचतो. पण त्या प्रसंगात सापडलेल्या माणसांच्या अंत:करणातील कालवाकालव मात्र कुठेच वाचायला मिळत नाही.

'झाला तो साराच प्रकार विचित्र झाला' हे तुझे उद्गार अक्षरश: खरे आहेत. सौभाग्यवतीने काल रात्री मला किती लांबलचक व्याख्यान ऐकविले म्हणतोस? त्याचा सारांश– पुरुषजात तेवढी निमकहराम!

काल मीसुद्धा गोंधळून गेलो होतो. निर्मलाबाई शुद्धीवर आल्यावर त्यांनी तुला पाहिले आणि पुन्हा त्यांची शुद्ध गेली. पुढे डॉक्टरांनी त्यांच्या मनाला मोठा धक्का बसला आहे, मनाचा क्षोभ होईल असे काही त्यांच्याशी बोलू नका, जे माणूस नको असेल ते समोर येऊ देऊ नका इत्यादी गोष्टी मला बजावून सांगितले. ते सारे तुला कसे सांगायचे या कोड्यात पडलो होतो मी.

पण ज्या शांतपणे तू माझ्या सूचक शब्दांचा विचार केलास तो अगदी अवर्णनीय होता. निर्मलाताईंनी सध्या आमच्याकडेच राहावे आणि तू जबलपूरला जावेस हीच काय ती या प्रसंगातून बाहेर पडायला वाट होती. ती आपणहून तू दाखवलीस. इतक्या विचारी माणसाच्या हातून एका नटीला बायको म्हणून बरोबर घेऊन फिरण्याची चूक झाली तरी कशी याचेच मला आश्चर्य वाटते. प्रत्येक मनुष्याला मधूनच वेडाची एखादी लहर येते की काय कुणाला ठाऊक!

काल चपलेविषयी मी तुला खोटे सांगितले तर तू जबलपूरला न जाता मुंबईला राहशील आणि ती बाई आणखी घोटाळा करील अशी भीती वाटली मला. ती मुंबापुरी-सुंदरी परत मुंबईलाच गेली आहे. ती मुंबईला जावो नाही तर मसणात जावो. तू आता तिच्याशी कोणत्याही प्रकारचा संबंध न ठेवणे बरे! नाही का?

काल रात्री सुबोध पुण्यात आला. आज उजाडताच स्वारी आमच्या दारात दत्त म्हणून उभी! मी डोळे चोळत त्याचे स्वागत केले. माझ्या दृष्टीने तो फार लवकर आला होता. पण जेव्हा का त्याचा कार्यक्रम ऐकला– तो बरोबर चार वाजता उठतो. प्रातर्विधी, स्नान, प्रार्थना वगैरे संपवून स्वारी तासभर टकळीवर सूत काढते. इतके आन्हिक आटपून तो आमच्या घरी आला होता.

तू कालच गेलास असे त्याला मी सांगितले तेव्हा तो म्हणाला, ''बाळासाहेब गेला नाही, भिऊन पळाला!''

कालच्या प्रकाराची काही तरी कुणकुण कळल्यामुळे तो शब्द बोलला की काय अशी मला शंका आली. मी जरा सावधपणानेच प्रश्न केला,

''कुणाला भिऊन पळाला तो?''

''मला!'' त्याने हसत हसत उत्तर दिले.

माझी शंका अधिकच बळावली. पण लगेच सुबोध म्हणाला, ''सारेच श्रीमंत लोक मला भितात. सुबोधची गाठ पडली की आपल्या आश्रमाकरिता देणगी घेतल्याशिवाय तो आपल्याला सोडणार नाही असं भय वाटतं त्यांना!''

स्वारी चहा तर घेत नाहीच, पण म्हशीचे दूधसुद्धा चालत नाही त्याला. गाईचे दूध मुद्दाम आणवावे लागते. ते देताना मी गमतीने त्याला टोमणा मारला, ''तुम्ही देशभक्त म्हणजे कुक्कुबाळ असता अगदी. गाईच्या दुधावाचून चालतच नाही तुमचं!''

मला वाटले– तो रागावून काही तरी उत्तर देईल. पण चहाबरोबर

रागही सोडलेला दिसतो त्याने! बाकी गोरक्षणाची खरी आवश्यकता आज सकाळीच मला पटली म्हणेनास!

तुझी बायको इथेच आहे; आजारी असल्यामुळे ती काल तुझ्याबरोबर जबलपूरला जाऊ शकली नाही, असे मी त्याला सांगितले मात्र! गृहस्थ निघाला वहिनींना भेटायला! जगन्मित्र आहे नुसता.

सर्वांत नवलाची गोष्ट म्हणजे कालपासून कुणाशीही न बोलणाऱ्या निर्मलाबाई त्याच्याशी मनमोकळेपणाने बोलू लागल्या. काही माणसांकडे मुले हा हा म्हणता जातात ना? मला वाटते! मोठ्या माणसांची मनेसुद्धा मुलांसारखीच असतात. अंगात एक खादीचे कुडते, आणि मोठ्या कष्टाने गुडघ्याखाली जाणारा पंचा हा काय तो सुबोधचा थाट! पण त्याचा हसतमुख चेहरा पाहिला की आयुष्यातली अत्यंत मौल्यवान गोष्ट त्याला मिळाली आहे अशी खात्री होते. आमच्या सौभाग्यवतीने तर त्याला मुद्दाम चार दिवस ठेवून घेण्याचा हट्ट धरला, त्यावरून काय ते ओळख. तो आपल्या आश्रमात वाटेल त्या जातीची मुले घेतो, तो महारांच्या पंक्तीला सुद्धा जेवला आहे, वगैरे सर्व गोष्टी मी मुद्दामच कुटुंबाला चिडविण्याकरिता सांगितल्या. पण साधेपणात काही विलक्षण मोहिनी असते यात संशय नाही.

सुबोध आज रात्री मुंबईला जाईल. शिवापूरहून तो महाराचा मुलगा माराने मेला अशी बातमी कुणी तरी उपद्व्यापी माणसाने मुंबईला पाठविली. अर्थात त्या बाजूची मुंबईला असलेली हरिजन मंडळी खवळली. त्यातले पुष्कळ लोक सुबोधच्या ओळखीचे आहेत. तेव्हा ते प्रकरण त्याच्या मध्यस्थीने मिटेल असे वाटते. सवड झाली तर जबलपूरला जाऊन तुला भेटून ये असे मी त्याला सांगणार आहे.

स्वारीच्या विनोदाचा एक मासला सांगायचा राहिलाय की, निर्मलाबाईंशी बोलता बोलता त्याने तुझ्याविषयी प्रश्न करायला सुरुवात केली. त्या घुश्श्यातच होत्या! 'हूं' आणि 'उं हूं' याखेरीज त्या काहीही उत्तर देईनात तेव्हा सुबोध काय म्हणतो– 'बाळासाहेब माझ्यापेक्षा अधिकच भाग्यवान आहे हं!'

मी विचारले, 'कसा रे बाबा!' त्याने उत्तर दिले, 'वहिनींचं नि त्यांचं भांडण झालंय हे मी तुला सांगतो. पण या भांडणाचा परिणाम काय होणार हे आहे का ठाऊक? तिकडे बाळासाहेबांना एकसारख्या उचक्या लागणार आणि इकडे वहिनींचीही उचक्या लागून तारांबळ होणार!'

दूर असलेल्या कुणी तरी मनुष्याने आपली आठवण काढली म्हणजे

उचकी लागते, अशी लहानपणी आपणा सर्वांचीच समजूत होती नाही का? त्या समजुतीचा किती सुंदर उपयोग केला त्याने. हे उचकीपुराण ऐकून निर्मलाबाईसुद्धा हसू लागल्या.

पत्र फार लांबले. पण खरे सांगू? ते अगदी लहान आहे असेच मला वाटते. जवळजवळ वीस वर्षांनी तुझी-माझी गाठ पडण्याचा योग आला. तुला चार-आठ दिवस ठेवून घेऊन तुझ्याशी खूप खूप बोलावे, जुन्या आठवणींचा आनंद लुटावा, मधल्या आयुष्याचा पडताळा पाहावा, एक ना दोन, किती तरी इच्छा माझ्या मनात उत्पन्न झाल्या होत्या. पण कालच्या त्या विचित्र प्रसंगाने सारेच काही तिरपगडे होऊन बसले!

कालच्या प्रसंगातून तू निर्दोष म्हणून सुटणे शक्य नाही हे उघड आहे. असल्या गोष्टीत एका हाताने टाळी वाजत नाही. पण तुझी चूक केवढीही मोठी असली, तरी तू दुष्ट आहेस असे मला एक क्षणभरही वाटले नाही. नाटके-कादंबऱ्यात पैसे लुबाडणारे, बायका पळविणारे, किंवा खून करणारे दुष्ट पुरुष असतात. त्यात तुझी किंवा माझी कुणाची गणना करणार नाही. पण चाळिशीच्या घरात आलेल्या स्वतःच्या आयुष्याकडे वळून पाहिले की माझी मलाच भीती वाटू लागते. मी वाईट मनुष्य नाही, तसा चांगला मनुष्यही नाही, अशी एक विचित्र जाणीव उत्पन्न होते.

आता थांबतोच. पुढे सविस्तर लिहीन. निर्मलाताईंची काळजी करू नकोस. त्यांना पूर्णपणे बरे वाटल्यावर तुझ्याकडे जाण्याची गोष्ट काढून पाहीन.

तुझा
भाऊ'

पत्र संपल्यावर बाळासाहेब किती तरी वेळ खालच्या 'भाऊ' या सहीकडे पाहत होते. भाऊराव आगट्यांना त्यांचे आजोबा भावड्या म्हणून हाक मारीत हे कॉलेजातल्या सर्व विद्यार्थ्यांना ठाऊक होते. पण तेव्हासुद्धा आपण, सुबोध किंवा दुसरे कुणी मित्र त्याला भाऊ म्हणत नव्हतो! आगटेच म्हणत असू. असे का व्हावे! एखाद्या जिव्हाळ्याच्या माणसाला आडनावाने हाक मारण्यात मनुष्याला आनंद व्हावा ही गोष्ट थोडी विचित्र नाही का? बाळासाहेबांना वाटले– मनुष्य हा जगातला अत्यंत विसंगत प्राणी आहे हेच खरे! नाहीतर कॉलेजात असताना बालगंधर्वांच्या प्रत्येक वेषभूषेचे कौतुक करणारा सुबोध आज कुडते आणि पंचा यांवर संतुष्ट कसा राहिला असता?

सुबोधची आठवण होताच एक प्रकारचा भयमिश्रित आनंद बाळासाहेबांच्या मनाला स्पर्शून गेला. त्यांना वाटले– आगट्याने लिहिल्याप्रमाणे सुबोध मुंबईहून आपल्याला भेटायला आला तर किती बरे होईल. आपल्या अंत:करणातले मुके कढ बाहेर पडून शांत तरी होतील. दु:ख दुसऱ्याला सांगता येईनासे झाले की मनुष्य आतल्या आत गुदमरून जातो. सुबोध आला की या दु:खाला कुठून ना कुठून वाट फुटेल–

लगेच त्यांच्या मनात आले– पण सुबोध आला तर त्याच्यापाशी मन मोकळे करून आपल्याला बोलता येईल का? तो देवमाणूस झालेला दिसतो. आपण साधे माणूसच राहिलो आहोत! साध्या माणसाच्या हातून लोकांना गुन्हे वाटणाऱ्या चुका का होतात हे असल्या देवमाणसांना कळत तरी असेल का? पायी चालणारा मनुष्य केळ्याच्या सालीवर पाय पडल्यामुळे निसटून रस्त्यावर लोटांगण घालतो. मोटारीतून जाणाऱ्याला त्याचे दु:ख कधीच कळत नाही. तो त्याला हसून भुर्रकन निघून जातो. सुबोधही कदाचित तसेच करील. पण पडणाऱ्याला सहानुभूती हवी असते. कोरडा उपदेश काय, कुठल्याही धर्मग्रंथात आढळेल.

सुबोध आला तर आपल्या मनाचा अधिकच कोंडमारा होईल या कल्पनेने बाळासाहेबांना इतक्या लवकर पछाडले की त्याला चुकविण्याकरिता आपण जबलपूर सोडून चार-आठ दिवस कुठे तरी जावे असाही विचार त्यांच्या मनात येऊन गेला.

किती तरी वेळाने आपण अजून दुसरे पत्र फोडलेच नाही या गोष्टीची त्यांना आठवण झाली. त्यांनी पत्रावरला छाप पाहिला. मुंबईहून आपल्याला पत्र पाठविणाऱ्या माणसांत कुणाचेच असे अक्षर नाही. कदाचित हे पत्र चपलेचेही असेल. पण आपल्याला पाठवायचे पत्र ती दुसऱ्याकडून लिहून घेईल का?

न घ्यायला काय झाले? कालच्या त्या प्रसंगाचा तिच्याही मनाला धक्का बसला असेल. मुंबईला जाऊन ती आजारीही पडली असेल कदाचित. ती आजारी असली, तर तिच्या समाचाराला आपण जायला नको का?

पण मुंबईला गेल्यावर तिथे सुबोध भेटला तर?

मनाच्या अशा आंदोलनातच बाळासाहेबांनी ते पत्र उघडले. खालची सही पाहताच ते चकित झाले– श्री!

ते वाचू लागले–

सप्रेम नमस्कार,

पुण्याला आपला परिचय होण्याचा योग आला. तेवढ्या परिचयावरून पत्र पाठवावे की पाठवू नये या विचारात होतो. पण 'मी' कादंबरीच्या

शेवटी आपण विद्यार्थिदशेत लिहिलेले ते वाक्य आठवले– जीवन ही लढाई आहे. आणि युद्धात तर सर्व काही क्षम्य असते, होय ना?

शिवापूरच्या सत्याग्रहाविषयी मी लिहिणार आहे हे कदाचित आपल्या लक्षात आलेही असेल. मी काल मुंबईला आलो. घरी येऊन पाहतो तो माझे आजोबा तापाने फणफणताहेत.

आदल्या दिवशी सत्याग्रहासंबंधी त्यांचे काही मंडळींशी बोलणे झाले. चांगले प्रतिष्ठित लोक होते ते. वकील, डॉक्टर, व्यापारी, संपादक वगैरे. त्या सर्वांचे म्हणणे असे की आजोबांनी या संकल्पित सत्याग्रहाला विरोध करावा. आजोबांची शिवापूरच्या बाजूच्या हरिजन मंडळीत खूप ओळख आहे. ते सारे आजोबांना देवासारखे मान देतात. तेव्हा हा सत्याग्रह होऊ द्यायचा नाही तर आजोबांचेच मन वळविले पाहिजे हे या पांढरेपशांना कुणी काही शिकवायला नको होते.

आजोबांनी त्या मंडळींशी खूप वाद केला. पण जिथे साराच स्वार्थाचा बाजार, तिथे माणुसकीची कोण किंमत करणार? या मंडळीपैकी एक डॉक्टर शिवापूरकर सावकारांचे चुलत मेहुणे आहेत म्हणे! त्यांनी आपला मेहुणा अगदी देवमाणूस आहे असे छातीवर हात ठेवून सांगितले. दुसऱ्या एकाने तर सावकार काँग्रेसचा सभासद असल्यामुळे आपल्या नोकराकडून तो एखाद्या महाराच्या मुलाला चोप देईल हे अगदी अशक्य आहे असा निर्वाळा दिला.

चार आणे देऊन काँग्रेसचा सभासद झालेला प्रत्येक मनुष्य सत्पुरुष असतो हे कुणी झाले तरी कसे ऐकून घेईल? चार आण्यांत मनुष्याला सज्जन बनविण्याच्या तुमच्या जादूवर माझा विश्वास नाही असे आजोबांनी त्याला स्पष्ट सांगितले. मग तर सारेच प्रकरण चिडीवर गेले. या मंडळींपैकी कित्येकांनी हरिजनांच्या कार्याला थोडीफार मदत केलेली आहे. पण आपण मदत करतो हे मोठे उपकार करतो ही या लोकांची भावना त्यांच्या बोलण्यातून किती लवकर बाहेर पडते! आग लावणाराने ती विझवायला आपल्या विहिरीतले पाणी दिले तर तो कधी उपकार होईल? पण आमची सुधारणा करायला निघालेल्या लोकांपैकी कितीशा लोकांना हे समजते कुणाला ठाऊक! आगरकरांसारख्या अद्वितीय पुरुषाने अट्टाहास केला आणि नंतर गांधींसारख्या अलौकिक पुढाऱ्याने चंग बांधला म्हणून हरिजनांविषयी बरीचशी सहानुभूती उत्पन्न झाली आहे; पण सहानुभूती ही पाण्यासारखी आहे. उलट प्रत्यक्ष कृती हे अन्न आहे. नुसत्या पाण्यावर मनुष्य फार दिवस जगू शकत नाही. हरिजनांचीही आता तीच स्थिती

झाली आहे. वर्तमानपत्रातले लेख, सभांतली भाषणे आणि मासिकांतल्या गोष्टी यावरून त्यांच्या उद्धाराविषयी समाजाला फार तळमळ लागली असे वाटते. पण आज तुकाराम असता तर हे सारे पाहून 'बोलाचीच कढी बोलाचाच भात, जेवूनिया तृप्त कोण झाला' असा रोकडा सवाल त्याने या साऱ्या सुधारकांना केला असता!

पण लिहायला बसलो एका गोष्टीसाठी आणि वाहवलो दुसरीकडेच!

आजोबांची समजूत घालायला आलेल्या मंडळींनी त्यांना खूपच चिडवले. शिवापूरच्या तळ्याच्या पाण्याचा सत्याग्रह झाला तर शिवापुरातल्या प्रत्येक महाराच्या घराला आग लागल्यावाचून राहणार नाही अशी धमकीही त्यांच्यापैकी एका बेफाम माणसाने दिली. आजोबांनीही जशाला तसे असे उत्तर दिले. पण ते घरी आले ते रागाने थरथर कापतच! पण तळपायाची आग अगदी मस्तकाला पोचली होती. आधीच त्यांचे वय होऊन गेले आहे. त्यात हा विचित्र प्रसंग! त्यांना सपाटून ताप भरला. तीन-चार तासांत त्यांची शुद्धच नाहीशी झाली.

काल मी आलो त्यावेळी भ्रमातच होते ते! मधून मधून ते बडबडत ते सारे सत्याग्रहाविषयीच. सारी रात्र त्यांच्या उशाशी बसून होतो मी! तुमच्या त्या चपलाबाई रात्री दहा वाजता जुहूवर जाण्याकरिता मोटार घेऊन आल्या होत्या. पण आजोबांजवळून एक घटकाभरसुद्धा हलणे शक्य नव्हते मला.

आज सकाळी आजोबांचा ताप कमी झाला. त्यांना शुद्धही आली. हळूहळू त्यांच्याकडून मी सारी हकिगत काढून घेतली. शिवापूरला एका महाराच्या मुलाला सावकाराच्या नोकराने तळ्याच्या पाण्याला शिवल्याबद्दल बेदम मारले आणि तो मुलगा त्या माराने मेला ही गोष्ट पूर्णपणे खरी आहे असे ते म्हणतात. इथल्या दोन-तीन माणसांकडून शिवापूरला पत्रे लिहून त्यांनी या बाबतीत अगदी खात्री करून घेतली आहे स्वत:ची. झालेल्या गोष्टीवर पांघरूण घालण्याची मोठमोठ्या लोकांची खटपट चालली नसती, तर आजोबाही इतके चिडले नसते. पण आता त्यांनी मनाचा निश्चय केला आहे की शिवापूरला सत्याग्रह करायचा आणि त्यात पहिला बळी आपला द्यायचा! कुणाला राग येवो, कुणी महारांच्या झोपड्यांना आग लावो, हा सत्याग्रह झालाच पाहिजे असे ते म्हणाले.

त्यांचे मघाचे विचित्र बोलणे अजून माझ्या कानात घुमत आहे– "श्री, रक्ताच्या डागांवर सारवण घालायला पाहताहेत ही माणसं! पण, रक्त म्हणजे काही पाणी नव्हे! रक्ताचे डाग रक्तानेच पुसायला हवेत!"

सत्याचा प्रखर प्रकाश सहन करण्याची शक्ती आपल्या समाजाच्या डोळ्यांना नाही हे या प्रकरणावरून सिद्धच होत आहे. हरिजनांनी शिवापूरला सत्याग्रह केला तर आमच्या बाजूने बोलायलासुद्धा फारशी माणसे पुढे येणार नाहीत. आजोबांना ही शंका सांगितली तेव्हा ते हसून म्हणाले, ''कॉलेजात जाऊन भित्रा झालायस तू श्री! कुत्रं आणि मांजर यांच्या भांडणात कुणाचा जय होतो रे?''

मी म्हटले, ''कुत्र्याचा!''

आजोबा म्हणाले, ''नुसती पुस्तकं वाचून जगायचं कसं ते कळत नाही बाबा! माझ्या लहानपणीची एक गोष्ट सांगतो तुला–

आमच्या घरात एक कुत्रा पाळला होता. पुढे घरातल्या मांजरीला पिले होऊन ती हळूहळू सगळीकडे फिरायला लागली. त्यातला एक लहानसा बोका त्या कुत्र्याच्या शेपटीशी खेळायला जाई. तो कुत्रा गुरगुर करी. पण त्या पिलाला त्याचे काहीच वाटत नसे. ते आईच्या शेपटीशी नेहमी खेळे. तो कुत्रा म्हणजे मोठी आई आहे असेच त्याला वाटत असावे.

त्या कुत्र्याला त्या पिलाचा फार राग येई. पिल्लू एकदा असेच उन्हात आपले पंजे चाटीत अंगणात बसले होते. कुत्र्याची स्वारी हळूच त्याच्यामागे गेली. पण त्याला– पिल्लाला चाहूल लागली. ते चटकन परतले. कुत्रा पाहताच घाबरून त्याने शेपटी फुलवली आणि अंगाचा तिरकमठा केला. लगेच त्याने इकडे तिकडे पाहिले. अंगणाच्या कडेला पांढऱ्या चाफ्याचे एक लहान झाड होते. पिल्लू पटकन त्या झाडावर चढले; पण कुत्राही काही कमी नव्हता. तोंडातून जीभ बाहेर काढून त्याने त्या झाडाच्या बुंध्यावर पुढले दोन पाय ठेवले. त्या पिल्लाला वाटले– कुत्रा आता झाडावर चढणार! भिऊन त्याने खाली उडी टाकली. पुन्हा दोघे समोरासमोर आली. कुत्रा पिल्लाची मानगूट पकडायला पुढे झाला. लगेच त्या पिल्लाने त्याच्या नाकावर असा पंजा मारला की क्यांव क्यांव करीत कुत्रा मागे पळाला. त्याच्या नाकाला रक्ताची धार लागली होती. तो मागे गेला असे पाहताच पिल्लू घरात पळून आले.''

तुम्हाला वाटेल– आपले काम न सांगता हा गृहस्थ कुत्र्या-मांजरांच्या गोष्टी कशाला लिहीत बसलाय! पण सत्याग्रहाच्या या साऱ्या प्रकाराने माझे मन अगदी उडून गेले आहे. काय लिहावे आणि काय लिहू नये याचे भानच राहिले नाही मला.

काम अगदी साधे आहे. आगट्यांच्या घरी तुम्ही म्हणाला होता की

मुलगा माराने मेला असला तर कोर्टात फिर्याद करता येईल. तरी याविषयीची सविस्तर माहिती मला कळविण्याची कृपा कराल का! डॉ. आंबेडकर सध्या येथे नाहीत; नाही तर ही तसदी तुम्हाला दिली नसती.

फारसा पाठिंबा नसताना सत्याग्रह सुरू झाला तर त्यात माझ्या आजोबांसारख्यांचे बळी तेवढे जातील. आईबापांपैकी कुणाचेच सुख मला मिळाले नाही. कुणाचा चेहरासुद्धा आठवत नाही मला. दोघांपैकी एकाची एकसुद्धा गोड आठवण माझ्या मनात घोळत नाही. मला कळू लागल्यापासून पाहतोय– आजोबाच माझे सारे काही करीत आले आहेत. ते आता पिकले पान झाले आहेत हे मला कळते. पण हे पान वाऱ्याने गळावे, मुद्दाम कुणी तोडू नये, एवढीच माझी इच्छा आहे.

पत्र फार लांबले. कृपा करून क्षमा करावी. कालपासून माझे मनच थाऱ्यावर नाही.

एखाद्या जवळच्या माणसाने लिहावे तसे पत्र लिहिले आहे. राग मानू नका. काल चपलाबाई म्हणाल्या, 'बाळासाहेबांचा स्वभाव फार फार गोड आहे!' ते सारखे मनात घोळत होते आणि मला वाटते– ऊस मुळासकट खायची खोडच आहे मनुष्याला! आपल्या उत्तराची वाट पाहत आहे.

आपला,
श्री.

ता.क.– सुबोध नाईक आज उद्या इतक्यात येथे येणार आहेत. ते आल्यावर काय घडते ते पाहू.

आपण आगट्यांचे बालमित्र आणि मी आगट्यांचा शिष्य, तेव्हा आपला एक प्रकारचा निकट संबंध आहेच. नाही काय?

श्री.

ता.क.– आपण पुण्याला आलात की जबलपूरला गेला हे नक्की कळणे शक्य नव्हते. म्हणून याच पत्राची एक नक्कल तुमच्या नावे आगट्यांच्या पत्त्यावर पुण्याला पाठविली आहे.

श्री.

■

निष्पर्ण कल्पलता

श्रीचे पत्र टेबलावर टाकून बाळासाहेब विचारात गुंग होऊन गेले. त्याच्या आजोबांच्या करारी स्वभावाचे त्यांना मोठे कौतुक वाटले. नातवाबरोबर लिहा-वाचायला शिकलेल्या मागासलेल्या वर्गातील माणूस! वयाची सत्तरी उलटलेली! पण लढायला अजून एका पायावर तयार आहे म्हातारा! कुठून हे बळ त्याच्या अंगी आले? त्यांचे मन म्हणाले– हा म्हातारा कसा आहे ते एकदा पाहिलेच पाहिजे.

पण श्रीच्या आजोबांविषयीचे हे विचार त्यांच्या मनातून झरझर नाहीसे झाले. त्याची जागा चपलेच्या चिंतनाने घेतली– चपला आणि श्री एकाच गाडीने मुंबईला गेली असावीत! त्यावाचून श्रीचे आणि तिचे एक रहस्य होणेच शक्य नाही. पण या रहस्याचा अर्थ काय? चपला रात्री दहा वाजता श्रीला फिरायला घेऊन जाण्याकरिता त्याच्या दारात मोटार उभी करते याचा दुसरा काय अर्थ असणार? फुलपाखराला काय? नवे फूल दिसले की ते तिकडे झुकलेच!

गतवर्षी आपल्याशी प्रणयचेष्टा करण्यापूर्वी चपला अगदी अल्लड, प्रणयाशी अनभिज्ञ अशी तरुणी होती असे थोडेच आहे! बारा गावचे पाणी प्यालेल्या आणि सतरा स्टुडिओतल्या माणसांना खेळवत आलेल्या छटेल तरुणीची कुणी ग्वाही द्यावी? श्रीमंत मनुष्य ताटातला एकच पदार्थ कधी आवडीने खात नाही. हे खा, ते टाकून दुसरे खा यातच त्याला सुख वाटते. प्रणय हा ज्यांच्या जीवनातला दररोजचा खेळ होऊन बसतो, त्यांची स्थिती अशीच होत असावी! त्यांच्या प्रणयाच्या वेलीला भक्तीचे फूल कधीच लागत नाही.

चपलेच्या पाशात श्री सापडला तर एका बुद्धिवान तरुणाच्या आयुष्याचा सत्यानाश होईल या भीतीने आपण चपलेच्या चंचलपणाची चिकित्सा करीत आहो अशी बाळासाहेबांनी आपल्या मनाची समजूत घातली. पण फुलांनी प्रेत शृंगारले म्हणून त्याचा भयाणपणा कुठे लपतो का?

श्रीविषयीची काळजी हा त्यांच्या मनाचा नुसता बाहेरचा देखावा होता. पडद्याआड त्यांनी डोकावून पाहिले मात्र— श्री आपला प्रतिस्पर्धी आहे, आपला शत्रू आहे हे सत्य त्यांना उघड उघड दिसले. समवयस्क तरुण-तरुणींना एक व्हायला निसर्गच साहाय्य करीत असतो. श्री हरिजन आहे खरा! पण वेश्येची मुलगी असलेली, किंबहुना स्वत: सभ्य वेश्या असलेली चपला त्याच्या जातीला थोडीच भिणार आहे! तो तरुण आहे, उमदा आहे, देखणा आहे, हुशार आहे—

आपण चपलेला सभ्य वेश्या म्हटले, मग या चंचल मुलीविषयी अजूनही आपल्याला इतकी आसक्ती का वाटावी? काही केल्या बाळासाहेबांना हे कोडे उलगडेना. एकनिष्ठ प्रीतीच्या पाशात अंत:करण बद्ध झालेले असते. ते पाश तुटू लागले म्हणजे कुणी काळजाचे तुकडे करीत आहे की काय असे वाटणे स्वाभाविक आहे. पण चपलेचे पाश खास तसे नाहीत. मग शरीराभोवती पडलेले हे मोहाचे पाश तुटू लागले, तर आपले मन इतके व्याकुळ का व्हावे? की शरीर हेच माणसाचे दुसरे मन आहे?

आपली प्रकृती बरी नसल्यामुळे आपण कोर्टात येत नाही म्हणून बाळासाहेबांनी आपल्या हाताखालच्या वकिलाला निरोप पाठविला आणि ते पलंगावर जाऊन पडले.

पण पुरती पाच मिनिटेसुद्धा त्यांना तिथे स्वस्थ पडून राहता आले नाही. ते लगेच उठले. त्यांनी पुन: पुन्हा ती दोन्ही पत्रे वाचली. पत्रे बाजूला ठेवून अस्वस्थपणे आपल्या खोलीत ते फेऱ्या घालू लागले. मध्येच फेऱ्या थांबवून पुन्हा ती दोन्ही पत्रे त्यांनी चाळली.

'महाराज' रामनारायण स्वयंपाक करता करता हे सगळे पाहत होता. बाईसाहेब अधिक आजारी झाल्या आहेत की काय हेच त्याला कळेना. पण साहेबांचा घुमा स्वभाव त्याला पक्का ठाऊक होता. तो गप्प बसला.

मात्र पानावर बसल्यावर साहेबांनी पहिला भात तसाच बाजूला सारला आणि पोळीचा तुकडा आमटीत बुडवून तोंडात टाकला हे जेव्हा त्याने पाहिले तेव्हा त्याची खात्रीच झाली की काहीतरी भयंकर गोष्ट घडली आहे.

तो भीत भीत म्हणाला, "साहेब, तब्येत ठीक नाही?"

रामनारायण हा स्वयंपाक्याच्या जातीला अपवाद होता. आठ वर्षांपूर्वी त्याने जे बाळासाहेबांचे घर धरले ते कायमचेच. घरातल्या 'बिल्ली'पासून साहेबांपर्यंत सर्वांची तो काळजी घेई. घरात कुणी आजारी पडले तर रामनारायणाची अशी धावपळ होई की जणू काही तोच घरचा कर्ता पुरुष आहे. बाईसाहेबांना मूल नाही याचेही त्याला फार वाईट वाटे. गड्यांशी गप्पा करताना तर ही गोष्ट वारंवार तो

बोलून दाखवीच. बाईसाहेबांना मूल झाले तर डाकुरजीला चांगला पोषाख देण्याचा नवसही तो करून चुकला होता. पण डाकुरजीला रामनारायणाच्या या नव्या कपड्यांची बहुधा जरुरी नसावी! त्याने त्याच्या प्रार्थनकडे कधीच लक्ष दिले नाही.

यामुळे रामनारायणाच्या प्रश्नाला उत्तर देताना बाळासाहेबांचे अंत:करण भरून आले. त्यांना वाटले– किती भोळा जीव आहे हा! आपण आजारी आहो म्हणून सांगून याच्या मनाला दु:ख देण्यात काय अर्थ आहे?

हसत हसत बाळासाहेब म्हणाले, "काही होत नाही मला!"

रामनारायण किंचित घुटमळला, लगेच त्याने विचारले, "बाईसाहेब फार बिमार आहेत?"

त्याच्या पुढच्या प्रश्नाचा भडिमार चुकविण्याकरिता बाळासाहेब उद्‌गारले, "हूं!"

रामानारायणाने मनात ठरविले– दुपारी देवाला जाऊन बाईसाहेबांना आराम दे म्हणून त्याची खूप वेळ प्रार्थना करायची!

दुपारपासून संध्याकाळपर्यंतचा वेळ बाळासाहेबांनी कसा घालविला ते त्यांचे त्यांनासुद्धा सांगता आले नसते. ताप आलेल्या माणसाला एक एक घटका तासासारखी वाटू लागते! पण मध्येच तापाच्या गुंगीत दोन दोन तास कसे जातात हेही त्याला कळत नाही. बाळासाहेबांच्या तापकरी मनालाही आता तोच अनुभव आला. मधून मधून ते झोपी जाई. पण जागे झाल्यावर ते इतके बेचैन होत असे की सांगून सोय नाही. त्याला एकच चाळा लागला होता– आपल्या मागच्या आयुष्याचे चित्र काढणे. या चित्राच्या रेषासुद्धा आपल्याला बरोबर काढता येणार नाहीत असे बाळासाहेबांना प्रथम वाटले होते. पण चहाच्यावेळी चूळ भरण्याकरिता ते सहज बाहेर आले तेव्हा त्यांना आपल्या मनाने गतकालचे किती हुबेहूब चित्र काढले आहे हे पाहून आश्चर्य वाटले. जणू काही गेल्या वीस वर्षांची प्रत्येक प्रसंगांची नोंद केलेली गुप्त वहीच त्याला मिळाली होती.

चूळ भरता भरता बंगल्याबाहेरच्या एका झाडाकडे बाळासाहेबांची दृष्टी गेली. एका डोंबाऱ्याचे कुटुंब तिथे तुकडा खात बसले होते. बहुधा दुपारचे जेवण असावे ते त्यांचे! त्या कुटुंबातील आईच्या अंगावरील लुगडे सतरा-अठरा ठिगळांनी शिवलेले होते. दोन्ही मुले तर जवळ जवळ नागडीच होती. नवरा नरटीतून पाणी पीत होता. परंतु अठराविश्वे दारिद्र्यांतूनही सुख निर्माण करून घेऊन ती नवरा-बायको हसत होती. बाळासाहेबांचे मन म्हणाले, 'तुला नि निर्मलाला मात्र सुखी होता आले नाही!'

दु:खानेच प्रीतीची वाढ व्हावी असा मानवजातीला शापच आहे का?

किती तरी वेळ बाळासाहेब या प्रश्नाचा विचार करीत बसले होते. संध्याकाळच्या

सावल्या बाहेर पसरल्या. पण जागेवरून हलावे असे त्यांना वाटेनाच! त्यांचे मन लुळेपांगळे झाले होते.

एकदम त्यांना आठवण झाली. त्यांनी कपाट उघडले. मद्याची बाटली उचलली–

'बाळासाहेब', 'अहो, बाळासाहेब', 'अहो पेशंट' बाहेरून निरनिराळ्या आवाजातल्या हाका ऐकू आल्या.

बाळासाहेबांनी तशीच बाटली कपाटात ठेवली आणि बाहेर आले.

त्यांच्या नित्याच्या बैठकीतलीच मंडळी होती ती! एक वकील, एक कंत्राटदार आणि एक पोलीस अधिकारी.

''काय बाळासाहेब, काय होतंय तुम्हाला! ईश्वरसाक्ष खरं सांगा हं!'' वकिलांनी विनोद केला.

कंत्राटदार उद्गारले, ''अहो, मुंबई बाधली असेल!''

''मुंबईची हवाच खराब!'' पोलीस महाशयांनी मल्लिनाथी केली.

''औषध सुरू आहे ना?'' वकिलांनी प्रश्न केला.

पोलीस अंमलदार म्हणाले, ''घरात औषधाच्या बाटल्या हव्या तितक्या आहेत की! होय की नाही बाळासाहेब?''

शेवटी बाळासाहेबांची चौकशी करण्याकरिता आलेल्या त्या त्रिकुटाने पानसमारंभाला सुरुवात केली. आत बसावे अशी सूचना करताना बाळासाहेब म्हणाले होते, ''कुणाला तरी दिसेल की!''

वकिलांनी उत्तर दिले होते, ''दिसेना! दिसतं तसं नसतं असं आम्ही त्याला सांगू!''

शेंगाचे दाणे आले. सोडावॉटरच्या बाटल्या फुटू लागल्या. वकिलांनी कंत्राटदारांना, कंत्राटदारांनी पोलीस अंमलदारांना आणि अंमलदारांनी वकिलांना खूप आग्रह केला.

बाळासाहेब हातात काही तरी चाळा हवा म्हणून शेंगाचे दाणे मधून मधून तोंडात टाकीत होते. त्यांनी आपल्या पेल्याला स्पर्शही केला नाही असे पाहून अंमलदारसाहेब डुलत म्हणाले, ''बाळासाहेबांना वैराग्य आलेलं दिसतं हं!''

कंत्राटदार पिता पिता फिस् करून हसले आणि म्हणाले, ''अहो, स्मशानवैराग्य आहे हे!''

बाळासाहेबांनी शेवटपर्यंत पेल्याला स्पर्श केला नाही.

जाता जाता जड आवाजाने वकील म्हणाले, ''बाळासाहेबांना कुणी तरी गुरू भेटले!''

''होय का हो बाळासाहेब?'' आपला तोल सावरीत कंत्राटदारांनी पृच्छा

केली. बाळासाहेबांनी होकारार्थी मान हलविली.

"कोण? उपासनीबुवा?" पोलीस अंमलदारांनी प्रश्न केला.

"अं हं! सुबोध नाईक!"

"सुबोध नाईक? आजच्या वर्तमानपत्रात कुठं तरी नाव आलंय हं हे!" पोलीस महाशयांनी आपले डोके खूप खाजविले. पण मद्यपाशाने ते इतके बेताल झाले होते की खाजवूनही त्याला जागृती येणे शक्य नव्हते. शेवटी निराश होऊन ते म्हणाले, "असेल लेकाचा कुणी तरी गाढव!"

खो खो हसत ते त्रिकूट निघून गेले. एव्हाना चांगली रात्र झाली होती. नावाला दोन घास खाऊन बाळासाहेब बिछान्यावर पडले. एरवी मऊमऊ उशीवर डोके ठेवले की त्यांना चटकन झोप येत असे. पण आज उशीतल्या सावरीच्या कापसाला जणू काही काटे फुलले होते!

किती तरी वेळ बाळासाहेबांनी तळमळतच काढला. त्यांचे मन म्हणत होते– मघाशी मद्याच्या मोहावर आपण विजय मिळविला. ही शक्ती आपल्यामध्ये होती म्हणायची तर! मग ज्यावेळी आपल्या आयुष्यात मद्याने प्रवेश केला, त्यावेळी आपण अगदी अगतिक आहो असे आपणाला का वाटत होते?

किती तरी वेळाने त्यांचा डोळा लागला. त्या अस्वस्थ झोपेतून ते जागे झाले ते एका विचित्र स्वप्नाने! किती भयंकर स्वप्न होते ते! एक खादीचे कुडते घातलेला मनुष्य एका स्त्रीचे चुंबन घेत आहे! सुबोधच होता तो.

आणि ती स्त्री?

निर्मला!

सकाळी बाळासाहेब वेळेवर उठले. पण त्यांचे कशाकडेच लक्ष लागेना.

ते मोठ्या उत्सुकतेने टपालाची वाट पाहू लागले. आता एक आशा त्यांच्या मनात उत्पन्न झाली–

आजच्या टपालाने चपलेचे पत्र येईल. किती गोड लिहिते ती. अगदी जवळ बसून लडिवाळपणाने बोलल्यासारखे. पत्रात ती आपले खूप समाधान करील. श्रीशी तिने इतकी घसट केली असावी तीही आपल्याविषयी त्याचा गैरसमज होऊ नये म्हणूनच असेल. या तरुण पोरांना काय? एखादी सुंदर पोरगी कुठे थोडीशी बोलली की चढले घोड्यावर! ती सहज मान वेळावीत असते; पण यांना वाटते की ती आपल्या मागणीला होकारच देत आहे.

टपालातले जाड पत्र बाळासाहेबांनी मोठ्या उत्सुकतेने पाहिले. त्यांच्या सर्वांगातूनच एक विचित्र लहर शिरशिरत गेली. ते पत्र चपलेचे नव्हते; निर्मलेचे होते.

मोठ्या कष्टाने ते त्यांनी उघडले. पत्राच्या आरंभी मायनाबियना काही नव्हता.

'तुम्हाला मी पत्र लिहावे इतकीसुद्धा तुमची योग्यता नाही. पण माझे मन आतल्या आत कसं जळतंय. ते मला गप्प बसू देईना. एकदा शाळेत कोकणातून आलेल्या एका मुलीने 'साप म्हणू नये धाकला आणि नवरा म्हणून नये आपला' अशी एक म्हण सांगितली होती. त्यावेळी त्या म्हणीत फार अतिशयोक्ती आहे असे मला वाटले. पण अनुभवानेच ती मला पटावी अशी देवाची इच्छा होती.

दूध पाजणारालाही साप डसतोच! तुम्हीही तेच केले. तुमची माझी पहिली ओळख झाली तेव्हाचे बाळासाहेब आणि आताचे बाळासाहेब ही दोन निरनिराळी माणसे आहेत असेसुद्धा कधी कधी मनात येते माझ्या!

तुमच्या पहिल्या भेटीचा तो प्रसंग माझ्या डोळ्यांसमोर जसाच्या तसा उभा राहिला आहे. तुम्ही मास्तर होता त्या शाळेने माझ्या वडिलांना संमेलनाचे अध्यक्षपद दिले होते. माझ्या वडिलांजवळ दहा-वीस हजार रुपये असल्यामुळे ते शाळेला मोठी देणगी देतील या आशेनेच त्यांना अध्यक्ष केले होते तुम्ही! अध्यक्षाला बायको नाही म्हणून त्याच्या मुलीच्या हातून बक्षिसे वाटण्याचा कार्यक्रम झाला. ती मुलगीही काही अशीतशी नव्हती! बी.ए. होऊन एका शाळेची आठ-नऊ वर्षे हेडमास्तरीण असलेली प्रसिद्ध बाई होती ती!

संमेलनाचे सेक्रेटरी तुम्ही होता. तुमचे आरंभीचे भाषण किती वक्तृत्वपूर्ण झाले. तुमचे अभिनंदन करण्याकरिता त्या मुलीच्या वडिलांनी तुम्हाला 'मास्तर मास्तर' म्हणून हाक मारली. लगेच मृदू स्वरात तुम्ही उत्तर दिलेत 'मी आज मास्तर आहे, पण उद्या काही मास्तरच राहणार नाही मी! माझं नाव देशमुख!'

तुमचे ते स्वाभिमानाने भरलेले उत्तर मला किती आवडले म्हणून सांगू! त्या उत्तरातला उद्दामपणा जर मला त्यावेळीच कळला असता तर किती बरे झाले असते. पण मीही आठ-नऊ वर्षे तेच तेच धातू शिकवून आणि त्याच त्याच कवितांचे दळण दळून कंटाळून गेले होते. शाळेच्या चिमण्या जगात काव्य नाही असे नाही. पण ते त्या जगाला शोभणारेच असते. माझ्यासारख्या अठ्ठावीस-एकोणतीस वर्षांच्या तरुणीला तसले काव्य आवडणे शक्य नव्हते. त्यामुळे तुम्ही मास्तरकीविषयी जे तुच्छतेचे उद्‌गार काढलेत ते मला फार आवडले.

बक्षिसाच्या वेळी तुम्ही प्रत्येक पुस्तक माझ्या हातात देत होता. आपोआपच तुमचा हात माझ्या हाताला लागे. प्रणयाची कल्पना मनात यायला एकांत लागतो असे त्या क्षणापर्यंत मी पुस्तकात वाचीत आले

होते. पण पुस्तकात लिहिलेल्या गोष्टींपैकी न लिहिलेल्या गोष्टीच आयुष्यात अधिक घडतात. पुस्तके देण्याच्या त्या देखाव्याचे किती लवकर कल्पनेने रूपांतर केले! या नव्या देखाव्यात तुम्ही नि मी दोघेही होतो आणि आपले दोघांचे हात एकमेकांचे स्पर्शसुखही घेत होते. क्षणार्धात पुस्तके तेवढी नाहीशी झाली. त्यांची जागा लाजाहोमात घालायच्या लाह्यांनी घेतली.

त्यानंतर तुमचा नि माझा परिचय भरभर वाढत गेला. तुम्हाला मास्तरकी करत कुजत पडायचे नव्हते. मला वडिलांची एकुलती एक लेक म्हणून मिळणाऱ्या दहावीस हजारांचा काही तरी विशेष उपयोग करायचा होता. तुमचे वक्तृत्वही माझ्या कानात घुमत होते. आपण चांगले बॅरिस्टर होऊ असा आत्मविश्वास तुम्ही प्रदर्शित केला. साऱ्याच गोष्टी चुटकीसरशी जुळून गेल्या.

त्यावेळी मला या साऱ्या गोष्टी किती काव्यमय वाटल्या होत्या. पण आता वाटते– जगात खरे काव्य असे नाहीच. पुष्कळशा गोष्टींना नुसता काव्याचा मुलामा दिलेला असतो! तुम्ही माझ्यावर प्रेम करू लागला ते माझ्यामुळे तुम्हाला बॅरिस्टर होता येत होते म्हणून. मी तुमच्यावर प्रेम करू लागले ते मी संसारसुखाला अधीर झाले होते म्हणून.

तुमची माझी ओळख होण्यापूर्वी महिनाभर आधी एक गोष्ट घडली होती. ती अजून आठवते मला! पहिल्या इयत्तेत एका चिमुरड्या मुलीने केव्हा तरी खोडी केली होती. तिच्या वर्गाच्या बाईंनी शिक्षा करण्यासाठी तिला माझ्या ऑफिसमध्ये पाठवून दिली. माझ्या खोलीत ती पोरटी आली ती गोरेमोरे तोंड करूनच! एखाद्या भ्यायलेल्या सशाच्या पिलाप्रमाणे दिसत होती ती. तिच्या अपराधाची चौकशी करण्याचे भानही राहिले नाही मला. मी तिला जवळ ओढून पोटाशी धरले. तिचे डोळे पुसले आणि मी काय करीत आहे हे माझे मला कळण्यापूर्वीच तिच्या गालावर माझे ओठ टेकलेसुद्धा. माझे शिक्षिकेचे जीवन किती रूक्ष, किती कृत्रिम आहे त्याची त्याक्षणी मला चांगलीच कल्पना आली.

विसाव्या वर्षी पदवीधर होताच मी लग्नाच्या बाजारात उभी राहिले असते तर मला हवा तसला नवरा मिळाला असता. पण त्यावेळी स्वातंत्र्याची धुंदी माझ्या डोळ्यांवर चढली होती आणि ही धुंदी उतरून मी जेव्हा स्वतःच्या रूपाकडे पाहिले, तेव्हा फूल बासे झाले आहे हे माझे मलाच कळून चुकले. तुमच्यासारख्या हुशार पण गरीब तरुणाला जन्माचा ऋणी करून आपलासा करण्याची कल्पना त्यामुळेच मला सुचली.

पण माझा सारा अंदाज चुकला. कृतज्ञता आणि प्रीती ह्या फार दूरदूरच्या बहिणी आहेत हे अनुभवाने मला कळले. लग्नानंतर मधुचंद्राकरिता पहिल्या वर्गातून प्रवास करायची टूम तुमचे डोळे दिपून जावेत म्हणून मी काढली. तुम्ही बॅरिस्टर होऊन आल्यावर मला काश्मिरात नेऊन त्याची परतफेड केलीत. विलायतेहून परत आल्यावर तुम्हाला दारूच्या थेंबाचेही व्यसन लागले नाही हे पाहून किती आनंद झाला होता मला!

तुम्ही तिकडे असतानाच माझे वडील वारले. साऱ्या जगात तुमच्याशिवाय माझे कुणीही नव्हते. बाळासाहेब, लग्न झाल्यानंतर निर्मला तीन वर्षांनी मेली असती तर तिने देवाकडे एकच मागणे मागितले असते– 'जन्मोजन्मी बाळासाहेबांचा सहवासच मला दे.'

पण हवे तेव्हा मरणसुद्धा या जगात मिळत नाही!

दोन वेळा मला दिवस गेले. दोन्ही वेळा मी अगदी अपुऱ्या दिवसांची बाळंतीण झाले. त्या दु:खाची कल्पना पुरुषांना कधीच यायची नाही! तुम्हालाही ती आली नाही.

तुम्ही बंगला बांधला, तो सुंदर फर्निचरने सजविला. मोटार ठेवली. पैशाने जे जे काही मिळणे शक्य आहे ते ते तुम्ही माझ्या सेवेला सादर केले. पण हे करता करताच तुम्ही माझ्यापासून दूर गेला. नामांकित बॅरिस्टर म्हणून तुमचे नाव होऊ लागले तेव्हा अभिमानाने किती फुगून गेले होते मी! पण आता वाटते– तुमच्या हाताला यश नसते तर फार बरे झाले असते. कदाचित आपला संसार सुखाचा झाला असता.

ती काळरात्र– त्यादिवशी एक मोठा खटला तुम्ही जिंकला होता. लगेच त्या पक्षकाराने तुम्हाला मेजवानी दिली.

दहा-अकरा वाजता तुम्ही घरी परत आला. मी धावतच दारात आले. एकटे असता तर एकदम मिठी मारायची असे ठरविले होते मी मनात. पण दैवाने माझ्यापुढे निराळेच ताट वाढून ठेवले. तुमचे शरीर लटलट कापत होते. तोंडाला भयंकर भपकारा येत होता.

मी दुसरीकडे जाऊन निजले. मध्यरात्रीनंतर माझा डोळा लागला. मध्येच दचकून जागी झाले मी! कुणीतरी रडत आहेसे वाटले. मी उठून बसले. तुम्हीच माझ्या पायांशी बसून हुंदके देत होता. मी उठताच तुम्ही आपले डोके माझ्या पायांवर ठेवले. मी तुम्हाला एखाद्या लहान मुलाप्रमाणे, जवळ ओढून घट्ट पोटाशी धरले. माझ्या डोळ्यांतले पाणी तुमच्या डोळ्यांतल्या पाण्यात मिळाले. त्याक्षणी मला वाटले– तुमच्या हातून काहीही चुका झाल्या तरी तुम्ही नि मी एकमेकांपासून कधीही दूर जाणार

नाही. तो अश्रूंचा संगम नव्हता, प्रीतिसंगम होता.

प्रीतिसंगम! प्रेम हे बकुळीचे फूल नाही. ते तेरड्याचे फूल आहे. दारू न पिण्याची शपथ तुम्ही दररोज घेत होता आणि जवळ जवळ दररोज ती मोडत होता. बॅरिस्टर म्हणून मिळविलेले नाव तुम्ही गमावू नये, तुम्ही खूप खूप पैसा मिळवावा, ही इच्छा माझ्या मनात नेहमीच जागृत असे. तुम्हाला रात्री-अपरात्री काम करीत बसावे लागते. एखाद्या दिवशी बारा बारा तास केसमध्ये डोके घालून ते पिकून जाते हे काही मला कळत नव्हते असे नाही. 'शिणलेल्या शरीराला बरे वाटावे म्हणून मी थोडेसे मद्य घेतो' असे जेव्हा तुम्ही सांगितले, तेव्हा मला तुमची दया आली. एकदा माझ्यासाठी म्हणून तुम्ही तीन-चार दिवस दारूला स्पर्शदेखील केला नाही. त्या दिवसातली तुमची ती विचित्र तळमळ मला पाहवेना. आजारी मुलाचा भलताच हट्ट पुरविणाऱ्या आईसारखे माझे मन हळवे झाले त्यावेळी; माझ्या अंत:करणाला पीळ पडला. मी तुम्हाला घरात माझ्यासमोर पिण्याची परवानगी दिली.

मी केले ते बरे केले की वाईट केले हे अजूनही मला समजत नाही. हळूहळू घराबाहेर तुमच्या मजलशी होऊ लागल्या.

लग्नानंतर एकदा महिला परिषदेची अध्यक्ष म्हणून सार्वजनिक कार्यात मी थोडासा भाग घेतला. पण त्या दोन अपुऱ्या दिवसांच्या बाळंतपणामुळे माझी प्रकृती बरी राहिनाशी झाली. घराबाहेरचा आनंद अशा रीतीने दुरावला आणि घरातला आनंद–

संसारात आज बाग असलेल्या ठिकाणी उद्या स्मशान होते असे कुणी मला पूर्वी सांगितले असते तर त्याची मी वेड्यात गणना केली असती. आज वाटते मी वेडी असते तर लवकर सावध झाले असते.

तुम्हाला मुंबईहून बॅरिस्टर म्हणून बोलावणी येऊ लागली. मोठा अभिमान वाटला मला. पण या संधीचा फायदा घेऊन तुम्ही मला फसवाल ही कल्पना माझ्या स्वप्नातही आली नाही!

मी जवळ जवळ तुमच्याच वयाची! तुम्हाला आकर्षित करणारे सौंदर्य माझ्यापाशी उरले नाही हे कळायला आरशाचीसुद्धा गरज नाही! आठ-नऊ वर्षांच्या अवधीत आपल्या प्रेमाची मुळे खूप खोल गेली आहेत अशी मी माझ्या मनाची समजूत करून घेतली होती, पण–

हा भ्रमाचा भोपळा सहा महिन्यांपूर्वी फुटला. चपलेची पत्रे तुम्ही तुमच्या हाताखालच्या वकिलाच्या पत्त्यावर मागवीत होता. एकदा त्या वकिलीणबाईंकडे बसायला गेले होते मी! वकील घरात नव्हते. समोरच

पोस्टमन एक पत्र टाकून गेला. तुमच्या नावाचे पत्र आपल्या पत्त्यावर आलेले पाहून वकिलीणबाईंनासुद्धा नवल वाटले. त्यांनी ते पत्र माझ्याकडे दिले. त्यावरील ते बायकी अक्षर पाहताच माझे डोके भणभणून गेले.

घरी येताना वाटेतच ते पत्र मी वाचले. अंगावर पेट्रोल ओतून कुणीतरी त्याला काडी लावावी अशी आग झाली माझ्या अंगाची. त्या पत्राने तुमच्या माझ्यामध्ये एक प्रकारचे वैर निर्माण केले. अलीकडची तुमची माझ्याविषयीची उदासीनता मला स्वाभाविकच वाटू लागली होती. पण या पत्राने पदोपदी तुमचा राग येऊ लागला मला!

मागच्या आठवड्यात तुम्ही मुंबईला गेल्यावर मी आजपर्यंत न केलेले पाप केले. मी चपलेचे पत्र तुमच्यापासून चोरून ठेवले. तुम्हीही तिची पत्रे अशीच कुठेतरी ठेवली असणार हे ओघानेच आले. तुमच्या कामाचे कपाट धुंडाळून त्यातला चोरकप्पा मी उघडला. त्यातली ती चपलेची पत्रे– एक एक पत्र म्हणजे काळजाला डाग देणारी तापलेली सळईच होती नुसती! मुंबईत तुम्ही तिच्याबरोबर केलेल्या मौजा, आणि तुम्हाला तिच्याविषयी वाटणारी उत्कंठा–

त्या रागाच्या भरात एखाद्या अडाणी बाईने जीव दिला असता. पण जीव देण्यापेक्षा सूड घेण्याची कल्पना माझ्या मनाला अधिक आवडली. तुमचा माग काढीत मुंबईला आले. तेथे ती जगदंबा पुण्याला गेल्याचे कळले. पुण्याला एका मैत्रिणीकडे उतरले आणि तुमचा शोध सुरू करणार तोच–

चपलेच्या त्या पत्राबरोबर दुसऱ्याही एका बाईचे एक पत्र सापडले त्या चोरकप्प्यात! ललिता म्हणून खाली सही केली होती तिने! नटीच असावी बहुधा! पत्रावर तारीख नाही. त्यामुळे ते केव्हाचे आहे हे मला कळेना. पण कागदाच्या रंगावरून फार जुने असावेसे वाटले. त्या बाईने पत्रात 'आपल्याला ओकाऱ्या येत आहेत' असे तुम्हाला कळविले आहे! तिची काय व्यवस्था केलीत पुढे? जीव देऊन नाही तर जीव घेऊन मोकळी झाली असेल ती! त्या पापाचे धनी तुम्हीच नाही का? आता तुमच्याविषयी मनात दयामाया उत्पन्नसुद्धा होऊ नये म्हणून ते पत्र मुद्दाम बरोबर घेऊन आले आहे. चपलेचे मधल्यामधे मिळालेले पत्र माझ्यापाशी आहेच. दोन्ही पत्रांची दररोज पारायणे करीत असते मी!

तुम्हाला मन, हृदय, भावना काही आहे का? झाला इतका तुमचा सहवास पुरे झाला. यापुढे तुमच्याकडे परत येण्याची, तुमच्याबरोबर एका घरात राहण्याची किंबहुना तुमच्याशी एक शब्दसुद्धा बोलण्याची माझी

इच्छा नाही.

तुम्हाला खूष करण्याकरिता मी पहिल्यांदा वडिलांचे खूप पैसे खर्च केले. तरी पण माझ्या पोटापुरते पैसे माझ्या बँकबुकात आहेत.

कुठेही मास्तरीण होईन, नाही तर दुसरे कुठले तरी समाजसेवेचे काम करीत राहीन. पण पोतेरे म्हणून तुमच्या पापावर सारवण घालायला तुमच्या घरात येणार नाही.

सुबोध नाईक तुमचे अगदी जीवश्चकंठश्च मित्र होते असे नुकतेच कळले. किती आश्चर्य वाटले मला. त्यांनी लग्नसुद्धा केले नाही आणि तुम्ही वयाच्या चाळिसाव्या वर्षी भलभलते चाळे करून लग्नाच्या बायकोचा गळा कापीत आहात. सुबोधांच्या निम्म्याने जरी तुमच्या अंगात गुण असते, तरी मी तुम्हाला डोक्यावर घेऊन नाचले असते!

पत्र फार लांबले, काय करणार त्याला? जीव जायला वेळ लागतोच! माझ्या आयुष्यातले हे तुम्हाला शेवटचे पत्र आहे. तुमचे एक सोडून शंभर अपराध मी पोटात घातले असते. पण तुमच्या खांद्यावर विश्वासाने झोपी गेलेल्या माणसाचा तुम्ही गळा कापलात. तुम्ही प्रीतीचा खून केलात. या गुन्ह्याला माफी नाही.

तुमची कुणीही नसलेली
निर्मला.

हो, एक गोष्ट लिहायची विसरलेच. बिचारा रामनारायण आज सात-आठ वर्षे घरात आहे. एखादी सुंदर स्वयंपाकीण दिसली तर त्याला घरातून हाकलून द्याल तुम्ही. ज्याला प्रीतीची किंमत कळत नाही, त्याला भक्तीचे मोल कधीच करता येणार नाही. ज्या दिवशी रामनारायण तुम्हाला नकोसा होईल, त्यादिवशी त्याला माझ्याकडे पाठवा. त्याला मी कधीही अंतर देणार नाही.'

■

उत्तरार्ध

स्मृती आणि आशा

निर्मलेचे पत्र वाचून खाली ठेवताना बाळासाहेबांच्या मनाला विलक्षण ग्लानी आली. एखाद्या जिवावरल्या दुखण्यातून उठलेल्या मनुष्याप्रमाणे त्यांची दृष्टी दुबळी दिसत होती. पत्र पुन्हा वाचावे असे वाटून त्यांनी ते उचलण्याकरिता हात पुढे केलादेखील! पण पत्राला हात लागताच त्यांनी तो झटकन मागे घेतला. जणू काही कसला तरी विचित्र चटका त्यांच्या हाताला बसला! त्यांच्या मनात आले– निर्मलेच्या पत्रातल्या ओळीओळींत निखारे फुलले आहेत! त्यांचा चटका हाताला बसला नसता तरच नवल!

पहिला जळजळीत निखारा– तुमची कुणीही नसलेली निर्मला! एकसारखे ते शब्द त्यांच्या मनात घुमू लागले. लहानपणी एका किल्ल्यातल्या धान्याच्या कोठारात आवाज कसा घुमतो हे पाहण्याकरिता किती तरी वेळ आपण 'आई, आई' म्हणून ओरडत होतो हे त्यांना आठवले. त्यांना वाटले– माणसाचे मन हीसुद्धा त्या कोठारासारखीच जागा आहे. त्यांच्या पापाला वाचा फुटली की एकेक शब्द इतक्या भीषण रीतीने त्याच्या मनात घुसू लागतो की–

तुमची कुणीही नसलेली निर्मला– तुमची कुणीही नसलेली निर्मला–

त्यांचे व्याकुळ मन म्हणत होते– निर्मला आपली कुणीही नाही! आगगाडीतली माणसे वेळ जात नाही म्हणून एकमेकांशी ओळख करून घेतात आणि काही तरी विषय काढून बोलत बसतात. पण आपापल्या गावी गेल्यावर त्यांना एकमेकांची आठवणही होत नाही. आपला दोघांचा संसार असाच झाला का? स्वत:चे घर म्हणजे पृथ्वीवरले नंदनवन. पण आपले घर ही शुद्ध धर्मशाळा ठरली! योगायोगाने निर्मला आणि आपण एकाच धर्मशाळेत उतरलो. आपल्या पथाऱ्या एकमेकाशेजारी पडल्या. पहाट होताच तिने आपल्याला न विचारता आपला रस्ता सुधारला, आणि आपण–

पहाट? बाळासाहेबांनी भोवताली पाहिले. भयाण अंधकार आपल्याभोवती

पसरला आहे असा त्यांना भास झाला. त्या अंधारातून मंदगंभीर शब्द ऐकू येत होते–
तुमची कुणीही नसलेली निर्मला!

बाळासाहेबांची स्मृती म्हणत होती– काय? निर्मला तुझी कुणीही नाही? हे
शक्य तरी आहे का? हे चित्र पाहा–

तू बॅरिस्टर होण्याकरिता विलायतेला जायला निघाला होतास, दुसऱ्या
दिवशी सकाळी तू बोटीत चढणार होतास. सारी तयारी करता करता रात्रीचे दहा
वाजून गेले. शिणून गेला होतास तू अगदी. अंथरुणाला पाठ लागताच तुला झोप
लागली. पण अर्ध्या घटकेत तू दचकून जागा झालास. एखादे विचित्र स्वप्न
पाहून नव्हे. तर गालांवर टपटप आसवे पडून! निर्मला अक्षरश: डोळे भरून
तुझ्याकडे पाहत होती. ते अश्रू– त्यातला एक एक अश्रुबिंदू हिच्यापेक्षाही अधिक
मोलाचा आहे असे तुला वाटले– निर्मलेच्या गळ्याभोवती हळूच विळखा घालून तू
कोमलपणाने तिचे मस्तक जवळ घेतलेस– प्रीतीचा परममंगल क्षण होता तो.
तिच्या डोळ्यांतली आसवे तू आपल्या ओठांनी टिपून घेतलीस. तिची ती अर्धी
लाजरी, अर्धी हसरी अशी मूर्ती– त्या आनंदाने तिच्या आयुष्यातली दहा वर्षे तरी
कमी केली असतील. क्षणभर अठरा-वीस वर्षांची अल्लड तरुणीच भासली ती
तुला. निर्मला तुझी कुणीच नसती, तर त्याक्षणी अश्रुफुलांनी तिने तुझी पूजा कशाला
केली असती?

शरदऋतूतल्या पौर्णिमेनेही लाजावे अशीच ती रात्र नव्हती का? मुलापासून
दुरावणाऱ्या एखाद्या मातेने त्याचे पुन: पुन्हा चुंबन घ्यावे, त्याप्रमाणे निर्मला तुला
करीत होती. तुला त्याचे हसू आले. पण हसता हसता तुझेही डोळे ओले झाले.
निर्मलेने आपल्या पदराने तुझी ती टिपे पुसली होती. नाही का? त्यावेळी तू
मनात म्हणालाही होतास– जीवन किती काव्यमय आहे हे मोठमोठ्या कवींनाही
वर्णन करून सांगता येत नाही!

सारी रात्र तुम्ही दोघे बोलत होता. बोलायला तसे काय विषय उरले होते?
पण प्रीतीचे हृद्गत व्यक्त करायला शब्द नेहमीच अपुरे पडतात.

चाराचे ठोके ऐकल्यावर तुझा डोळा लागला. तू उघडाच निजला होतास;
थोड्या वेळाने कुणी तरी तुझ्या अंगावर चादर घातली. तुझ्या मनात आले– उद्या
बोटीत खूप थंडी वाजेल. पण तिथे स्वत:च्या हातानेच आपल्याला अंगावर
पांघरूण ओढून घ्यावे लागेल! हा विचार मनात येताच निर्मलेने तुझ्या अंगावर
घातलेली ती चादर किती प्रेमाने तू लपेटून घेतलीस.

आणि त्यानंतर ती गंमत! घड्याळातले चाराचे ठोके तू एकदा ऐकले
होतेसच. अर्धवट गुंगीत पुन्हा चाराचे ठोके कानांवर पडले तेव्हा तू चकित
झालास.

तुला वाटले– गुंगीत एखादा ठोका आपल्याला ऐकू आला नसावा. तू निर्मलेला विचारलेस, "किती वाजले?"

तिने गंभीरपणाने उत्तर दिले, "चार!"

"मघाशी चार वाजले होते ना?"

"हो!"

"आणि आताही चार वाजले?"

"हो!" यावेळी निर्मलेच्या उद्गारात स्मिताची लकेर होती. ती हळूच म्हणाली, "एकसारखे चारच वाजत राहिले तर किती किती बरे होईल?"

तिने मध्येच उठून घड्याळाचे काटे तासभर मागे सारले होते हे तुझ्या लक्षात आले. तिची ही कृती अगदी पोरकट होती, पण त्या पोरकटपणात किती उत्कट प्रेम भरले होते!

"म्हातारीनं कोंबडं झाकलं म्हणून सूर्य उगवायचा राहत नाही!" असे म्हणत म्हणत तू तिला आपल्या जवळ ओढलेस. तुझ्या स्पर्शातल्या प्रीतीच्या साक्षात्काराने तीही फुलून गेली.

तिने विचारले, "मी काय म्हातारी आहे?"

"छे! परकरी पोरगी आहेस तू! घड्याळाचे काटे मागे केले म्हणजे दिवस उजाडत नाही ही कल्पना दुसऱ्या कुणाला सुचणार?"

"मग विलायतेहून परत येताना माझ्या परकरांना चांगलं कापड घेऊन या हं!"

"बरं! बरं!"

स्मृतिदेवता चित्र रंगवून अंतर्धान पावली. बाळासाहेब मात्र त्या चित्राकडे पाहून भांबावून गेले. त्यांचे एक मन म्हणाले– त्या चित्रातील प्रेमळ निर्मला आणि 'तुमची कुणीही नसलेली' म्हणून लिहिणारी निर्मला या दोघी एकच कशा असू शकतील?

दुसऱ्या मनाने उत्तर दिले– एक नसायला काय झाले? त्या वेळचा बाळासाहेब आणि आजचा बाळासाहेब एकच आहेत. पण त्याच्या भावना, त्याच्या आकांक्षा, त्याची ध्येये, त्याचे वर्तन यांच्यात जमीन-अस्मानाचे अंतर पडले आहे! बाळासाहेबांतला बदल स्वाभाविक आहे ना? मग निर्मला पार बदलून गेली यात नवल ते कसले?

पण माणसे बदलली म्हणून प्रेमातही पालट व्हावा?

बाळासाहेब अस्वस्थपणे येरझाऱ्या घालू लागले. जिथे जिथे त्यांची नजर जाई तिथे तिथे त्यांना निर्मलेच्या आणि त्यांच्या प्रेमाची आठवण करून देणारी कुठली तरी वस्तू दृष्टीला पडे. एखादे पुस्तक घेऊन वाचत पडले तर बरे वाटेल

म्हणून त्यांनी पुस्तकाचे कपाट उघडले. रवींद्रांचे 'गार्डनर' हे पुस्तक अगदी वरच पडले होते. त्यांनी ते नुसत्या नजरेने ओळखले. इंग्लंडहून परत आल्यावर त्यांनी आणि निर्मलेने या पुस्तकातल्या मधुर गीतांची किती तरी पारायणे केली होती. त्यावेळी ती वाचताना दोघांनाही वाटे– रवींद्रांना आपल्यावरूनच ही प्रणयगीते सुचली असावीत.

त्या पुस्तकातल्या एका एका मधुर गीतामागे निर्मलेची एक एक मोहक मूर्ती उभी होती. ते पुस्तक आपण आता वाचू लागलो तर आपल्याला सुख होईल की दु:ख होईल हेच बाळासाहेबांना कळेना. ते बाजूला ठेवून खालचे पुस्तक घेण्याकरिता बाळासाहेबांनी ते उचलले मात्र–

खळकन काही तरी वाजले? अंगठी होती ती! बाळासाहेबांनी थरथरणाऱ्या हाताने ती उचलून घेतली. मीनाची सुंदर अंगठी होती ती. बाळासाहेबांना आठवण झाली– कुठे तरी तसली अंगठी पाहून निर्मलेने स्वत:च्या नावाची एक अंगठी करवून घेतली आणि एके दिवशी आपल्या हातात दिली. तिला चकित करण्याकरिता आपण आपल्या नावाची तशीच अंगठी करवून घेतली आणि झोपेत ती तिच्या बोटात घातली. दुसऱ्या दिवशी सकाळी उठून ती आरशापुढे जाऊन उभी राहिली आणि आपले केस सारखे करू लागली! केवढ्या मोठ्याने ती एकदम हसली.

"काय झालं?" आपण पडल्या पडल्याच विचारले!

"तुमची अंगठी चोरीला गेली!"

आपण आपला हात मच्छरदाणीच्या बाहेर दाखवीत म्हटले, "छे:! माझी अंगठी तर माझ्या बोटातच आहे!"

तिने वळून पाहिले. ती अधिकच चकित झाली. बोटातली अंगठी काढून तिने तिच्यावरचे नाव वाचले मात्र! ती हसत हसत उद्गारली, "चोरीचा नवीनच प्रकार दिसतोय हा!"

"कुठला?"

"चोर दागिने चोरून नेतात असं ऐकत आले होते मी. पण चोरून दुसऱ्याला दागिने देणारी माणसं–"

ती हसतच आपल्या जवळ आली.

तिने आपले दोन्ही हात वर उचलून गदागदा हलविले आणि मोठ्या लाडीकपणाने ती उद्गारली, "भारीच लबाड आहात हं तुम्ही!"

लबाड!

लबाड म्हणून आपले नाव असलेली ही अंगठी बोटात घालून निर्मला आनंदाने नाचली होती आणि आता लबाड म्हणून ही अंगठी इथे भिरकावून देऊन ती आता आपल्यापासून दूर दूर पळून जात आहे!

बाळासाहेबांना त्या अंगठीचा स्पर्श असह्य झाला. ती तिथेच कपाटात ठेवून त्यांनी कपाटाचे दार धाडकन लावले.

त्या खोलीतून ते बाहेर पडले. समोरच्या दारावर त्यांच्या नावाची मोहक पाटी लटकत होती. ही अक्षरे भरण्याकरिता निर्मलेने किती श्रम केले होते! तिचा अट्टाहास पाहून आपण म्हटले, ''देवाचे नाव भरशील तर थोडं पुण्य तरी लागेल.''

तिने लगेच उत्तर दिले, ''माझ्या देवाचंच नाव भरतेय मी!''

मानवी जीवन किती विचित्र आहे. कालचा देव आज राक्षस होतो!

आज– आणि उद्या!

उद्या या राक्षसाचे रूपांतर कशात होईल? राक्षसाचा पुन्हा देव होतो का?

सुशिक्षित निर्मलेने आपल्याला देव म्हटले याचा त्यावेळी आपल्याला अभिमान वाटला. छे:! 'तुझा पती देव नाही, माणूस आहे' असे आपण त्यावेळी तिला निक्षून सांगायला हवे होते. देव कधीच चुकत नाही. मनुष्य पदोपदी चुकतो. तिने मनुष्य म्हणून आपल्यावर प्रेम केले असते तर आज ती आपल्यावर रागावली असती, पण आपल्याला सोडून जाण्याची कल्पनाही तिच्या मनाला शिवली नसती.

बाळासाहेबांना वाटले– जीवनातली मोठी चूक हीच आहे. मनुष्य पूजेचा भुकेला असतो. पण आपण पूजेला पात्र नाही याचा विचार तो कधी तरी करतो का? भक्तांच्या अंधपणाचा फायदा घेऊन तो पूजेचा स्वीकार करीत असतो. पण एखाद्या विलक्षण धक्क्याने त्या भक्ताचे डोळे उघडतात! ज्याची आपण जिवाभावाने पूजा केली तो देव नाही, दगड आहे, असे वाटताच तो भक्त चिडून जातो! तो त्या दगडाला उचलून एखाद्या डोहात टाकतो. निर्मलेच्या पत्रातल्या प्रत्येक ओळीत देव मानलेला दगड पाण्यात टाकताना उसळलेल्या लाटांचा प्रतिध्वनी आहे.

पूजा ही जीवनाचा कळस आहे. त्याचा पाया नाही. जीवनाचा खरा पाया– क्षमा, सहानुभूती, प्रीती!

नकळत बाळासाहेबांचे पाय शेजारच्या खोलीकडे वळले. आत पाऊल टाकून ते तेथल्या जमिनीकडे एकाग्रतेने पाहू लागले.

त्यांचे मन म्हणत होते– या जागेला त्या प्रसंगाची स्मृती असेल का? त्या रात्री निर्मला आपले स्वागत करण्याकरिता दारात आली. आपल्या तोंडाला दारूचा भपकारा येत होता. त्या घाणीने– शरीराच्या घाणीपेक्षाही आपल्या मनाच्या अध:पाताने असेल– निर्मलेचे डोके फिरून गेले. ती या खोलीत येऊन जमिनीवर एक सतरंजी टाकून पडली. बिचारी किती वेळ रडत बसली होती कुणाला ठाऊक!

आपली धुंदी उतरली तेव्हा आपण एकटेच आहोत असे आपल्याला आढळून आले. एक मन दुसऱ्या मनाला फटके मारू लागले. क्षणभर वाटले– निर्मलेला तोंड दाखविण्यापेक्षा कुठे तरी दूर निघून जावे. रात्रीच्या भयाण वेळी विपरीत विचारांचा पगडा मनावर किती लवकर बसतो. निर्मलेपासून दूर दूर जावे, संन्यासी होऊन आपल्या पापाचे क्षालन करावे, एक ना दोन, किती तरी वेड्या कल्पना मनात येऊन गेल्या. आपण बाहेर जाऊन बंगल्याचे पुढचे दार उघडले देखील! बाहेरून गार वाऱ्याची झुळूक आली. वर आकाशात तीन-चार चांदण्यांनी धीर दिला, आणि जाग्या असलेल्या रामनारायणाचे शब्दही ऐकू आले, "कोण आहे?"

"मी" आपण उत्तर दिले.

"मालक?" असा उद्गार काढून रामनारायण अंथरुणावरून उठला आणि आपल्याजवळ आला.

"बरं नाही वाटत?" त्याने आपल्याला विचारले.

"हूं!"

"ताप आलाय?"

शरीराचा ताप सर्वांना कळतो. पण मनाचा ताप–?

आपण उत्तर दिले, "उं हुं."

"फार काम करता तुम्ही, साहेब!"

आपण त्याच्याकडे पाहिले. त्याच्या त्या निस्तेज डोळ्यांतील सहानुभूतीने केवढा धीर दिला आपल्याला! रामनारायण अगदी आपला जवळचा आप्त आहे असे त्यावेळी आपल्याला वाटले. रूप नसलेला, बुद्धी नसलेला, स्वयंपाक करून पोट भरणारा एक सामान्य मनुष्य त्यावेळी आपल्यापुढे उभा नव्हता. तर हृदय असलेला, ते हृदय जागृत ठेवणारा, प्रामाणिकपणाने जीवन जगणारा एक असामान्य मनुष्य आपले सांत्वन करीत होता. त्याच्या खांद्यावर हात ठेवून आपण म्हटले, "रामनारायण, तू सुद्धा फार काम करतोस!"

त्या प्रौढाला आपल्या त्या स्पर्शाने केवढा आनंद झाला. तो हसत हसत म्हणाला, "छे: साहेब! मला फार कमी काम पडतं!"

"कमी?"

"कमी नाही तर काय? देवाच्या दयेनं आपल्याला दोन लेकरं असती तर– तर त्यांचं सारं काम करून रामनारायण त्यांचा घोडाही झाला असता!"

आपलं अंत:करण कृतज्ञतेने भरून आले; पण तोंडातून उद्गार मात्र बाहेर पडेनात. रामनारायणला झोपायला सांगून आपण दार लावले. त्याच्या त्या प्रेमळ शब्दांनी आपले हृदय उल्हसित झाले. आपल्याला वाटले– रामनारायणात जे

आहे ते काय निर्मलेत असणार नाही? ती आपल्यावर रागावली यात तिची चूक काय झाली?

शरीराचा शीण विसरता यावा म्हणून आपण मद्यप्राशन केले.

आपल्याला शरीर आहे, तसे निर्मलेलाही आहे. दारूची घाण त्या शरीराला सहन झाली नाही यात त्याचा तरी काय दोष?

आपण निर्मला निजली होती त्या खोलीत गेलो. दिवा लावायचा धीर झाला नाही आपल्याला. वाटले— कदाचित निर्मला जागी असेल! आणि तिला झोप लागली असली, तरी तिच्या गालांवर ओघळलेली आसवे अजून तशीच असतील! आपण तिच्या हृदयाला जखम केली, त्या जखमेतून वाहणारे हे रक्त आपल्याला पाहवेल का?

आपण चाचपडत तिच्या पायाजवळ जाऊन बसलो. चटकन आपले शरीर वाकले. मस्तक तिच्या पायांवर लीन झाले. आपल्या मनाला एका क्षणात विलक्षण प्रसन्नता आली. ज्या शरीराने मद्यप्राशनाचा गुन्हा केला होता, तेच आता निर्मलेच्या पायाशी नम्र झाले होते, हुंदके देत क्षमेची याचना करीत होते.

आपल्या मस्तकाच्या स्पर्शाने ती दचकून जागी झाली. फार भ्याली असावी ती मनात! कंपित स्वराने तिने विचारले, "कोण आहे?"

"मी."

रामनारायणाप्रमाणे तिनेही आपला स्वर ओळखला. ती एकदम अंथरुणावर उठून बसली. आपल्या खांद्यावर थरथर कापणारे आपले दोन्ही हात आवेगाने ठेवून ती उद्गारली, "तुम्ही?"

"हो! क्षमा कर मला, निर्मला!" काही केल्या आपल्याला हुंदके आवरेनात.

तिने आपल्याला घट्ट पोटाशी धरले. असहाय मुलाने आईच्या कुशीत लपावे त्याप्रमाणे निर्मलेच्या बाहुपाशात आपण किती तरी वेळ स्वस्थ पडून राहिलो. तिच्या डोळ्यांतून टपटप आसवे गळत होती. आपल्याला वाटले— अश्रुगंगेने पावन होत नाही असा पातक जगात कुणी तरी असेल का? झटकन उठावे नि निर्मलेचे डोळे पुसावे असे कितीदा तरी आपल्या मनात आले; पण काही केल्या आपल्याला धीर होईना.

तिने आपल्या डोळ्यांना हात लावून पाहिला. आपला पतीही रडत आहे हे लक्षात येताच ती व्याकुळ स्वराने उद्गारली, "हे काय?"

आपण तिच्या डोळ्यांना हात लावून विचारले, "नि हे काय?"

ती खुदकन हसली.

दोघांच्याही गालावरून आसवे ओघळत असतानाच ते गाल संलग्न झाले. त्या मधुर क्षणाची सर सुखोपभोगाने भरलेल्या युगालाही येणार नाही.

निर्मला म्हणाली, "मी चुकले हं!"

आपण उद्‌गारलो, "छे! माझीच चूक झाली!"

"नाही, मीच चुकले."

"मुळीच नाही! मीच चुकलो."

व्यवहारात जो तो दुसऱ्यावर चूक लादण्याचा प्रयत्न करीत असतो. प्रीतीच्या राज्यात प्रत्येक जण स्वत:वर अपराध ओढून घेण्याची धडपड करीत असतो.

त्यावेळी निर्मला म्हणाली तेच खरे!

आपण दोघेही अगदी लहान झालो होतो. थोर झाल्यावर पोर होण्याची ही शक्ती प्रीतीच्या पोटी जन्माला येते.

निर्मलेची ही शक्ती नाहीशी झाली नसती तर 'तुमची कुणीही नसलेली' हे शब्द ती पत्रात लिहूच शकली नसती.

निर्मलेच्या पत्रातली वाक्ये बाळासाहेबांच्या डोळ्यांसमोर नाचू लागली.

'तुम्ही माझ्यावर प्रेम करू लागला हे माझ्यामुळं तुम्हाला बॅरिस्टर होता येत होतं म्हणून.'

'मी तुमच्यावर प्रेम केलं ते मी संसारसुखाला अधीर झाले होते म्हणून.'

बाळासाहेबांना वाटले– रागाने मनुष्य किती आंधळा होतो. त्या रात्री या खोलीत एकमेकांच्या बाहुपाशात गुरफटून बसलेली, परस्परांच्या अश्रूंच्या संगमाने पावन झालेली, एकमेकांच्या चुका पदरात घेणारी, परस्परांना धीर देणारी जी दोन माणसे इथे बसली होती, त्यातला पुरुष कुठल्या व्यावहारिक फायद्याचे चिंतन करीत होता? त्याला बिलगून बसलेली स्त्री केवळ शरीरसुखाकरिता हपापलेली होती?

छे! त्या वेळच्या त्यांच्या संगमात व्यवहारापेक्षा आणि शरीरापेक्षा अधिक उच्च, अधिक उदात्त असे काही तरी होते. ते काही तरी–

ते काही तरी पुन्हा आपल्याला लाभेल का?

बाळासाहेब विलक्षण व्याकुळ होऊन गेले. त्यांचे एक मन म्हणत होते– ज्या झाडावर वीज पडते त्याला पानेसुद्धा येत नाहीत. मग त्याला फुले, फळे लागतील ही आशा वेडेपणाची नाही का?

दुसरे मन गुणगुणत होते– प्रीतीचा झरा बाहेरून सुकला तरी आत झुळझुळत असतो. निर्मलेच्या अंत:करणातल्या कोपऱ्यात अजूनही तुझ्याविषयी आपुलकीचा भाव असेल.

ही कल्पना मनात येताच बाळासाहेब सद्‌गदित होऊन गेले. इतका वेळ उचंबळून येऊ पाहणारे त्यांचे दु:ख डोळ्यांवाटे झिरपू लागले.

एखाद्या लहान मुलाप्रमाणे ते त्या जागी बसले, प्रिय माणसाला कुरवाळावे

त्याप्रमाणे त्यांनी तिथल्या जमिनीवरून हात फिरवला, आणि मुग्धपणाने ते अश्रू गाळू लागले.

साहेबांनी अजून दुसरा चहा कसा मागविला नाही याचे नवल वाटून रामनारायण बाळासाहेबांना शोधण्याकरिता याचवेळी खोलीत आला.

बाळासाहेब रडत असलेले पाहून तो क्षणभर हतबुद्धच झाला! त्याला वाटले– बाईसाहेब पुण्याला आजारी आहेत. त्यांच्याविषयी काही तरी बातमी–

त्याच्या प्रेमळ हृदयाला पुढली कल्पनाही असह्य झाली. त्याने भीत भीत प्रश्न केला, ''बाईसाहेब फार आजारी आहेत?''

आपले अश्रू पुशीत बाळासाहेब उत्तरले, ''हो!''

रामनारायण स्तब्ध राहिला.

काही तरी विचार करून बाळासाहेब म्हणाले, ''रामनारायण, इथल्या कामाची व्यवस्था करून एक-दोन दिवसांत पुण्याला जावं म्हणतो मी.''

''माझा एक अर्ज आहे, साहेब!''

''अर्ज?''

''हो!''

''काही काही माणसांचे अर्ज म्हणजे हुकूमच असतात!''

रामनारायण नुसता हसला.

''काय हवंय तुला?'' बाळासाहेबांनी हसत प्रश्न केला.

''साहेबांबरोबर मीही येतो पुण्याला!''

दोन गुलाम

सर्व निकडीच्या कामांची आणि बंगल्याची व्यवस्था लावून पुण्याला जायला निघेपर्यंत बाळासाहेब आशेच्या लाटांवर तरंगत होते. पण सेकंड क्लासमधल्या बर्थवर बसताच त्यांच्या मनात निराशेने प्रवेश केला.

आता क्षणाक्षणाला ते निर्मलेजवळ जात होते. पण त्यांचे व्याकुळ मन म्हणत होते– निर्मला आपल्याला जवळ करील का?

निर्मलेच्या भेटीचा प्रसंग त्यांना अग्निदिव्याप्रमाणे वाटू लागला. त्यांना भीती वाटत होती हे दिव्य आपल्या हातून होईल का? या दिव्यातून आपण उजळून बाहेर पडू का? नाही तर निर्मला रागाने काही तरी बोलेल, आपण चिडून तिला काही तरी उत्तर देऊ आणि आधीच तडा गेलेल्या काचेचे तुकडे तुकडे मात्र होतील.

अजून निर्मलेला आपले वर्तन क्षम्य वाटेल का? बाहेर गाडी जेवढ्या वेगाने धावत होती, तेवढ्या वेगाने त्यांचे मन भूतकाळात भ्रमण करू लागले.

वकील आपल्या हातातील खटल्याची जुळवाजुळव करतो, तशी ते आपल्या आयुष्यातील निरनिराळ्या स्थित्यंतरांची आणि आपल्या मनात घडून आलेल्या विविध संक्रमणांची मांडणी करू लागले. वस्तुस्थिती लपविण्यापेक्षा ती कबूल केल्यानेच न्यायाधीशाचे अंतःकरण द्रवते हा आपल्या आयुष्यातील अनुभव यावेळी ते विसरले नाहीत.

मनातल्या मनात त्यांनी आपल्या आयुष्यातील सर्व प्रसंगांची साखळी तयार केली. तिच्यातला दुवा नि दुवा पुनःपुन्हा तपासून पाहिला. मनुष्य इतक्या तटस्थपणाने, इतक्या न्यायनिष्ठुरतेने स्वतःच्या जीवनाकडे पाहू शकतो हे त्यांना दुसऱ्या कुणी सांगितले असते तर ते त्यांना कधीही खरे वाटले नसते. त्यांना वाटले– जीवनातल्या किती तरी दुःखांचा उगम एका गोष्टीत आहे. मनुष्याच्या मूर्खपणाच्या अहंकारात सामान्य मनुष्य सहसा स्वतःचा न्यायाधीश होत नाही. तो

तसा होऊ शकला असता तर–

निर्मलेपुढे द्यायला कबुलीजबाब तयार झाल्यामुळे साहजिकच त्यांच्या मनावरला भार कमी झाला. ते शांतपणाने झोपी गेले.

मात्र या झोपेतून जागे होता होता त्यांना आठवण झाली ती चपलेची. त्यादिवशी पुण्याला जाताना आपण बर्थवर डोळे उघडले त्यावेळी ती आपल्यासमोर बसली होती आणि आज?

थेट पुण्याला न जाता मुंबईला तिला भेटून मग पुण्याला गेलो तर?

ती आपल्या आयुष्यात आली यात तिचा काय अपराध आहे.

दोष असलाच तर तो आपला आहे!

चपला वेश्येची मुलगी– तिच्याशी कोण लग्न करणार होते? चौदा-पंधराव्या वर्षी तिच्या आईने तिला धंद्यात घातले. धंद्याची किळस येऊन ती पळून गेली. सुदैवाने सिनेमाच्या धंद्यात ती शिरली. प्रतिष्ठा आणि पैसा ही दोन्ही तिला लाभली. पण इतके असूनही तिच्या आयुष्याला स्थिरपणा येऊ शकला नाही. उत्तर हिंदुस्थानातल्या आणि मुंबईतल्या अनेक कंपन्यांत तिने कामे केली. काही कामांची वाहवाही झाली. तिचे फोटो घरोघर झळकू लागले. तिच्या कामावर बेहद्द खूष असणाऱ्या लोकांच्या पत्रांचा तिच्यावर वर्षाव झाला. पण या कोरड्या दृष्टीने तिच्या हृदयातील आग शांत झाली नाही.

बाळासाहेबांच्या डोळ्यांपुढे स्वत:ची हकिगत सांगणारी चपला मूर्तिमंत उभी राहिली. ती हकीगत ऐकताना त्यांना वाटले होते– संभाषणात चतुर असलेली आणि आपल्या सौंदर्याने समोरच्या पुरुषाला मोहिनी घालणारी चपला कुठे तरी दूर निघून गेली आहे. अंध समाजाने आणि पशू असलेल्या माणसांनी दुखावलेली चपला स्वत:ची एक एक जखम उघडी करून दाखवीत आहे. तिच्या त्या वेळच्या बोलण्यात कारुण्य नव्हते असे नाही. पण कारुण्यापेक्षाही त्यात क्रोध अधिक होता. आपल्या आयुष्याच्या वेलीवरच्या फुलांचा चोळामोळा झाला एवढ्यासाठीच ती रडत नव्हती, तर जगातल्या बागेतल्या शेकडो वेलींचे, पायदळी तुडविल्या जाणाऱ्या हजारो फुलांचे गाऱ्हाणे ती सांगत होती.

चपलेच्या त्या मूर्तीच्या स्मरणाने तिला पाहण्याकरिता बाळासाहेबांचे मन अधिक व्याकुळ झाले. ते म्हणत होते– चपला किती समंजस आहे! परवा पुण्याहून ती किती मुकाट्याने निघून गेली.

एकदम त्यांच्या विचाराने नवे वळण घेतले. पुण्याहून ती मुकाट्याने गेली. पण तिच्याबरोबर तो श्री होता ना?

चपलेविषयीची अनुकंपा, तिच्या सौंदर्याचा मोह, श्रीविषयी वाटणारा सूक्ष्म मत्सर या सर्वांचा त्यांच्या मनात लपंडाव सुरू झाला. आपल्या मनातला हा खेळ

त्यांचा त्यांनाच कळेना. त्यांना एकच ओढ लागली होती. चपलेला भेटून मग पुण्याला जावे.

भुसावळच्या स्टेशनावर रामनारायण नोकराच्या डब्यातून त्यांच्याकडे आला.

बाळासाहेब उत्सुकतेने म्हणाले, "हे पाहा रामनारायण–"

आधी मुंबईला जाण्याइतके निकडीचे कोणते काम रामनारायणला सांगावे याचा ते विचार करीत होते.

त्यांच्या तोंडून पुढील शब्द बाहेर पडण्याच्या आधीच रामनारायण म्हणाला, "साहेब, नाशिकला उतरून जाऊ या आपण!"

"नाशिकला?"

"हो!"

"तुझा कुणी नातलग तिथं आहे?"

"माझ्या एकट्याचाच नाही!"

बाळासाहेब त्याच्याकडे चकित दृष्टीने पाहतच राहिले. ते मनात म्हणत होते– नाशिकला आपल्या नात्यापैकी तर कुणी नाही. निर्मलेच्या नात्यापैकी– "कोण आहे रे नाशिकला?" त्यांनी प्रश्न केला.

"प्रभू राम! तो सर्वांचा आप्त आहे. बाईसाहेब बऱ्या झाल्यावर तुझ्या दर्शनाला येतील असा रामाला नवस करा साहेब!"

"नवस करायला नाशिकला उतरायलाच कशाला हवं? निर्मला फार आजारी आहे! वाटेत वेळ घालवून चालणार नाही आपल्याला."

रामनारायणला माघार घ्यावी लागली. गाडीतून बोललेला नवस देवाला ऐकू जात नाही असे थोडेच आहे!

रामनारायणाचा नशिकला उतरण्याचा बेत बाळासाहेबांनी लीलये रद्द केला. पण त्यांच्या हातातले शस्त्र घेऊन रामनारायणाने तेच त्यांच्या मुंबईला जाण्याच्या बेतावर चालविले. "बाईसाहेब इतक्या आजारी असताना मध्ये मुंबईला जाणे बरे नाही" हे रामनारायणाचे म्हणणे बाळासाहेबांना मान्य करावेच लागले.

आगट्यांच्या दारात उतरताना बाळासाहेबांची छाती एकसारखी धडधडत होती. आता त्यांना कळून चुकले की मनुष्य आपल्यावर अन्याय करणाऱ्या उभ्या जगाला तोंड देऊ शकेल! पण ज्याला तो अन्यायाने वागवितो त्याच्याकडे मान वर करून पाहणे– त्याच्या डोळ्याला डोळा देणे– छे! तो धीरच होत नाही त्याला!

आल्या पावली परत निघून जाण्याचा वेडा विचारसुद्धा त्यांच्या डोक्यात येऊन गेला. पण त्यांच्या स्वागताकरता भाऊराव फाटकापाशी येऊन पोचलेही होते. पळवाटही आता बंद झाली. सामान बंगल्यात जात असताना बाळासाहेबांनी

आगट्यांना हळूच विचारले, ''निर्मलेची प्रकृती कशी आहे?''

''ठीक आहे!''

बाळासाहेबांना हायसे वाटले, ''मला पाहून त्यादिवशीसारखं काही–''

''तुला पाहणारच नाहीत त्या!''

''म्हणजे?'' विस्मय आणि दुःख यांनी मिश्रित अशा स्वराने बाळासाहेबांनी प्रश्न केला.

''त्या इथं आहेत कुठं?''

''कुठं गेलीय ती?''

''शिवापूरला!''

''सुबोधबरोबर?''

''हं!''

''सुबोध कधी गेला?''

''काल!''

सुबोधविषयीचे कुतूहल आणि भय यांनी बाळासाहेबांचे मन भरून गेले. बंगल्यात जाताच आगट्यांनी त्यांच्या हातात एका वर्तमानपत्राचा एक ताजा अंक टाकला. त्या वृत्तपत्राने शिवापूरच्या सत्याग्रहासंबंधी सुबोध मुंबईला आल्यावर जी खाजगी चर्चा झाली ती सविस्तर दिली होती. बाळासाहेबांचे मन त्या पाल्हाळिक वर्णनात रमू शकले नाही. पण त्या मजकुरातल्या दोन-चार वाक्यांवरून मात्र त्यांची दृष्टी पुनःपुन्हा फिरू लागली.

चर्चेला उपस्थित असलेल्या मंडळीत ''सुप्रसिद्ध सिनेनटी मिस चपला आणि डायरेक्टर बाटलीवाला'' यांची नावे होती. बाळासाहेब ती वारंवार पाहत होते. डायरेक्टर बाटलीवाला लवकरच हरिजनविषयक चित्रपट तयार करणार असल्यामुळे ते व मिस चपला खास परवानगीने या चर्चेला हजर राहिली होती, असेही त्या बातमीदाराने लिहिले होते.

चर्चेच्या वर्णनात सुबोधचे व्यक्तिचित्र रंगविले होते, तेही बाळासाहेबांना मोठे मोहक वाटले. सुबोध गांधीजींप्रमाणेच हसतात. विनोद करतात, पंचा नेसतात, विनयाचे बोलतात. एक ना दोन, अनेक गोष्टी त्या बातमीदाराने रंगात येऊन लिहिल्या होत्या.

''तुम्हाला आमचं दुःखं समजायचं नाही'' असं एक उर्मट हरिजन म्हातारा सुबोधला म्हणाला. पण सुबोधने हसतमुखाने त्याला उत्तर दिले, ''खरं आहे बाबा! लहान मुलांचा आश्रम चालवितो मी! त्यामुळं मीही लहान मूलच झालोय! लहान मुलांना समजूत कमीच असते. नाही का?'' सुबोधचे हे उत्तर ऐकून तो म्हातारा कसा गप्प बसला याचेही वर्णन त्या लेखात होतेच!

चर्चेच्या शेवटी मोठी खडाजंगी झाली. तो हरिजन म्हातारा आणि त्याचा नातू श्री यांनी सुबोधला आव्हान दिले. सुबोधचे म्हणणे शिवापूरला महाराचे मूल मेले ते आमांशाने, माराने नव्हे! तो म्हातारा आणि त्याचा नातू यांनी "हे सिद्ध करून द्या" म्हणून सांगितले.

"माझा शब्द हाच मोठा पुरावा आहे!" सुबोध उद्गारला.

"आम्ही त्याच्यावर विश्वास ठेवू शकत नाही!" हरिजन आजोबा आणि नातू म्हणाले.

"शिवापूरचे सारे हरिजन माझ्या ताब्यात आहेत. पाहू या तिथं कसा सत्याग्रह होतो तो!"

"पाहू या कसा होत नाही तो!" त्या दोघांनी उत्तर दिले. ही शाब्दिक चकमक वाचता वाचता बाळासाहेबांना सुबोधचा, श्रीचा, किंबहुना श्रीच्या त्या म्हाताऱ्या आजोबाचासुद्धा हेवा वाटला. त्यांचे मन म्हणत होते– 'सत्याग्रह होवो वा न होवो, तिथे सत्याग्रह होऊन त्यात सुबोधला यश मिळो अथवा श्रीला यश मिळो! काही झाले तरी त्या दोघांच्या जीवनात जगण्यासारखे काही तरी आहे! ते काही तरी आपल्या आयुष्यात कधीच आले नाही, आणि सामान्य माणसाच्या आयुष्यात गोडी आणणारा जो प्रेमाचा जिव्हाळा त्यालाही आपण पारखे झालो आहो. माती कालवलेले अन्न कितीही भूक असली म्हणून कोणी खाईल का? निर्मलेने आपल्याला सोडून जायचे ठरविले याचे कारण तरी दुसरे काय आहे? एकनिष्ठ प्रीतीचा प्याला अमृताने भरलेला असतो. पण आपण त्या प्याल्यातले अमृत ओतून टाकले, तो प्याला मद्याने भरला. चपला सुंदर असली, आपल्याभोवती मोहाचे पाश टाकण्यात तिचा अपराध नसला, तरी तिचे प्रेम हे मद्यासारखे ठरले! त्याने आपल्या डोळ्यांवर धुंदी आणली. आपल्या मनाचा तोल घालविला. आपण निर्मलेला विसरून गेलो.'

निर्मला– अमृत! चपला– मद्य!

या विचित्र विचारांच्या जाळ्यातून बाहेर पडण्याकरिता– बाळासाहेबांनी हातातील वर्तमानपत्र वाचायला सुरुवात केली. चटकन एका बातमीने त्यांचे लक्ष वेधून घेतले.

"डायरेक्टर बाटलीवाला आणि सुप्रसिद्ध नटी मिस चपला
यांचे शिवापूरला प्रयाण–"

चपला शिवापूरला निघून गेली? इतक्या दिवसात तिने आपल्याला बोटभर चिठ्ठीही पाठवू नये? आपला विसर तिला इतक्या लवकर पडावा? बाळासाहेब मनात म्हणत होते– शिवापूरला आता काय घडणार आहे कुणास ठाऊक? निर्मलेला भेटावयास आपण गेलो तर चपलाही तिथे भेटेल! आणि तो श्री– श्री–

चपला!– आगट्यांना मुद्दाम हाक मारून बाळासाहेबांनी विचारले, "त्या श्रीला बोलावणं पाठवतोस का जरा?"

"श्री इथं नाही!"

"इथं नाही?"

"आपल्या आजोबाबरोबर शिवापूरला गेलाय तो!"

"शिवापूरला?"

"हो. तो म्हातारा भर तापात शिवापूरला चालता झाला! रजा मागायला श्री इथं आलाच होता ना! तुझं काही काम होतं का त्याच्याशी?"

"त्यानं त्या महाराच्या मुलाच्या बाबतीत केस करता येईल का म्हणून पत्र पाठवलं होतं!"

"चार-सहा दिवसांत परत येईलच की तो!"

"त्याचा आजोबा आजारी असला तरी?"

"तसं कबूलच करून गेलाय तो! मॅच आहे ना पुढच्या आठवड्यात?" आनंदाची एक अत्यंत सूक्ष्म लकेर बाळासाहेबांच्या मनात गुणगुणू लागली.

दुपारी जेवणे झाल्यावर "बाईसाहेब गेल्या आहेत त्या गावाला केव्हा जायचं?" म्हणून रामनारायणाने त्यांना प्रश्न केला. रात्री निघायचे असेल तर सामानाची बांधाबांध करायला हवी असे तो मनात म्हणत होता. बाळासाहेब त्याला म्हणाले– "चार-दोन दिवसांनी जाऊ!"

बाईसाहेबांची प्रकृती बरी असल्याचे रामनारायणला आगट्यांच्या पत्नीकडून कळले होते. त्यानेही मनात विचार केला– एरवी आपले पुण्यात येणे घडलेच नसते. बाईसाहेबांच्या निमित्ताने आपण आलो आहोत. तेव्हा इथल्या सर्व देवांची दर्शने तरी पदरात पाडून घ्यावीत! रामनारायणाने आगट्यांच्या गड्याला या बाबतीत सल्ला विचारला. त्याने 'सोन्या मारुती', 'भिकारदास मारुती' वगैरे अनेक मारुतींचा पाढाच रामनारायणापुढे वाचला! रामनारायणाला वाटले– पुणे हे खरे पुण्यनगर आहे यात शंका नाही.

रात्री जेवण झाल्यावर बाळासाहेब आगट्यांना म्हणाले, "जरा भटकून येऊ का बाहेर?"

"अलबत! जगात मनुष्य दुसरं काय करीत असतो?"

आगट्यांबरोबर घराबाहेर पडताना बाळासाहेबांना चपलेची आणि त्या रात्रीच्या चांदण्यातल्या सहलीची आठवण झाली. टेकडीकडे जायला पायवाट फुटते तिथे ते आले, तेव्हा बाळासाहेबांना त्या रात्री श्रीने आपला दोघांचा निरोप घेतल्यावर चपलेने मागे वळून पाहिले होते त्या गोष्टीचे स्मरण झाले. त्यावेळी त्यांनी

विचारले होते,

"काही हरवलं का?"

तिने उत्तर दिले, "हो! आकडा!"

आता त्यांना वाटले– आकडा हरवल्याचे सोंग तिने त्यावेळी केले. खरोखर तिचे मनच त्यावेळी चोरीस गेले होते. टेकडी चढून गोखल्यांच्या स्मारकापाशी आल्यावर, त्या रात्री श्री ज्या खडकावर बसला होता, त्याच खडकावर बाळासाहेब बसले. बसता बसता आगटे म्हणाले, "कॉलेजात असताना कदाचित याच खडकावर येऊन बसलो असू आपण! त्यावेळी आपण काय बोलत होतो याची आठवण या खडकांना असती तर–"

"माणसांना आपल्या साऱ्या संकल्पाची आठवण राहती, तर जग किती तरी सुखी झालं असतं! भाऊ, त्या वेळच्या बाळासाहेबांवर पुढं आयुष्यात असा लाजिरवाणा प्रसंग येईल हे स्वप्नातसुद्धा खरं वाटलं नसतं कुणाला! पण आज– भाऊ!–"

बाळासाहेबांच्या स्वरातील कंपाने आगटेही सद्गदित झाले. बाळासाहेबांचा हात आपल्या हातात घेऊन तो स्नेहभावाने दाबीत ते म्हणाले, "इतकं मनाला लावून घेऊ नकोस तू! माणसांच्या हातून चुका ह्या व्हायच्याच!"

"पण एकदा झालेली चूक पुन्हा होऊ द्यायची नाही यातच खरी माणुसकी नाही का?"

आगटे आश्चर्याने त्यांच्याकडे पाहू लागले.

"भाऊ, चपलेच्या मोहात पडून मी निर्मलेला फसवलं! पण निर्मलेशी लग्न होण्यापूर्वी एका भोळ्या जीवाला मी फसवलं होतं! ती चूक– ते– पाप?"

त्या स्मृतीने बाळासाहेबांच्या मनाला वेदना होत असाव्यात हे पुढे काही न बोलता ओठ घट्ट आवळून ते दुसरीकडे पाहू लागले यावरून उघड होत होते.

आगटे बाळासाहेबांच्या समोर बसले होते. ते तिथून उठले आणि बाळासाहेबांच्या शेजारी येऊन बसले. लहान मुलाची समजूत घालताना आई त्याच्या पाठीवरून जसा प्रेमाने हात फिरवते, त्याप्रमाणे त्यांनी बाळासाहेबांच्या पाठीवरून हात फिरविला. त्या प्रेमळ स्पर्शाने बाळासाहेब जे दुःख गिळू पाहत होते ते उलटून आले. एक मोठा हुंदका देऊन ते म्हणाले, "भाऊ, वीस वर्षांपूर्वी आपण भावी आयुष्याची उज्ज्वल स्वप्नं पाहत होतो! त्यावेळी आपलं आयुष्य ही सुंदर फुलबाग होईल असं वाटत होतं मला! पण आज–? आज मागं वळून मधल्या वीस वर्षांकडे पाहिलं की–"

बाळासाहेब मध्येच थांबले!

"मी सांगू काय वाटतं ते?"

“हं!”

“आपलं आयुष्य हे एक स्मशान झालं आहे असं वाटतं!”

आपल्या मनातील विचार आगट्याने अचूक बोलून दाखविला याचे बाळासाहेबांना आश्चर्य वाटल्यावाचून राहिले नाही.

त्यांनी विचारले, “तुझ्या मनातही असले विचार येतात?”

“माझ्या? माझ्या एकट्याच्याच नाही! आपल्या पिढीतील प्रत्येक कर्तबगार मनुष्याचं मन असंच उदास झालं आहे. आयुष्याच्या लढाईत आपण हरलो आहोत. अपयशी ठरलो आहोत!”

“तूसद्धा?”

“हो, मी देखील! बाळासाहेब, तुला वाटत असेल– आगट्याचं आयुष्य यशस्वी झालं आहे– आगटे प्रोफेसर आहे, तो चांगला शिकवतो म्हणून त्याचा लौकिक आहे, तो स्वतःच्या बंगल्यात राहत आहे, दोन बायका मेल्या तरी तिसरी तरुण बायको त्याला मिळाली आहे! पण खरं सांगू बाळासाहेब, या साऱ्या गोष्टी म्हणजे काही जीवनातल्या विजयाच्या पताका नव्हेत. दुपारची वेळ टळली. कीर्तीची भूक भागली, शरीरसुखाची इच्छा तृप्त झाली, म्हणून काही मनुष्य सुखी होत नाही. त्याचे एक मन भुकेलेच राहतं. त्याच्या अंतःकरणाला काही तरी चुकल्याचुकल्यासारखं वाटत असतं.”

“तुझ्या बोलण्याचालण्यावरनं तुझ्या मनात असलं काही तरी येत असेल, हे खरंसुद्धा वाटणार नाही कुणाला!”

“जन्मठेपेच्या कैद्याला कोठडीतच सुख मानून राहावं लागतं!”

“जन्मठेप?”

“जन्मठेप नाही तर काय? एम.ए. झालो तेव्हा टिळकांच्या राजकीय चळवळीत पडायची केवढी इच्छा होती माझी! पण तेव्हा माझे आजोबा आडवे आले. कारकुनीत लाच खाऊन माझ्या आजोबांनी थोडीफार माया जवळ केली हे मला ठाऊक होतं. पण माझे वडील लहानपणीच वारले. आजोबांपाशी ते पैसे होते म्हणूनच माझं शिक्षण झालं. ते उपकार मी विसरू शकलो नाही. आजोबांनी हुकूम केला, “भावड्या, या टिळकांच्या नादाला लागून कुठं तरी हात पोळून घेशील! मुकाट्यानं प्रोफेसर हो!” एखाद्या कैद्यानं जेलरचा हुकूम पाळावा, त्याप्रमाणं मी आजोबांची आज्ञा पाळली.”

बाळासाहेबांना वाटले– आगटे आपल्या पायातील एकाएका बेडीचा इतिहास सांगत आहे.

“पुढं माझं लग्न झालं. झालं म्हणण्यापेक्षा आजोबांनी ते केलं. फार गोड मुलगी होती ती. पण संसारसुखाला शरीराच्या सुखापेक्षा आणखी काही तरी

लागतं ही कल्पनाच आली नाही तिला! तिच्या लाघवीपणामुळं माझ्या पायात आणखी एक बेडी पडली!''

''कुठली?''

''स्त्रीची! लग्न होण्यापूर्वी मी या गोष्टीचा फारसा विचारच केला नव्हता. पण स्त्रीसुख हे दारूसारखं उन्मादक असतं याचा पुरा अनुभव आला मला. पहिली बायको वारली तेव्हा एखाद्या कोवळ्या जीवाचाही माझ्यामागं पाश नव्हता. पण स्वतंत्र होण्याची ती संधी मी दवडली. पहिली बायको वारल्यावर दोन वर्षं मी लग्न केलं नाही. पण– ती दोन वर्षं मला इतकी त्रासदायक गेली– माझ्यासारख्या नाकासमोर चालणाऱ्या मनुष्याला मुकाट्यानं लग्न करावं लागलं! माझ्या दुर्दैवानं दुसरी बायको वारली आणि मी तिसरं लग्न केलं. शरीराचं सुख हेच जर आयुष्यातलं सुखसर्वस्व असतं, तर आज माझ्याइतका सुखी कुणीही ठरू शकला नसता! पण– बाळासाहेब, मनुष्य शरीराचा गुलाम झाला, तरी त्याच्या मनातली या गुलामगिरीची चीड काही केल्या मरत नाही. कोकणातल्या एका गरीब मुलीला मी माझी बायको केली. माझ्या मनाशी तिला समरस होता येत नाही! पण यात तिचा तरी काय दोष आहे?''

''तुझ्या हाताखाली शेकडो विद्यार्थी तयार होऊन गेले असतील. तुझ्या आयुष्यात एवढी तरी समाधानाची गोष्ट आहे! माझ्या आयुष्यात...''

''तुझंच आयुष्य माझ्यापेक्षा बरं! तू बोलून चालून वकिलीच्या धंद्यात पडलास! पण मी अत्यंत पवित्र धंदा करीत असून माझ्या मनाची टोचणी काही कमी होत नाही! पोपटपंची आणि पैसा यांच्यापलीकडे कितीशा प्रोफेसरांचं लक्ष असतं असं तुला वाटतं? स्टेशनवरचे हमाल टांग्यातून बोजे काढतात आणि ते आगगाडीत नेऊन ठेवतात. आम्ही प्रोफेसर शाळेतून पोरांना उचलतो आणि कुठल्यातरी पदवीचा शिक्का त्याच्या पाठीवर मारून त्यांना व्यवहाराच्या क्षेत्रात सोडून देतो. मनाचा विकास, व्यक्तीची प्रगती, समाजाची सुधारणा हे नुसते पोकळ शब्द वाटतात मला. आजच्या शिक्षणानं या गोष्टी घडत असत्या, तर आपणाला स्वराज्य केव्हाच मिळालं असतं! बाळासाहेब, आपल्या पिढीला जी चूक झाली तीच अजूनही होतेच! तरुणी पिढी नवं वाङ्मय वाचीत आहे, नवीन चित्रपट पाहत आहे, नवेनवे खेळ खेळत आहे, हरतऱ्हेचे सुंदर पोषाख करीत आहे. तिच्या एका मनाची वाढ विलक्षण वेगानं होत आहे–''

''एका मनाची!''

''हो. माणसाला दोन मनं असतात, बाळासाहेब! एक पशूचं आणि एक देवाचं. पहिलं मन उपभोगात रमून जातं, दुसरं त्यागात आनंद मानतं! पहिल्याला शरीराच्या सुखापलीकडे काहीच दिसत नाही. दुसऱ्याला त्याच्यापलीकडे असणाऱ्या

उदात्ततेचा साक्षात्कार होतो. या दोन मनांतल्या पहिल्याला निसर्गानं आपलं सारं सामर्थ्य दिलं आहे. दुसरं त्या मानानं फार दुबळं असतं. या दुसऱ्या मनाचं बळ वाढवणं, दोन्ही मनांचं बळ सारखं करून जीवन सुखानं जगणं आणि जगता जगता त्याचा विकास करणं, हे यशस्वी आयुष्याचं खरं लक्षण आहे. माझ्या आयुष्यात ते घडलं नाही. माझं दुसरं मन दुबळं असल्यामुळे मी आजोबांना दुखावू शकलो नाही, स्त्रीसुखाचा मोह आवरू शकलो नाही आणि आता सुखवस्तू झालो असूनही कॉलेजची बेडी तोडण्याचा धीर मनाला होत नाही! फार दिवस तुरुंगात राहणारा कैदी बाहेर जायला नाखूष असतो असं म्हणतात ना? तसंच झालंय माझं! आणखी दहा वर्षं गेली की अजब पोषाख करून सकाळ-संध्याकाळ या टेकडीवर फिरायला येणाऱ्या पेन्शनरांच्या संख्येत आणखी एका माणसाची भर पडेल झालं! माझ्या आयुष्यात दुसरं काय घडणार आहे आता?''

क्षणभर थांबून गोखल्यांच्या स्मारकाकडे बोट दाखवीत आगटे बाळासाहेबांना म्हणाले, ''या दोन मनांच्या झगड्यात दुसरं पहिल्याचं गुलाम झालं की तुझ्या-माझ्यासारखी बुद्धिवान पण दुबळी माणसं निर्माण होतात! पण दुसऱ्यानं पहिल्यावर विजय मिळविला तर...''

आगट्यांनी टेकडीच्या पायथ्याशी असलेल्या भारतसेवक समाजाच्या इमारतीकडे बोट दाखविले. एखाद्याने भाविकपणे देवाचे नाव घ्यावे त्याप्रमाणे त्यांनी नावे उच्चारली, ''गोखले'', ''शास्त्री'', ''देवधर'', ''परुळेकर–''

''परुळेकर?''

''अंबरनाथ संप लढविला होता त्यांनी! असल्या माणसांकडे पाहिलं की स्वत:चा विलक्षण राग येतो मला! काही काही वेळा असं वाटतं की, सारे विचार दूर फेकून, सारी बंधनं पार झुगारून काही तरी करायला लागावं! पण– पण मी नुसता गुलाम नाही; दुबळा गुलाम आहे!''

■

निखारा आणि कोळसा

मी नुसता गुलाम नाही. दुबळा गुलाम आहे! हे आगटयांचे शब्द किती तरी वेळ बाळासाहेबांच्या मनात घुमत होते. त्यांना भास झाला– आपण ज्या टेकडीवर बसलो आहोत, तिला गुहाच गुहा आहेत! त्या प्रत्येक गुहेतून प्रतिध्वनी येत आहे– ''मी नुसता गुलाम नाही, दुबळा गुलाम आहे!''

त्यांनी आगटयांकडे पाहिले, त्यांच्या मनात आले– पावसाळ्याच्या शेवटी शेवटी समुद्रावर वादळ होते ते काही उगीच नाही. ते वादळ झाल्यावर समुद्र शांत स्वरूप धारण करतो. चाळिशी उलटली की मनुष्याच्या आयुष्यातला पावसाळा मागे पडतो. या वेळी मनात वादळ सुरू व्हावे, त्या वादळाच्या रूपाने आत दडवून ठेवलेला क्षोभ बाहेर पडावा आणि मग मनाला एक प्रकारची प्रसन्नता यावी हेही तितकेच स्वाभाविक आहे. आयुष्यातील सुखदु:खे कोणापाशी तरी बोलून दाखविण्यात, हातून घडलेल्या चुका कबूल करण्यात विलक्षण आनंद असतो. पण प्रत्येक मनुष्य आपले आयुष्य हे एखाद्या गुप्त कटासारखे आहे असे मानतो. दुसऱ्या कुणालाही आपल्या रहस्यात घ्यायला तो तयार होत नाही. त्यामुळे वर्षावर्षाला त्याच्या मनात बऱ्यावाईट गोष्टींची अडगळ वाढत जाते. शेवटी मनाचा अगदी कोंडमारा होतो, तेव्हा कुठे त्याला वाटते की अंत:करण दुसऱ्यापाशी उघडे करावे.

आपल्या आयुष्यातील साऱ्या गोष्टी आपण निर्मलेपाशी बोलत गेलो असतो तर– तिने परवा पत्रात लिहिलेल्या गोष्टी योग्य वेळी आपल्याला बोलून दाखविल्या असत्या तर–

'तर!' या एका शब्दाने जगात अनंत दु:खे निर्माण केली आहेत! निर्मला आणि आपण पहिल्यांदाच आपली मने एकमेकांपाशी उघडी केली असती तर पहिल्या दोन-तीन वर्षांतली आपल्या आंधळ्या भावनांची उत्कटता कमी झाली असती. जीवन सुखमय व्हायला भावना अवश्य हवी! पण भावना म्हणजे निसर्गाची

लहर नव्हे, क्षणैक सुख देणाऱ्या विचारांचे नृत्य नव्हे, तर सौंदर्याची साथ घेऊन गाणाऱ्या सत्याचे मधुर संगीत!

रोग लपविला, योग्य वेळी औषध घेतले नाही, म्हणजे शेवटी शस्त्रक्रियेची पाळी येते. शरीराच्या बाबतीतच माणसावर ही पाळी येते असे नाही, मनावरही ती येते. मन झाले तरी माणसाचे दुसरे शरीरच नाही का?

आगट्यांची हकिगत ऐकल्यामुळे असेल, बाळासाहेब आगट्यांना म्हणाले, "भाऊ, तू म्हणालास तेच खरं! मनुष्याच्या आयुष्यात दोन मनांचा झगडा नेहमीच सुरू असतो. या झगड्यात ज्यांचं दुसरं मन विजयी होतं, ते कुठल्याही संकटाला हसत तोंड देतात. पण पहिल्या मनाच्या आहारी गेलेला माझ्यासारखा माणूस दुबळा होत जातो, मोहांना बळी पडतो, जिवलग माणसांशीही प्रतारणा करू लागतो, आणि मग" बाळासाहेबांचा स्वर कंप पावू लागला. आगट्यांनी हळूच त्याच्या पाठीवर हात ठेवला. त्या स्पर्शाने बाळासाहेबांना केवढा धीर आला.

आगट्यांचा हात हातात घेऊन ते म्हणाले, "भाऊ, तुला नि निर्मलेला समोर बसवून आयुष्यातल्या बऱ्यावाईट गोष्टींचा कबुलीजबाब द्यायचा असं मनात ठरवूनच मी इथं आलो. निर्मला इथं असती तर आता मी जेवढ्या मोकळेपणानं बोलतोय तेवढा मनमोकळेपणा मला आला असता की नाही याची शंकाच आहे! पण प्रयोगापूर्वी नाटकाची रंगीत तालीम करतात ना? तशी निर्मलेपुढं सांगायची हकिगत आधी मी तुला सांगतो!"

"कॉलेजातली वर्षं मी कशी काढली हे तुला ठाऊक आहेच. लोकांच्या दृष्टीनं मामा माझं पालन करीत होते. पण– पोरक्या पोराला प्रेमाची किती प्रखर भूक असते हे असल्या माणसांना कळतच नाही कधी! मामांनी मला जेवायला घातलं, मला कपडेलत्ते दिले. चार पैशांची मदतही केली. पण मला प्रेमानं कधीच वागवलं नाही!

असाच मी लहानाचा मोठा झालो. हळूहळू प्रेमाच्या भुकेच्या जागी दुसरीच भूक आली! आपण मोठं व्हावं, सारे लोक चकित होतील असं काही तरी करावं असं मला वाटू लागलं. हुषार विद्यार्थी म्हणून सारे कॉलेज माझ्यावर खूष होतं. एम.ए. झाल्याबरोबर कॉलेजात मला नोकरी मिळणार अशी सर्वांची कल्पना होती. माझी खात्री होती.

फेलोशिपचं वर्ष संपलं. कोकणात माझी चुलत आत्या होती. त्या सुट्टीत तिच्याकडे राहायला मी गेलो. वरचेवर तिची मला पत्रं येत. मलाही काही तरी पालट हवाच होता.

कोकणातलं अगदी भिकार खेडं होतं ते. माझ्या आत्याचा नवरा चांगला

जमीनदार होता; पण त्याची राहणी इतकी कंगाल होती की पहिल्याच दिवशी तिथून पळून जावंसं वाटू लागलं मला. ते सोप्यावरले भातांचे तट्टे, रात्री त्या तट्ट्यांशी खुडखुड करणाऱ्या घुशी, जेवता जेवता ज्यांच्या चोयी निघत अशा पत्रावळी, परसातल्या कुठल्या तरी पाल्याची भाजी, धूर ओकणारे सहा पैशांचे जस्ती दिवे– अजून तिथली एकूण एक गोष्ट आठवते मला. या सुंदर गोष्टीत आत्याबाईची सात-आठ पोरं जी धांगडधिंगा घालीत त्याची भर घातली म्हणजे–''

''मग राहिलास कशाला तू तिथं–'' आगट्यांनी उत्सुकतेने प्रश्न केला.

''पहिलं कारण मलेरिया! त्या टापूत कहर मांडला होता त्यानं! पण धड कोयनेलसुद्धा कुणाला मिळत नव्हतं! शेत नांगरता नांगरता शेतकऱ्याला थंडी वाजायला लागली की तो शेताच्या कडेला कुडकुडत निजे आणि ताप कमी झाला की पुन्हा आपलं काम सुरू करी. असल्या गोष्टी तिथं दररोज घडत. मलाही त्या हिवतापाचा प्रसाद मिळाला. सात-आठ दिवस एकशेचार-पाचपर्यंत ताप चढत होता. विलक्षण ओकाऱ्या येत. डोकं इतकं जड होऊन जाई की बोलून सोय नाही आणि ताप चढताच जी थंडी वाजे– त्यावेळी कितीही पांघरुणं अंगावर घेतली तरी पुरी होत नसत!''

''आपली पोरं सांभाळून मग आत्याबाई तुझ्या समाचाराला येत असतील! होय ना?''

''त्या येतच नव्हत्या. ललिता जर त्यावेळी तिथं नसती...''

''ललिता? चांगलं कॉलेजात जाणाऱ्या मुलीचं नाव दिसतंय हे!''

''कॉलेजची कल्पनाही नव्हती तिला! ललितापंचमीला मुलगी झाली म्हणून तिच्या आईबापांनी ललिता हे नाव ठेवलं होतं! आत्याबाईंच्या नवऱ्याच्या नात्यातली होती ती. चवदाव्या वर्षी लग्न होऊन पंधराव्या वर्षी विधवा झाली होती बिचारी! आत्याबाईंना अन्नावारी घरात राबणारं माणूस हवंच होतं! सारी सोळा-सतरा वर्षांची मुलगी! पण ललिता पहाटे पाचाला उठून जी कामाला लागे, ती रात्री अकराला अंथरुणाला तिची पाठ लागे! तिच्या कामात माझ्या आजारपणाची भर पडली. पण ती कधी कंटाळली नाही की कधी कावली नाही. माझी सारी शुश्रूषा हसतमुखानं करताना–'' बाळासाहेबांच्या डोळ्यांपुढे मुग्ध ललिता उभी राहिली असावी! ते क्षणभर सद्गदित झाले...

''भाऊ, तिची विलक्षण दया येई मला. पण दया ही प्रीतीची धाकटी बहीण आहे असं म्हणतात ना? तो अनुभव लवकरच आला मला! तिचा हात मी पहिल्यांदा हातात धरला तो तापाने फणफणणाऱ्या हाताला काहीतरी गारगार हातात धरावंसं वाटत होतं म्हणून. क्षणभर तिनं तो तसा राहूही दिला. किती

थरथर कापत होता तो! दुसऱ्याच क्षणी सापाचा स्पर्श झाला म्हणजे मनुष्य जसा दचकतो, तशी ती दचकली! तिनं झटकन् आपला हात माझ्या हातातून काढून घेतला.

पण हात दूर केले म्हणून हृदयं काही दूर जात नाहीत. एकदम मला थंडीचा एवढा कुडकुडा भरला की पांघरुणं घेऊनही तो थांबेना. रात्रीचे बारा वाजून गेले होते. माझ्या खोलीत दुसरं कुणी नव्हतं. तिनं हळूच खोलीचं दार लोटलं आणि पोटाशी पाय घेऊन पडलेल्या माझ्या शरीराला घट्ट कवटाळून धरलं. मला बरं वाटू लागताच ती एकदम दूर झाली. तिच्या डोळ्यांत अश्रू उभे राहिले होते. आपण काही तरी पाप केलं असं तिला वाटलं असावं!

ती नेमानं माझ्या उशाशी सोनचाफ्याची फुलं आणून ठेवी. रात्री-अपरात्री मला काही तरी लागेल म्हणून माझ्या खोलीच्या दाराबाहेर एक फाटकी सतरंजी टाकून त्याच्यावर निजे. मी परवू लागलो तरी लगेच उठून येई. कुठल्या तरी देवाचा अंगारा नेमानं माझ्या कपाळाला लावी. मला सुख व्हावं म्हणून जे जे करणं शक्य होतं ते ते तिनं केलं.

मी बरा झालो, हिंडू फिरू लागलो. किती आनंद झाला तिला. गोठ्यात दूध काढताना ती गाणं गुणगुणू लागली; त्यापूर्वी तिला गाताना मी कधीच ऐकलं नव्हतं.

घरातलं धुणबिणं तिच्यावर पडे. अशावेळी तिला हातभार लावण्यात मला आनंद वाटू लागला. तिला लाटेनं पाणी काढता येत नसे, रहाटानं पाणी काढायला खूप वेळ लागे. आता मी लाटेनं पाणी काढू लागलो. निम्म्या वेळात तिची धुणी-भांडी संपू लागली. धुण्याचे पिळे घेऊन जाताना ती मोठ्या कृतज्ञ दृष्टीनं माझ्याकडे पाही.

पण माझं मन तिच्याइतकं खंबीर नव्हतं. आपलं मन आपल्या प्रेमाची खरी मर्यादा हे तिनं ओळखलं होतं. मला ती मर्यादा दिसली नाही. धुणी धुताना ती ओचापदर नीट खोवून घेई. अशावेळी तिच्याकडे पाहताना मला आनंद होऊ लागला. कपडे धुताना, बुचकळताना, खळबळून टाकताना आणि पिळताना तिच्या मोहक मूर्तीच्या ज्या हालचाली होत, त्या पाहता पाहता मला वाटे मी चित्रकार झालो असतो तर या क्षणभंगुर आकृती अजरामर केल्या असत्या.

तिला थोडंसं लिहिता वाचता येत होतं. माझ्याजवळच्या पुस्तकांत चार-दोन कादंबऱ्या होत्या त्या मी तिला वाचायला दिल्या. योगायोग किती विलक्षण असतात पाहा! त्या कादंबऱ्यांपैकी एकीत एक बालविधवेची प्रेमकहाणी होती.

हिरवळ वाढायला थोडासाही ओलावा पुरतो. पहिल्या प्रीतीचेही तसेच आहे. आत्याच्या घरी ललिता अगदी गांजून गेली होती. दोन वेळ मिळणाऱ्या अन्नासाठी ती गुलामासारखी राबत होती. तिच्या मनाची कल्पना आत्यासारख्या स्त्रीला

नव्हती! मग तिच्या नवऱ्याला कुठून असणार? एकदा आत्या थट्टेनं बोलून गेली, 'बाळू, ललितेचं कपाळच फुटकं आहे बघ! या वेळी ही कुंवार असती तर तूसुद्धा तिला करून घ्यायला तयार झाला असतास!'

त्या रात्री मला स्वस्थ झोप आली नाही. वावटळीत धूळ, पानं, गवताच्या काड्या, कागदाचे कपटे अशा अनंत गोष्टी गिरगिरत असतात ना? माझ्या मनातही ललितेविषयीचे किती तरी विचित्र विचार तसाच धुमाकूळ घालीत होते.

आत्या हे बोलली त्याच्या दुसऱ्या दिवशीची गोष्ट! संध्याकाळची धार काढताना कुठल्याशा गायीनं ललिताला लाथ मारली. बरं तर बरं! ती कपाळावरच बसली नाहीतर डोळाच जायचा! त्या लाथेनं मोठी जखम झाली नाही. पण मुका मार मात्र चांगलाच बसला. पण आत्याच्या एका मुलाला ताप आला होता त्या धांदलीत ललिताला लागलं आहे ही गोष्ट ती विसरूनही गेली.

रोज रात्री दहा वाजता ललिता मला दूध आणून देई. नेहमीप्रमाणे ती आली. तिच्या चेहऱ्याकडे दृष्टी जाताच मी चमकलो– कपाळावर केवढं तरी टेंगूळ आलं होतं! सूजही स्पष्ट दिसत होती!

मी दूध घेतलं की ती पेलाबशी घेऊन परत जात असे. प्रथम थोडा वेळ ती स्तब्ध राहिली. पण मी पेल्याला हात लावीत नाही असं पाहून ती म्हणाली, 'निवून जाईल हं दूध!'

'मला दूध नकोय्!'

'काही हवंय मग?'

'वेखंड!'

'वेखंड! इश्श बाई, वेखंड खातात हे मला नव्हतं माहीत!' कपाळ ठणकत असतानाही तिनं आपलं सारं दु:खं थट्टेवारी नेण्याचा प्रयत्न केला.

मी मनात म्हणालो– 'बायको असावी तर अशी.'

'मी बोलत नाही असं पाहून तिनं विचारलं– "कशाला हवंय वेखंड?'

'लागलंय मला!'

'कुठं पडलात?'

'गोठ्यात!'

माझं हे उत्तर ऐकून तिला काही केल्या हसू आवरेना. पदराचं टोक तोंडावर धरून ती हसू लागली.

'नाही ना आणत वेखंड?' मी म्हटलं, 'नाही तर नाही! स्वयंपाकघर धुंडाळून मी शोधून काढीन की!'

तिच्या अंगावरून मी पुढे गेलो. आपलं हसू आवरून ती म्हणाली, 'सांभाळा हं जरा!'

'का? स्वयंपाकघरात वाघबिघ आलाय् वाटतं?'

'वाघ नाही–'

'मग?'

'वेखंड म्हणून ज्येष्ठमधाचा तुकडा उगाळीत बसाल आणि उगाळून उगाळून हात मात्र दुखायला लागेल. त्या हाताला वेखंड काढायची पाळी माझ्यावरच येईल म्हटलं!'

मनातून तिच्या थट्टेनं मला इतक्या गुदगुल्या केल्या की सांगून सोय नाही! पण बोलताना मी म्हणालो, 'बरं! बरं! वेखंड उगाळून लवकर घेऊन ये जरा!'

'नुसतं उगाळून चालत नाही! ते ऊन करावं लागतं.' जाता जाता ती खट्याळपणानं म्हणाली.

किती लवकर ती पळीतून वेखंड घेऊन आली!

'कुठं लावू?' तिनं मला विचारलं. तिचा हात धरून मी तिला खाली बसविली, तिच्या जवळच बसून हलक्या हातानं लेप तिच्या कपाळावरच्या सुजलेल्या भागावर मी लावला. जखमेला इतक्या वेळा माझी बोटं लागली पण तिनं हूं का चूं केलं नाही.

वेखंड लावून संपताच मी तिच्या डोळ्यांकडे पाहिलं. आनंदाच्या अश्रूंनी ते अधिकच मोहक दिसत होते.

मला मोह आवरला नाही. मी खाली वाकलो. तिच्या गालाला माझे ओठ लागले. ती हसली.

जिला कधी ना कधी फूल येत नाही ती वेली कसली? जिच्या कधी ना कधी मीलनाची इच्छा होत नाही ती प्रीती कसली? निदान माझं प्रेम तरी असं होतं. ललितेला मात्र त्याची पुरी कल्पना नसावी!

एके दिवशी रात्री जेवणखाण झाल्यावर मी तापाचं सोंग केलं! थंडी वाजते म्हणून सांगून खूप पांघरुणं घेऊन मी अंथरुणावर पडलो. बिचारी ललिता कामधाम आटोपून सोबत म्हणून माझ्या दारापाशी झोपण्याकरिता आली. आत येऊन माझ्या कपाळाला तिनं हात लावून पाहिलं. ते गार लागताच तिनं विचारलं, 'इतक्यात ताप काढला?'

'हो!'

'नवल आहे बाई!'

'नवल कसलं? औषधच आहे ना तसं!'

'कुठलं?'

'हे!' म्हणून ललितेचे हात विलक्षण उन्मादानं मी माझ्या हातात घेतले.

ललिता पूर्णपणे माझी झाली. आठ-पंधरा दिवस आत्याकडे घालविण्याकरिता

मी गेलो होतो. पण सर्व सुट्टी मी तिथंच काढली. आत्या तर एकदा म्हणालीही, 'बाळूला कोकण फार आवडलेलं दिसतंय!' पलीकडेच ललिता तांदूळ नीट करीत बसली होती. तिच्या हळूच वर झालेल्या दृष्टीला दृष्टी देत मी म्हटलं, 'आहेच कोकण तसं सुंदर! जन्मभरसुद्धा इथं राहायची आपली तयारी आहे बुवा!'

खरोखरच ललितेच्या सहवासात मी जन्माचा सुखी झालो असतो. त्यावेळी आम्हा दोघांच्या हातून जे घडलं ते पुढं पाप ठरलं. पण ते पाप होतं असं त्यावेळी मला वाटलं नाही. माझ्या आयुष्यात वसंत नाचत होता. तिच्या आयुष्यात वसंत फुलला होता. भोवतालच्या वनराजीच्या पानापानातून वसंत गात होता.

ती सुट्टी एखाद्या सुंदर स्वप्नासारखी माझ्या आयुष्यात येऊन गेली. पुण्याला जाऊन प्रोफेसर झालो की ललितेशी पुनर्विवाह करायचा असा मी मनाशी निश्चय केला. इतकंच नव्हे, तर ललितेशी तो पुनः पुन्हा बोलून दाखवून मी तिला धीरही दिला. माझा पत्ता लिहिलेली तीन-चार पाकिटंही तिला दिली मी! दिवाळीच्या सुट्टीत मी परत येईन आणि तुला इथून घेऊनच जाईन असं तिला आश्वासन द्यायलाही मी कमी केलं नाही.

मी तिला फसवीत नव्हतो. पण माझं दैव मला फसवित होतं. तिचा निरोप घेऊन मी निघालो तेव्हा तपोवनाला शोभणाऱ्या कोकणातल्या सृष्टिसौंदर्यामुळे मला असं वाटलं की दुष्यंत शकुंतलेचा निरोप घेऊन चालला आहे.

आणि दुर्दैवानं मी पुरा पुरा दुष्यंत ठरलो. माझ्या शकुंतलेला मी फसवलं! दुष्यंताची अब्रू सांभाळण्याकरिता कालिदासानं शापाची क्लृप्ती काढली. शापानं म्हणे त्याचा स्मृतिभ्रंश झाला! माझेही तसेच झाले. माझ्या पहिल्या मनानं दुसऱ्या मनाला शाप दिला. ते आपल्या आणा-शपथा विसरून गेले.

मी पुण्याला आलो तो माझ्याविरुद्ध सुट्टीत एक कारस्थान शिजलं आहे असं मला आढळून आलं. प्रिन्सिपॉलला आपला मेहुणा कॉलेजात खपवायचा होता. ते उघड सांगता येईना म्हणून संस्थेच्या सभासदांच्या जातिनिष्ठेचा फायदा त्यानं घेतला.

माझी जात मला आडवी आली. एका क्षणात माझी महत्त्वाकांक्षा धुळीला मिळाली!''

आगटे उद्‌गारले, ''हे सारं ठाऊक आहे मला! तुझ्या जागी नेमलेल्या त्या माणसाची किंमत काय आहे हे पुढे लवकरच कळून आलं!''

बाळासाहेब पुढे बोलू लागले, ''संतापानं अगदी वेडा होऊन मी मुंबईला निघून गेलो. पुन्हा पुण्याचं तोंड पाहायचं नाही असं मी ठरवलं. एक शाळा गाठली. तिच्या हेडमास्तरांनी भावी जावई म्हणून मला नोकरी दिली की काय

कुणास ठाऊक! पण मी अविवाहित आहे अशी त्यांनी आपली पक्की खात्री करून घेतली.

त्यानंतर दीड-दोन महिन्यांत माझ्याच हाताचं अक्षर वर असलेलं एक पाकीट मिळालं. ललितेनं ते पाठविलं होतं. पुण्याला पत्ता बदलून घेऊन ते मुंबईला आले. मी पत्र लिहिलं तर ते आतेच्या अथवा तिच्या नवऱ्याच्या हाती पडेल म्हणून मी मुळीच पत्र पाठवू नये असे ललितेनेच ठरविले होते. तेव्हा तिचे पत्र आलेले पाहून मला फार आनंद झाला.

पण तो आनंद दुसऱ्याच क्षणी धुळीला मिळाला. आपल्याला सकाळी उठल्याबरोबर ओकाऱ्या येतात असं ललितेनं पत्रात लिहिलं होतं. फार भिऊन गेली होती ती! कसंही करून मी लगेच तिकडे यावं असंही लिहिलं होतं तिनं.

काय करायचं ते मला कळेना. हजार कल्पना मनात येऊन गेल्या. पण हातून काहीच घडलं नाही.

एक महिना गेला. ललितेचं दुसरं पत्र आलं. तिला दिवस गेले आहेत हे आतेच्या लक्षात येऊन चुकलं होतं. तिनं संशय मात्र मधून मधून घरी येणाऱ्या एका भिक्षुकाचा घेतला होता. गावात बेअब्रू होऊ नये म्ळणून ललितेला एखादं गावठी औषध देऊन मोकळं करायचंही ठरवलं होतं तिनं! पत्राच्या शेवटी ललितेनं विनवून लिहिलं होतं, 'कसंही करून या!'

तो टाहो ऐकूनही मी स्वस्थ बसलो. मुंबईत प्रोफेसर व्हायची इच्छा अजून माझ्या मनात होतीच. मला वाटलं– ललितेला आणून मी तिच्याशी पुनर्विवाह केला तर लग्नानंतर आपण अनीतिमान ठरू आणि आपली सर्व मनोराज्यं धुळीला मिळतील.

जे पत्र वाचताच मी ललितेकडे धावत जायला हवं होतं, ते दुसरं पत्र मी फाडून टाकलं. पण पापाचा पुरावा नाहीसा करून मनाची टोचणी कधी थांबते का?

मी ललितेला दोन ओळींनीसुद्धा धीर दिला नाही. तिनंही पुन्हा मला पत्र लिहिलं नाही. पण दुसऱ्या मनाची अशी मुस्कटदाबी करून मी काही सुखी झालो नाही. मला मास्तरकीतच खितपत पडावं लागलं. मी मनातल्या मनात जळत असे, पण जळून जळून निखाऱ्याचा कोळसा होतो ना? तशी पाच-सात वर्षांत माझी स्थिती झाली.

शाळेच्या संमलेनाच्या निमित्ताने निर्मला माझ्या आयुष्यात आली. या कोळशात अजून कुठं तरी ठिणगी चमकत आहे असं तिला वाटलं. तिनं फुंकर घातली. पुन्हा कोळशाचा निखारा झाला. मी निर्मलेचा पती झालो. तिच्या पैशाच्या बळावर मी बॅरिस्टर होऊन आलो. अनेक विचित्र खटल्यात विजय मिळवून

जगाला मी चकितही केले.

पण माझा हा विजयच माझा शत्रू ठरला. मी गरीब राहिलो असतो तर निर्मलेचे उपकार विसरलो नसतो. पण पाण्यासारखा घरात येणारा पैसा– ते पाणी म्हणजे शुद्ध विष ठरलं.

निर्मला जवळ जवळ माझ्या वयाची! तिशीच्या घरात आलेली. स्त्री रूपानं पतीला रंजवू शकत नाही. मास्तरणीचं काम बरीच वर्षं केल्यामुळे तिला संसार हवा होता. पण फार उशिरा लग्न केल्याचा परिणाम फार भोवला तिला! दोनदा दिवस गेले. दोन्ही वेळा ती अकाली प्रसूत झाली! पुरे दिवस गेले असते तरी बाळंतपण कठीणच होतं, असे दोन्ही वेळा डॉक्टरनी उद्गार काढले.

तिनं बाळंतपणाचं भय घेतलं. ती शक्य तितकं मला टाळू लागली. रात्रंदिवस कराव्या लागणाऱ्या कामामुळे मी अगदी शिणून जात असे. हा शीण घालवायला निर्मला निरुपयोगी ठरली. तिचं माझ्यावर प्रेम होतं– जवळ जवळ भक्ती होती! पण आपल्या देवानं दुरून दाखविलेल्या नैवेद्यावर संतुष्ट राहावं, नैवेद्य खाऊ मात्र नये, असं काही तरी तिला वाटत असावं.

शरीरसुख म्हणजे जीवनाचं सर्वस्व नव्हे हे खरं; पण शरीरसुखावाचून मनुष्य जीवन कंठू शकत नाही, हेही तितकंच खरं! माझं भारावलेलं डोकं निर्मलेच्या प्रेमळ स्पर्शानं शांत होण्याची शक्यता दिसेना. मी हळूहळू मद्याचा आश्रय घेतला.

किती तरी दिवस मी हे निर्मलेपासून लपवून ठेवलं होतं. पण उन्मादक व्यसनं मनुष्यपण शिल्लक ठेवीत नाही. आज ना उद्या ती त्याला पशू करून सोडतात. एवढं रूपांतर झाल्यावर ते इतरांच्या लक्षात नाही आलं तरच नवल! पुढं माझं मद्यपान निर्मलेनं मोठ्या उदारपणानं चालू दिलं. मला वाटलं– माझा अध:पात इथंच थांबेल पण संकटाप्रमाणं व्यसनंही कधी एकटी येत नाहीत. मद्यानं मनुष्य स्त्रीविषयी किती उत्सुक आणि उन्मादक होतो याचं वर्णन अजून कुणाही लेखकानं केलं नसावं! दारू, नाटकं-कादंबऱ्या लिहिणाऱ्या लेखकांत पिणारे लोक फार थोडे असावेत, नाही तर ते आपले अनुभव चोरून तरी ठेवीत असावेत.

मद्याइतका बंधुभाव धर्मसुद्धा निर्माण करीत नाही. मुंबईतल्या अशाच एका बैठकीत चपला मला दिसली. ती दारूच्या थेंबालाही स्पर्श करीत नाही असं पाहून तिच्याविषयी माझी उत्सुकता वाढली. आणि पुढचं कशाला सांगायला हवं? ज्या निर्मलेला फुलासारखी वागवण्याची माझी इच्छा होती, तिच्या अंत:करणाला मी डागण्या दिल्या. समाजाला तर माझा काडीचाही उपयोग झाला नाही. ललितेसारख्या, निर्मलेसारख्या एका व्यक्तीलासुद्धा मी सुखी करू शकलो नाही.''

बाळासाहेब एकदम थांबले. आगट्यांना वाटले– आतापर्यंत आपण ऐकत होतो ते बाळासाहेबांचे आत्मचरित्र नव्हते, तर आरोपीच्या पिंजऱ्यात उभ्या असलेल्या एका जीवाच्या बचावासाठी बाळासाहेब देशमुख यांनी केलेले सुंदर भाषण होते. हे भाषण ऐकणारा कुणीही म्हणेल– आरोपीने गुन्हा केला आहे. पण गुन्ह्याची सर्वच जबाबदारी त्याच्यावर नाही. त्याच्याशी संबंध आलेल्या व्यक्ती, त्याची सामाजिक परिस्थिती ही सर्व भिन्न असती, तर त्याच्या आयुष्याला नि:संशय निराळे वळण लागले असते!

दुसऱ्या दिवशी सकाळी बाळासाहेब फार उशिरा उठले. उठल्याबरोबर त्यांच्या डोक्यात विचार आला तो आगट्यांनी वर्णन केलेल्या दोन मनांच्या लढ्याचा!

रामनारायणाने चहाबरोबर एक पत्रही त्यांना आणून दिले. ते पत्र जबलपूरला जाऊन आले होते. रामनारायणाने उत्सुकतेनं विचारलं,

"बाईसाहेबांचे पत्र आहे?"

"हं!" बाळासाहेब पत्र फोडून वाचू लागले होते.

"खुशाल आहेत ना बाईसाहेब?"

"हं!"

रामनारायण केव्हा निघून जातो असे बाळासाहेबांना झाले होते. ते पत्र चपलेचे होते.

बाईसाहेब खुशाल आहेत ही बातमी आगट्यांच्या पत्नीला सांगण्याकरिता रामनारायण जवळ जवळ धावतच गेला.

चहा निवून चालला होता. पण बाळासाहेब चपलेचे पत्र पुन: पुन्हा वाचीत होते. पत्र अगदी लहान होते.

'सप्रेम नमस्कार,

श्रीनं तुम्हाला एक पत्र पाठविलं होतं. त्याचं उत्तर अजून आलं नाही असं तो म्हणत होता. तुम्हाला कोर्टाबिर्टाची फार कामं असतात; पण त्याचंही काम फार महत्त्वाचं आहे. नाही का? सुबोध नाईक इथं आले. शिवापूरच्या सत्याग्रहाविषयी खूप चर्चा झाली. आम्ही मुद्दाम ऐकायला गेलो होतो. श्री आणि सुबोध यांची चकमक पाहण्यासारखी होती हं! त्या दिवशी मैदानावर तो फटके मारीत होता ना? तस्सं बोलला तो त्या पंचेवाल्या बोवांशी.

श्री बोलू लागला की ते ऐकतच राहावंसं वाटतं! आणि बोलताना त्याच्या चेहऱ्यावर तेज काय चढतं म्हणता? एखादा कसलेला नटसुद्धा

असा अभिनय करू शकणार नाही.

मी उद्या बाटलीवालांच्या बरोबर शिवापूरला जात आहे. आता तीनचार महिने तिकडेच मुक्काम.

ता. क. – निर्मलाबाईंना म्हणावं, झालं गेलं विसरून चला. चपलेला जगाच्या वाटेवर फुलांच्या पायघड्या पसरता आल्या नाहीत! तितकं भाग्यच नाही तिचं! म्हणून काही ती तिथं काटे पसरणार नाही!'

पुन्हा पुन्हा पत्र वाचून बाळासाहेबांनी शिवापूरला जायचे ठरविले.

त्यांना निर्मलेची समजूत घालायची होती, श्रीला सल्ला द्यायचा होता आणि चपलेला–

आगटे खोलीत येताच त्यांना बाळासाहेबांनी आपला बेत सांगितला. आगटे एकदम म्हणाले, "वहिनींना भेटायला तू एकट्यानं जाणं बरं नाही."

"पण त्या श्रीचं काय?"

"श्रीच येईल इथं उद्या-परवा! त्याच्यावाचून मॅचची प्रॅक्टिसच होणं शक्य नाही. तशी तारसुद्धा गेलीय त्याला!"

■

वीज आणि वृक्ष

शिवापूरच्या महारवाड्यात पोस्टाचा शिपाई येणे हीच गोष्ट आधी विलक्षण होती. मग हातात तारेचा लिफाफा घेऊन त्याने या जगात प्रवेश केला तेव्हा तिथे खळबळ उडाली यात नवल कसले? वाटेवरच विटी-दांडू खेळत असलेली पाच-सात पोरे तारवाल्याच्या मागून धावली. आपल्या मातीच्या घरकुलाच्या ओबड-धोबड पायरीवर विणीत बसलेली एक महारीण तर त्याच्याकडे पाहतच राहिली!

चुलीची भर करण्याकरता झाडाखालचा पातेरा गोळा करीत असलेल्या एका तेरा-चौदा वर्षांच्या मुलीने धिटाईने त्या तारवाल्याला विचारले, ‘‘कुणाचा कागद आहे?’’ ‘‘पत्र नाही तार आहे!’’ तारवाल्याने उत्तर दिले. लगेच तो थांबून म्हणाला, ‘‘श्री खांडेकर कुठं राहतो?’’

हात उंच करून एका भल्या मोठ्या झाडाकडे त्या मुलीने बोट दाखविले. ती म्हणाली, ‘‘ते देवचाराचं झाड आहे ना? त्याच्या खालच्या घरात!’’

‘‘ते भुताटकीचं घर होय!’’

मानेने होकार देत ती मुलगी म्हणाली, ‘‘बाबा म्हणत होता की त्या घरात दोन भुतं येऊन राहिली आहेत. एक म्हातारं नि दुसरं तरणं–’’ लगेच खो खो करून ती हसली. तिच्या हसण्याला साथ देतच तारवाला पुढे श्रीच्या बिऱ्हाडाकडे झुकला.

मातीच्या चार भिंती एकमेकांच्या आधाराने तिथे कशाबशा उभ्या राहिल्या होत्या म्हणूनच त्या जागेला घर म्हणायचे! घरमालकाचा निर्वंश झाल्यामुळे आणि पलीकडल्या झाडावर देवचार असतो याबद्दल महारवाड्यात दुमत नसल्यामुळे घर ओसच पडले होते. श्री आणि त्याचे आजोबा यांना महारवाड्यात राहायला दुसरी जागा मिळेना! तेव्हा त्यांनी या घरात मुक्काम ठोकला आणि म्हणून तिथं दिवा तरी लागू लागला.

घरापुढच्या अंगणात उभा राहून तारवाला ऐटीने ओरडला– "श्री खांडेकर!"

आतून श्री बाहेर आला. त्याच्या डाव्या हाताचे बोट धरून एक पाच-सहा वर्षांचे मूलही नाचत आले. श्रीच्या हातात पेन्सिल होती. आत काही तरी लिहीत असताना तारवाल्याची हाक ऐकून तो तसाच उठून आला असावा.

श्रीने पुढे येऊन तार घेण्याकरिता हात पुढे केला. तारवाल्याने ती अलगद त्याच्या अंगावर टाकली. सहीच्या कागदाची देवघेवही याच पद्धतीने झाली. पण श्री तारवाल्यावर मनातसुद्धा रागावला नाही. जिथे सारे गावच अस्पृश्यता अगदी कडक रीतीने पाळीत होते, तिथे अडाणी माणसाला हसण्यात काय अर्थ होता? श्रीचे मन म्हणत होते, 'समाजातली विषमतेची साथच नाहीशा झाली पाहिजे. याशिवाय हे रोगी बरे होणार नाहीत.'

श्री तार घेऊन आत आला. त्याचे बोट धरून खेळत असलेल्या मुलाने हट्ट धरला, म्हणून त्याने तारेचा लिफाफा त्याला खेळायला दिला. तार झरकन वाचून तो स्तब्ध उभा राहिला. आजोबा पलीकडेच अंथरुणावर पडले होते. त्यांना अजूनही ताप येत होता! श्री स्तब्ध उभा आहे असे पाहताना त्यांनी विचारले, "कोण आलं होतं?"

"तारवाला!"

"कुणाची तार आहे?"

"प्रिन्सिपॉलची!"

"कॉलेजची?"

"होय!"

"काय म्हणतात साहेब?"

"लगेच निघून यायला लिहिलंय! मी नसलो की पोरांचं प्रॅक्टिस काही चांगलं होत नाही नि पुढची मॅच तर अगदी जवळ आलीय!"

क्षणभर दोघेही स्तब्ध होते. खोकल्याची उबळ दाबीत दाबीत आजोबा म्हणाले, "जा की मग!"

श्री काही बोलला नाही. पण आजोबांची काही शिवापूर सोडून जाण्याची इच्छा नाही हे त्याने ओळखले.

आजोबांनी श्रीला हाताने जवळ बोलाविले. तो येऊन त्यांच्या अंगावरून हात फिरवू लागला. आजोबा हलकेच म्हणाले, "तू गेला नाहीस तर तुझे साहेब रागावतील!"

"पण–"

"तुझ्या उभ्या जन्माचं नुकसान होईल पोरा!"

श्री नुसता हसला.

''आपण गरीब माणसं. सरकार कालरशिप देतं म्हणून तुझी विद्या चाललीय. उगीच पायावर धोंडा पाडून घेऊ नकोस, राजा!''

श्रीच्या मनात आले– माझ्या समाजाच्या डोक्यात धोंड्यावर धोंडे घातले जात आहेत! तिकडे पाहायला नको का? पण आजारी आजोबांना बोलण्याचा अधिक त्रास होऊ नये म्हणून त्याने काहीच उत्तर दिले नाही.

आजोबा कापणाऱ्या स्वराने म्हणाले, ''श्री, इथं राहून काय करणार तू आता? ज्या माणसांनी ते पोर मारानं मेलं म्हणून कळविलं, त्यांनीच माघार घेतली. उभ्या वाड्यात खरं सांगायची छाती नाही कुणाला! कुणी त्या सावकाराला भितो, कुणाचं तोंड पैशानं बंद झालंय, कुणाकुणावर त्या सुबोधनं जादूटोणा केलाय! ते पोर कशानं मेलं याचा पुरावा आता मिळणार तरी कसा?''

''त्याची आई आहे ना?''

''ती वेडी?''

''तिला वेड कशानं लागलं? पोर असं दगावलं म्हणूनच ना?''

''ती आधीच वेडी झाली होती असं ठरवून टाकलंय या लोकांनी!''

आजोबांच्या स्वरात पूर्ण निराशा भरली होती.

''मग तुम्ही तरी इथं कशाला राहता?'' श्री म्हणाला.

''मी? मी इथंच मरणार–''

''मग मीही इथंच–''

श्री काही तरी अभद्र बोलणार असे वाटून आजोबांनी त्याच्या तोंडावर चटकन आपला हात ठेवला. त्या काळ्या सुरकुतलेल्या हाताच्या स्पर्शाने श्रीला केवढा आनंद झाला!

''इथं राहून तू काय करणार?'' आजोबांनी मुद्दाम हसतच प्रश्न केला.

''करणाऱ्याच्या पुढं डोंगर पडले आहे!'' श्री उठला आणि पलीकडे पडलेले हातरुमालात गुंडाळलेले एक लहानसे पुडके घेऊन आला. त्याने ते सोडून एक एक कागद वर उचलायला सुरुवात केली. कागद उचलता उचलता त्याचे रक्त उसळून आले. तीव्र स्वराने तो म्हणाला, ''आजोबा, यातला एक एक कागद म्हणजे माणुसकीच्या खुनाचा पुरावा आहे! तळ्याच्या पाण्यासाठी सत्याग्रह होवो नाही तर राहो! पण मनुष्याच्या रक्तासाठी तो व्हायलाच हवा!''

आजोबा त्याच्याकडे कौतुकाने पाहत होते.

''मुंबई-पुण्यात इतकी वर्षं राहून जगाचं खरं स्वरूप मला दिसलं नाही. पण या खेड्यात पाऊल टाकलं मात्र! चार दिवसांत किती भयंकर गोष्टी पाहिल्या मी! या कागदात दुसरं-तिसरं काही नाही. इथं आल्यापासून मी जे जे पाहिलं, ऐकलं, म्हाताऱ्याकोताऱ्या महारांनी जे जे सांगितलं, त्या त्या गोष्टीचं टाचण आहे हे! हे

टाचण वाचून ज्याचं डोकं थंड राहील तो माणूस नव्हे, रानटी जनावर आहे असं म्हणेन मी! माझ्या भाऊबंदांवरले हे अन्याय मी उघड्या डोळ्यांनी पाहू? माझ्यासारखी रक्तामांसाची माणसं मुंग्यासारखी चिरडली जाताहेत हे पाहूनही पळून जाऊ? या महारवाड्यात पोरांना दोन वेळा अन्न मिळत नाही, बायकांना आपली लाज राखायला वस्त्र मिळत नाही, मोठ्या माणसांनासुद्धा शिळे नि उष्टं खाल्ल्यावाचून जगता येत नाही! आपल्यावरला हा जुलूम अजून कळतसुद्धा नाही या लोकांना! माणूस जगायचं असेल तर लढायला हवं हे त्यांना कोणी तरी शिकवायला नको का?''

श्री आणखी काही तरी बोलत राहिला असता! पण आजोबांना मध्येच खोकल्याची उबळ आली. तो एकदम शांत झाला आणि त्यांच्या छातीवरून हळूहळू हात फिरवू लागला. त्याच्या मुद्रेवरून त्याच्या मनात भयंकर वादळ चालले आहे हे उघड दिसत होते. पण लिफाफ्याशी खेळत बसलेला तो पाच वर्षांचा मुलगा एकदम धावत त्याच्याकडे आला आणि लिफाफा धरून म्हणाला, ''दादा, दादा–''

श्रीने लिफाफ्याकडे पाहिले. त्या बालकाने दोन-तीन दिवसांत घटविलेले श्री हे अक्षर पेन्सिलीने त्या लिफाफ्यावर काढले होते. एखादी सुंदर कविता लिहिल्यानंतर कवीला जो आनंद होत असेल तो त्याच्या मुद्रेवर नाचत होता.

श्रीने कौतुकाने विचारले, ''काय आहे रे हे?''

''श्री! दादा!''

श्रीच्या मन:चक्षुपुढून झटकन एक विचार चमकून गेला. आपण आलो त्यादिवशी या मुलाच्या विधवा आईने हा भारी व्रात्य नि अवखळ मुलगा आहे म्हणून याचे वर्णन केले होते. पण आपण गोड बोलून त्याला आपला लळा लावला. तो एकसारखा आपल्याशीच रमू लागला. शिकायलाही तयार झाला तो. जे या मुलाच्या बाबतीत घडू शकले, ते सबंध समाजाच्या बाबतीत का घडू नये?

''मोटर! मोटर!'' म्हणून काही मुले बाहेर ओरडली. ते शब्द कानी पडताच तो मुलगा उठला आणि तीरासारखा बाहेर धावत गेला. श्रीलाही आश्चर्य वाटले. महारवाड्यातल्या अरुंद आणि उंचसखल रस्त्यावरून मोटार आणायचे धाडस कुणी केले असावे हे कुतूहल जसे त्याच्या मनात उत्पन्न झाले, त्याप्रमाणे ही मोटार कुणाकडे आली असावी हे कळून घेण्याविषयीही त्याचे मन उत्सुक झाले.

तो अंगणात येऊन पाहतो तो पलीकडल्या मोठ्या झाडापाशी पांढऱ्या शुभ्र रंगाची मोटर उभी आहे. पाण्यात खोबऱ्याचा तुकडा टाकला की त्याच्याभोवती मासे जसे नाचत गोळा होतात, तशी वाड्यातली किती तरी नागडी-उघडी पोरे त्या मोटारीभोवती जमली होती.

मोटारीतून उतरलेली माणसे त्याच्या दिशेने येत होती. चटकन त्याला त्यांची ओळख पटली. डायरेक्टर बाटलीवाला आणि चपला. त्यांच्याजवळ येताच चपला हात जोडून म्हणाली,

"नमस्कार आहे हं महाराज तुम्हाला!"

श्री हसतमुखाने उत्तरला, "कोपरापासून की साधाच?"

त्याच्याजवळ येऊन त्याच्याकडे निरखून पाहत चपला म्हणाली, "कोपरापासनं!"

"देखल्या देवाला दंडवत सुद्धा घालतात. त्यात काय आहे?"

"तर– तर!" धापा टाकीत श्रीजवळ येऊन पोचलेल्या बाटलीवालाकडे वळून चपला म्हणाली, "शेळी जाते जिवानिशी आणि खाणारा म्हणतो वातड!"

"आपण नाही तसं म्हणणार बुवा! बरं-वाईट कसलंही मटण असलं की आपलं काम चालतं!" बाटलीवालांचा उद्देश असो अथवा नसो, त्यांच्या बोलण्याने श्री आणि चपला हसू लागली खरे!

त्या पडक्या घराच्या अरुंद ओट्यावर चटई नाही तर सतरंजी टाकून त्या दोघांना बसवावे असा विचार करून श्री म्हणाला, "चला की! घरात बसू या!"

"बसायला नाही आम्ही आलो." चपला उद्गारली.

"मग?"

"तुम्हाला पकडून न्यायला!"

"पकडून न्यायला मी काही शत्रू नाही तुमचा!" हसत हसत श्री म्हणाला, "नि कैद करून नेणार तरी कुठं तुम्ही मला?"

"आमचा तळ आहे तिथं!"

"पण तो आहे कुठं?"

"तुम्हाला ठाऊक नाही?"

"ठाऊक असतं तर तुम्हाला भेटायला आलो नसतो का मी?" हे वाक्य तोंडातून गेल्यावर श्रीला वाटले– आपण हे बोललो नसतो तर फार बरे झाले असते! दुसऱ्याला बरे वाटावे म्हणून मनुष्य उगाचच किती खोटे बोलत असतो!

श्रीच्या वाक्याने चपलेला मनातून आनंद झाला. पण तो न दाखविता ती म्हणाली, "प्रत्येक वर्तमानपत्रात छापून आलंय की!"

"काय?"

गंभीरपणाचा आव आणून चपला म्हणाली, "सुप्रसिद्ध सिनेतारका चपला शिवापूरला गेल्या आहेत!"

"इथं आल्यापासून एकही वर्तमानपत्र वाचलं नाही मी! पाहिलंसुद्धा नाही म्हणाना!"

"पाहिलं सुद्धा नाही?"

“अंऽहं! आमच्या या जगाशी सिनेमाचा, वर्तमानपत्राचा कशाचाही संबंध नाही!”

“आमच्या या जगाशी” हे शब्द उच्चारताच श्रीने हाताने हरिजनांचा सारा वाडा दाखविला. चपलेने पाहिले– पटावर सोंगट्या ठेवाव्यात तशी मातीची खुजी घरे आणि झोपड्या ठिकठिकाणी दिसत होत्या.

“हे जग फार लहान आहे. नाही का?” तिने हसत प्रश्न केला.

“पण त्यातली दुःखं फार मोठी आहेत.” श्रीने उत्तर दिले.

मूर्तिमंत दारिद्र्य आपल्याभोवती विकट हास्य करीत आहे असा चपलेला भास झाला.

पलीकडल्या घरापुढच्या अंगणात दोन माडांना एक दोरी बांधली होती आणि तिच्यावर ओले कपडे वाळत घातले होते. त्या कपड्यात एक धड असेल तर शपथ! श्रीचे घर थोडे उंचावर असल्यामुळे खालची अनेक घरे थोडीफार दिसत होती. पण जे जे दृश्य तिने पाहिले, ते ते असेच अंगावर शहारे आणणारे होते.

पोरांच्या अंगावर कपडे नाहीत आणि तोंडावर कळा नाही. घरांच्या आसपास फिरणारी कोंबडीसुद्धा कशी कंगाल दिसत होती. एका घरापुढल्या अंगणात पाणी तापविण्याचे मडके पालथे घातलेले होते. ते बहुधा तळाला फुटले असावे असे त्याला घातलेल्या घाणेरड्या चिंध्यांच्या बोळ्यावरून दिसत होते.

प्रत्येक अंगणात तुळस होती. पण चांगले असे वृंदावन एकाही घरापुढे चपलेला दिसले नाही.

कसली तरी आठवण होऊन तिने श्रीला विचारले, “विहिरी दिसत नाही कुठं?”

“विहिरी! सारी एक विहीर आहे या वाड्यात!” खूप दूर असलेल्या खालच्या एका जागेकडे बोट दाखवीत श्री म्हणाला.

“तिथून पाणी आणायचं साऱ्यांनी?”

“हो, नाही तर तहानेनं तडफडत मरायचं!”

बाटलीवालांची उभी राहण्याची शक्ती खलास होत आली होती! मनगटावरल्या घड्याळाकडे पाहत ते म्हणाले, “अरे! वेळ तर होऊन गेला!”

“कुठं जायचंय की काय तुम्हाला?”

“शिवापूरकर सावकारांच्याकडे चहाला जायचंय!” चपलेने उत्तर दिले.

“त्यांनीच आपला आंबराईतला बंगला राहायला दिलाय आम्हाला!”

श्री स्तब्ध राहिला. त्याचे मन चिडून म्हणत होते– कुठली तरी सिनेमा कंपनी आल्याबरोबर आपली आंबराई नि बंगला सावकार तिच्या हवाली करतो.

पण पिढ्यान् पिढ्या या गावात आपल्यासाठी राबणाऱ्या हरिजनांकरिता मात्र तो पै देखील खर्च करू शकत नाही!

चपला श्रीला म्हणाली, "तुम्ही चला ना माझ्याबरोबर!"

"मला येता येणं शक्य नाही!"

"त्या सावकाराचं इतकं का भय वाटतंय?"

श्री हसून म्हणाला, "अंथरुणावर पडून आहेत माझे आजोबा!"

चपलेच्या डोळ्यांपुढे मुंबईतला प्रसंग उभा राहिला. "औषध कुणाचं देता?"

"इथला डॉक्टर आणला होता एकदा! त्यानं थर्मामिटर लावून ते जमिनीवर ठेवायला सांगितलं. संध्याकाळची वेळ होती. घरी गेल्यावर अंघोळीची कटकट नको म्हणून दुरूनच तपासलं बिचाऱ्यानं!"

चपला घरात जाऊ लागली. श्रीही तिच्या पाठोपाठ गेला.

आजोबांचा डोळा लागला होता. चाहूल कानी पडताच त्यांनी डोळे उघडले. श्रीला त्यांनी ओळखले, पण त्याच्याजवळ उभी असलेली कोण हे मात्र त्यांना कळेना!

"कोण रे ही? वाड्यातली नाही दिसत!"

महारवाड्यातली मुलगी आणि सिनेमानटी! आजोबांना काय उत्तर द्यावे हा प्रश्नच पडला श्रीला! पण चपलेने त्याची सुटका केली.

"श्रीची मैत्रीण आहे मी." ती म्हणाली, "त्याला फिरायला बोलवायला आलेय!"

"घेऊन जा ना त्याला! इथं आल्यापासून घरकोंबडा झालाय अगदी!"

आजोबा चपलेची बाजू घेतील असे श्रीला वाटले नव्हते. चपलेने सरळ पडत्या फळाची आज्ञा घेतली.

मोटारीत बसल्यावर श्रीला वाटले– आपण भलत्या मोहाला बळी पडत आहोत. लहान मूल फार वेळ एका खेळण्यावर खूष राहत नाही. चपलासारख्या स्त्रियाही तशाच लहरी असतात. त्या बाळासाहेबांचा हिला कंटाळा आला असेल– शिवापूरसारख्या खेड्यात खेळायला दुसरे कुणी मिळत नसेल– म्हणून आज हिला आपली आठवण झाली असावी! पण कुणाच्याही हातचे खेळणे होण्याकरता काही आपला जन्म नाही.

आजोबांना वाटले असावे– कॉलेजबिलेजातली ओळख असेल या दोघांची! जाऊ दे त्यांना फिरायला! उगीच कशाला नाही म्हणा?

काही तरी सबब सांगून मोटारीतून खाली उतरावे असे श्रीच्या मनात दोन-तीनदा आले. गावातल्या मोठ्या रस्त्याला हरिजनवाड्यातला रस्ता मिळत होता

त्याठिकाणी ड्रायव्हरला मोटर थांबवायला सांगायचेही त्याने ठरविले, पण मोटार त्या जागी पोचायच्या आधीच ती थांबवावी लागली.

समोरून सुबोध आपल्या आश्रमातील मुले-मुली घेऊन हरिजनवाड्याकडे येत होता. त्या अरुंद रस्त्यावरून सर्व मुलांना सुरक्षित जाऊ देण्याकरिता मोटार उभी करणे भागच होते.

सुबोधचे लक्ष मोटारीकडे गेले. लगेच तो जवळ आला. सर्वांस स्मितपूर्वक नमस्कार करीत तो म्हणाला, ''नमस्ते.'' बाटलीवालांनी शेकहँडकरता हात बाहेर काढला. सुबोधने तो मोठ्या प्रेमाने हातात घेतला. श्रीला वाटले– किती विचित्र मीलन आहे हे! बाटलीवाला आणि सुबोध यांनी मोठ्या प्रेमाने एकमेकांचे हात हातात घ्यावेत असे त्यांच्या दोघांच्या जीवनात काय साम्य आहे?

चपलेने 'नमस्ते' म्हणून सुबोधला परत नमस्कार केला. ती नमस्कार करीत असताना श्रीचे लक्ष तिच्या मुद्रेकडे होते.

त्याला आश्चर्य वाटले– तिच्या डोळ्यांतल्या खेळकरपणाला किती लवकर गंभीरपणाची जोड मिळाली! श्रीला भास झाला– जणू एखादी अप्सरा देवाला भक्तिभावाने प्रणाम करीत आहे! स्वत: श्री मात्र स्तब्ध राहिला. मुंबईतल्या चर्चेपासून सुबोधविषयी त्याच्या मनात अढी उत्पन्न झाली होती. शिवापूरला आल्यावर सुबोधशी दोन हात करायला मिळाले असते तर ही अढी कदाचित नाहीशीही झाली असती, पण शिवापुरात पाऊल टाकताच आपली स्थिती मंत्र घेतलेल्या नागाप्रमाणे झाली आहे हे श्रीला आढळून आले. त्याला काहीच हालचाल करता येईना. मुंबईला शिवापूरचे सारे हरिजन आपल्या ताब्यात आहेत म्हणून सुबोधने सांगितले होते. त्यावेळी श्रीला ती बढाई वाटली. पण त्याला प्रत्यक्ष अनुभव आला तो त्या बढाईपेक्षाही किती तरी निराळा! महारवाड्यातला माणूस नि माणूस सुबोधला आपले दैवत मानीत होते– पोरापासून थोरापर्यंत प्रत्येकजण त्याच्या भजनी लागलेला होता. सुबोधविषयी मुंबईला कलुषित झालेले त्याचे मन या अनुभवाने अधिकच दूषित होऊन गेले होते. यामुळेच त्याने सुबोधच्या नमस्काराचा स्वीकार केला नाही.

श्रीने आपल्याला नमस्कार केला नाही हे सुबोधच्या लक्षात आले असावे असे चपलेला वाटले. श्रीला कोपराने हळूच डिवचावे असाही विचार तिच्या मनात येऊन गेला. इतक्यात सुबोध श्रीच्या बाजूस जाऊन म्हणाला, ''आमच्या आश्रमाकडे फिरकलासुद्धा नाही तुम्ही अजून!''

श्रीने समोर पाहिले. त्या लहानमोठ्या अनाथ मुलामुलींचे हसरे चेहरे दृष्टीला पडताच सुबोधला लागेल असे काही तरी उत्तर देण्याची त्याची इच्छा कुठल्या कुठे लोप पावली.

तो मृदू स्वराने म्हणाला, ''आजोबांना ताप येतोय– त्यांच्यापाशी बसून राहावं लागतं मला सारखं!''

''कुणीच सांगितलं नाहा हे मला! नाही तर मी तुम्हाला मदत करायला आलो असतो!''

''तसं भिण्यासारखं काही नाही.''

''भिण्यासारखं जगात काहीच नाही. पण काळजी करण्यासारखं पुष्कळ आहे! नाही?''

सुबोधच्या या वाक्याचे सर्वांनी स्मितपूर्वक स्वागत केले.

''आज रात्री येईन मी त्यांच्या समाचाराला!''

''रात्री?'' श्रीने आश्चर्याने विचारले.

''रात्री भजन आहे तुमच्या वाड्यात!''

''मला नाही काही ठाऊक!''

''आज एकादशी आहे. दर एकादशीला हरिजनांच्या वाड्यात भजन करतो मी! आमची ही बालगोपालमंडळीसुद्धा येतात भजनाला! आता ही भिक्षा मागायला चालली आहेत तिथं!''

श्री विस्मित दृष्टीने सुबोधकडे पाहत होता. मध्येच त्याचे लक्ष चपलेकडे गेले. ती बाटलीवालांकडे पाहून मानेने काही तरी संकेत करीत होती.

सुबोध श्रीला म्हणाला, ''इकडे तुमच्या आजोबांना बरं वाटत नसेल तर आमच्या आश्रमात घेऊन जाऊ त्यांना! माईला खूप गावठी औषधं ठाऊक आहेत नि तिचा हातगुण तर अगदी विलक्षण आहे. चार चार दिवसांची मुलंसुद्धा आश्रमात आली, पण एकदेखील दगावलं नाही कधी!'' सुबोधने अभिमानाने रस्त्याच्या दुसऱ्या बाजूला उभ्या असलेल्या आपल्या बालसेनेकडे पाहिले.

सुबोधच्या त्या दृष्टिक्षेपात त्याच्या जीविताचे सर्व रहस्य भरले आहे असा श्रीला भास झाला. समोरच्या बाळगोपाळांपैकी एक एक मूल ही मानवी मनाच्या उदात्तपणाची पताकाच होती. जात नाही, पात नाही, हाडामांसाचा संबंध नाही, वात्सल्याचा पाश नाही, म्हातारपणची आशा नाही, काही नाही! पण या सर्व पोरक्या मुलांचा सुबोध पालक झाला होता. त्यांच्यासाठी तो जगत होता. त्या जीवनात ब्रह्मानंद अनुभवीत होता.

''नमस्ते'' म्हणून सुबोधने श्रीचा निरोप घेतला.

''नमस्ते'' मान किंचित वाकवून श्रीने प्रतिनमस्कार केला. मघाचा त्याचा ताठरपणा कुठल्या कुठे नाहीसा झाला होता.

शिवापूरच्या सावकाराच्या घरापुढे मोटार उभी राहिली तेव्हा श्री आपल्या

तंद्रीतून जागा झाला. चांगली प्रशस्त दुमजली इमारत होती ती. सायंकालीन वायुलहरींनी डुलणारे माडांचे शेंडे जणू काही तिच्यावर चवऱ्या ढाळीत होते. बागेत फुले हसत होती आणि मुले खेळत होती.

पण या दृश्याने श्रीच्या हृदयाला सुखाची संवेदना होऊ शकली नाही. त्याच्या डोळ्यांपुढे दोन चित्रे उभी राहिली.

ती उंदरांच्या बिळासारखी असलेली महारवाड्यातली पडकी घरे आणि वैभवाच्या दिमाखाने डुलणारा हा सावकाराचा वाडा! तिथे मातीत खेळणारी ती नागडी-उघडी पोरे आणि इथे बागेत बागडणारी सुंदर नटवा पोषाख केलेली ही बालके!

चपलेकडे वळून श्री म्हणाला, ''बरं आहे. चालत जाईन मी परत!''

''तुम्ही खूप जाल! पण मी जाऊ द्यायला हवं ना?''

गाडीतून बाटलीवालांच्या मागोमाग चपला उतरली. त्या दोघांचे थोडे बोलणे झाले. मग बाटलीवालांच्या ड्रायव्हरला जवळ बोलावून काही तरी सांगितले. तो परत आपल्या जागेवर येऊन बसला. चपलाही गाडीत चढली. गाडी सुरू झाल्यावर श्रीने विचारले, ''कुठं चाललोय आपण?''

''फिरायला!''

''फिरायला पेट्रोल कशाला खर्च करायला हवं?''

चपला नुसती हसली. तिने दुसराच विषय काढला.

''आश्रमात जाऊ या का उद्या? मोठा पाहण्यासारखा आहे हं तो!''

''तुम्ही पाहून सुद्धा आलात?'' श्रीने आश्चर्याने विचारले.

''इथं काम करायला आलोय आम्ही! स्वस्थ बसायला नाही!''

श्रीने हसत विचारले, ''आश्रमात काय काम आहे बुवा तुमचं?''

''आमच्या चित्रांत असला आश्रम आहे ना एक! त्याचे देखावे तिथं घेणार आहोत आम्ही!''

''वा:! सुबोधांवर आता नट बनायची पाळी आली म्हणायची.''

''सुबोधपेक्षाही त्या माई पडद्यावर किती छान दिसतील!''

''कोण आहे ही माई?'' मघाशी सुबोधनेही याच नावाचा आदराने उल्लेख केला होता हे आठवून श्रीने विचारले.

''आश्रमातल्या मुलांची आई.''

''आई?'' श्रीने थट्टेने प्रश्न केला.

''खरंच! तिला पाहिल्यावर मलासुद्धा वाटलं–''

''काय वाटलं?'' श्रीने मोठ्या उत्सुकतेने प्रश्न केला. का कुणाला ठाऊक! माईंविषयी त्याच्या मनात मोठे कुतूहल जागृत होऊ लागले होते.

"मला वाटलं– हिच्या पोटी मी जन्माला आले असते, तर किती बरं झालं असतं!"

चपला हसून म्हणाली, "बाकी ते शक्यच नव्हतं म्हणा!"

"का?"

"तिनं लग्नच केलं नाही!"

एखाद्या खेड्यात अनाथ मुलांचा आश्रम आनंदाने चालविणाऱ्या बाईचा त्याग अलौकिक असला पाहिजे असे श्रीचे मन म्हणत होतेच. पण जन्मभर कुंवार राहून सेवाधर्माचे पालन करणाऱ्या स्त्रीचा त्याग त्या त्यागापेक्षाही उदात्त आहे असे त्याला आता वाटू लागले आणि ती सेवा तरी कसली? जिच्यात कष्ट फार आणि कीर्ती मुळीच नाही, अशी!

चपला श्रीला म्हणाली, "त्या माईचं नि तुमचं नातं आहे!"

"माझं नातं?"

"अगदी जवळचं नातं!"

"म्हणजे, त्या माई असतील ब्राह्मण! नि मी आहे–"

"रक्ताचं नातं नाही, दुसरंच–

त्यांचं हसणं अगदी थेट तुमच्यासारखं आहे! त्यांच्याशी बोलताना मी तुमच्याशी बोलत आहे असे एकसारखं वाटत होतं मला!"

"सिनेमाकंपनीत स्तुती कशी करावी याचं शिक्षण मिळतं हे आताच समजलं मला!" श्रीच्या या उद्गारावर चपला काही तरी उत्तर देणार होती, पण इतक्यात गाडी गावात शिरली. शिवापूरहून दहा-बारा मैलांवर असलेले तालुक्याचे ठिकाण होते. हां हां म्हणता गाडी झटकन एका बंगल्यासमोर उभीही राहिली. श्रीने फाटकापाशीच लावलेल्या पाटीकडे पाहिले–

"डॉ. भा. भ. नेरूरकर

एल. एम. ॲण्ड एस्."

चपला उतरू लागलेली पाहून श्रीने विचारले, "डॉक्टरांकडे काम आहे काही?"

"हो!"

"तुमची प्रकृती बरी नाही?"

"डॉक्टरांकडे येणारा प्रत्येक मनुष्य काही स्वतःसाठीच येत नाही!"

"तिकडं तळावर कुणी आजारी आहे वाटतं?" तळ शब्दावर मुद्दामच जोर देत श्रीने विचारले.

"हं!"

"कोण?"

"माझे आजोबा!"

शेवटचे शब्द बोलता बोलता चपला गाडीतून उतरून फाटक उघडून आतही गेली. तिच्या त्या शब्दांनी श्रीला जो विस्मयाचा धक्का बसला, तो त्याला विजेच्या धक्क्यासारखा वाटला. तो स्वत:शीच हसला आणि मनात म्हणाला– 'चपला म्हणजे वीज! नाही का?'

गाडीतून उतरून, फाटक उघडून झटकन आत जाणारी चपलेची मूर्ती त्याच्या डोळ्यांपुढे नाचू लागली. त्याची सौंदर्यदृष्टी म्हणत होती– आकाशात वीज अशीच लवलवत जात नाही का?

चपलेचे मोहक खेळकर डोळे त्याच्या डोळ्यांपुढे आले. त्याची काव्यदृष्टी म्हणत होती, 'विजेचं तेज असंच मोहक असतं! नाही का?'

पण हीच वीज वृक्षावर पडली की एका क्षणात त्याची राखरांगोळी करून टाकते! श्रीला गडकऱ्यांच्या सुंदर ओळी आठवल्या–

क्षण एक पुरे प्रेमाचा
वर्षाव पडो मरणांचा!

त्याचे एक मन म्हणाले, 'खरं आहे! अनंत मरणांना मिठी मारण्याइतकी माधुरी प्रेमाच्या एका क्षणात असते!'

लगेच त्याचे दुसरे मन उसळून उद्गारले, "पण प्रेम म्हणजे नुसता मोह नव्हे! प्रेम म्हणजे केवळ उपभोग नव्हे!"

■

विचित्र त्रिकोण

डॉ. भा. भ. नेरूरकर हे चांगले पन्नाशी उलटलेले, डोक्याला निम्मेशिम्मे टक्कल पडलेले असे गृहस्थ होते. ते गाडीत पुढच्या बाजूला बसले. गाडी सुटता सुटता त्यांनी आपल्या कंपाऊंडरला सांगितले, ''कुणी आलं तर आता येतोय म्हणून सांग! गावात व्हिजिटला गेलोय म्हणावं!''

गाडीबरोबर डॉक्टरांची जीभही सुटली! पहिल्यांदा आत दुसरे कुणी मनुष्य आहे इकडे त्यांचे लक्षच गेले नव्हते. श्री दृष्टीला पडताच त्यांनी विचारले, ''हे कोण चपलाबाई?''

''माझे मित्र आहेत हे!''

''सिनेमात असतात का?''

''अजून गेले नाहीत. पण काय नेम सांगावा? जातीलही!''

डॉक्टर आपल्या जागेवर अर्धवट वळून बसले आणि श्रीला म्हणाले, ''सिनेमातला चान्स मिळत असेल तर सोडू नका हं मिस्टर! वकील-डॉक्टर होण्याच्या फंदात बिलकूल पडू नका. माझा अगदी अनुभवाचा सल्ला आहे. आमच्या जावयांना दर महिन्याला मनिऑर्डर करावी लागते मला! त्याच्या उलट आमच्या गावची गोष्ट घ्या ना! एका नायकिणीची मुलगी– धंदा करून पंचवीस रुपये मिळाले नसते तिला! अहो, ती आजारी पडली नि तिला तपासायची पाळी आली की माझं तोंड अगदी वेडंवाकडं होई! असलं हे रत्न सिनेमात गेलं नि पाचशे रुपये दरमहा मिळवायला लागलं! बाईला गळा तेवढा चांगला होता! तात्पर्य काय? एवढं प्रॅक्टिस डॉक्टरला मिळायला प्रत्येक घरात एक तरी टायफॉइडची केस नेहमी असायलाच हवी!''

श्री आणि चपला यांनी डॉक्टरच्या बोलण्याला बिलकूल विरोध केला नाही. त्यामुळे त्यांना अधिकच अवसान चढले! गोष्टीवरून गोष्टी निघाल्या. शिवापूरच्या सावकारांनी सिनेमाच्या मंडळींना आंबराईतला आपला बंगला राहायला देऊन

त्यांची फार सोय केली आहे असे चपला चुकून म्हणाली. लगेच डॉक्टरांनी सावकारांच्या सात पिढ्यांचे पुराण सुरू केले! सध्याच्या सावकारांची खापरपणजी सती गेली होती, त्यांच्या दारूबाज आजोबांनी काशीत सहस्रभोजने घातली होती. त्यांचे वडील तर संकष्टीदिवशी चंद्र दिसल्यावाचून तोंडात पाणी घालत नसत. एकदा पावसाळ्यात संकष्टीच्या रात्री अजिबात चंद्रदर्शन झाले नाही म्हणून ते उपाशी राहिले. पै-पाहुणा, अतीथ-अभ्यागत इत्यादिकांच्या बाबतीत त्यांच्या घराण्याचा हात फार सढळ आहे, इत्यादी गोष्ट डॉक्टरांनी मोठ्या रसभरितपणाने वर्णन केल्या.

सध्याच्या सावकारांविषयीही ते मोठ्या आदराने बोलू लागले. पूर्वी शिवापूरला तार ऑफिस नव्हतं! ते सावकारांच्या खटपटीनेच मिळालं. गावातल्या जत्रेत एके दिवशी ते दारूसामान लावतात, ते पाहायला आजूबाजूच्या पंचक्रोशीतली पाच-दहा हजार माणसे तरी येतात. ते चिनी मातीच्या पेल्यातून चहा पीत नाहीत, चांदीची पेला-बशी वापरतात, इत्यादी गोष्टी सांगताना एखाद्या हुतात्म्याच्या दिव्य त्यागाचे किंवा वीराचे वर्णन करावे तसे डॉक्टर रंगून गेले होते!

हे साग्रसंगीत वर्णन ऐकल्यावर मात्र श्रीला गप्प बसवेना. त्याने हसत हसतच विचारले, ''सावकार एवढे चांगले आहेत म्हणता! मग तळ्याच्या पाण्याला शिवल्याबद्दल त्यांनी एका महाराच्या मुलाला मारलं–''

श्रीला पुढे बोलू न देता डॉक्टर जोराने म्हणाले, ''कुणी सांगितलं हे तुम्हाला? हल्ली ही फॅशनच निघालीय पाहा! जो तो श्रीमंतांच्या नावानं शंख करतो. चपलाबाईंना असेलच म्हणा हा अनुभव!''

चपला काहीच बोलली नाही. पण श्रीने शांतपणाने विचारले, ''कशानं मेला तो मुलगा?''

''अहो, कशानं काय? हजारो रोग आहेत जगात मरायला! कुठले तरी नासके-कुजके, झाडाखाली पडलेले आंबे खाल्ले असतील, त्याच्यावर घाणेरडं पाणी ढोसलं असेल आणि आमांश होऊन मेलं असेल झालं ते पोर!''

''तुमचं सारं म्हणणं कबूल आहे मला, डॉक्टर! पण एकदोन शंका विचारू का?''

''अलबत.''

''झाडाखाली पडलेले नासके-कुजके आंबे ह्या मुलानं का खाल्ले?''

मोठ्याने हसत डॉक्टर उद्गारले, ''महाराच्या पोरांना खायला कुठं मिळतंय पोटभर? नेहमी पोटात वखवख पडलेली असायची? दिसला आंबा की लावला तोंडाला.''

''पण त्यांना पोटभर जेवायला का मिळत नाही?''

"हे सारे महार इथून-तिथून दरिद्री असतात बघा!"

"पण ते इतके दरिद्री का असतात?"

"शिक्षण नाही–"

"शिक्षण का नाही मिळत त्यांना?"

"अहो, दरिद्री लोकांना मोफत शिक्षण कोण देणार?"

"म्हणजे पैसा नाही म्हणून शिक्षण नाही आणि शिक्षण नाही म्हणून पैसा नाही! असंच ना?"

डॉक्टर क्षणभर पेचात पडले. पण लगेच आपल्या तीव्र बुद्धिमत्तेने त्यांनी तो पेच सोडविला. ते म्हणाले, "अहो, काम करायला कुठं हवं असतं या लोकांना?"

"हे लोक लाकडं फोडतात; माती खणतात, शेती करतात, घर शाकारतात, हे खरं ना?"

डॉक्टरांनी मानेने 'हो' म्हटले.

"ही सारी कामेच नव्हेत का? मरेपर्यंत काम करणाऱ्या या लोकांना दोन वेळा जेवायलासुद्धा का मिळू नये?"

"तुम्हाला माहीत नाही हो! अट्टल दारूडे असतात हे लोक!"

"शिवापूरकर सावकाराचे आजोबाही दारूबाज होते असे आता तुम्हीच सांगितलं की! पण त्यांना..."

डॉक्टर चिडखोरपणे म्हणाले, "सोशॅलिझमच्या पिशाच्चानं तुम्हालाही पछाडलंय वाटतं? कॉलेजात असताना माझ्या मुलीच्या अंगात असलंच वारं आलं होतं! गतवर्षी लग्न करायच्या वेळी मी तिला चक्क सांगितलं, मजुराशी लग्न कर हवं तर! माझी काही हरकत नाही!"

"कुणाशी लग्न झालं तिचं?" चपलेने विचारले.

"एका वकिलाशी." डॉक्टर विजयी स्वराने म्हणाले.

शिवापूर जवळ असल्यामुळे हा संवाद इथेच थांबला असता! पण श्रीने डॉक्टरांना प्रश्न केला, "आमांश हा मोठा असाध्य रोग आहे का डॉक्टर?"

श्रीच्या अज्ञानाची कीव करण्याकरिता डॉक्टर पहिल्यांदा खो खो करून हसले आणि म्हणाले, "अलीकडच्या मुलांना काहीच कळत नाही हे खरं! अहो, आतापर्यंत सतरा वेळा आमांश झाला मला पण मी कुठं मेलो नाही अजून! खायला बसलं की माणसाला चार घास जास्ती जातातच! एखादे वेळी हवापाणी बरं नसतं नि हे खाणं आंगलट येतं झालं! म्हणून खाणं सोडून दिलंय कुणी? एक सुभाषित आहे बघा संस्कृतमध्ये. आमचं संस्कृत यथातथाच होतं! तेव्हा ते काही आठवत नाही मला! पण संकटं आली म्हणून मोठी माणसं काही आपलं ध्येय सोडत नाहीत! तसं आहे आमचं! कितीही वेळा आमांश झाला तरी खायचं

तेवढं खाणारच आम्ही!''

एरवी असल्या भाषणाने श्रीची खूप करमणूक झाली असती! पण त्याला डॉक्टरांना पुरेपूर छेडायचे होते. त्याने हळूच प्रश्न केला, ''मग तो महाराचा मुलगा आमांशानं मेला कसा?''

''कसलं तरी गावठी औषध दिलं असेल गाढवांनी!''

''डॉक्टरांच्या औषधावर विश्वास नसतो होय त्यांचा?''

''विश्वास नसायला काय झालं? पण पैसा हवा ना?''

श्री हसला; पण त्या हसण्यात एक प्रकारची भीषणता होती. अंधारात वीज चमकावी, त्या प्रकाशाचा उपयोग रस्त्यावर रक्ताच्या थारोळ्यात पडलेले प्रेत दाखविण्याकडेच व्हावा, तसे त्याचे ते हसणे चपलेला वाटले.

श्रीच्या आजोबांना डॉक्टरांनी इंजेक्शन दिले. त्यांना पोहोचविण्याकरिता गाडी परत निघाली. संध्याकाळ होत चालली. पण चपलेच्या आग्रहावरून श्री पुन्हा गाडीत बसला. शेजारची विधवा बाई आजोबांच्या जवळ बसलीच होती. त्यामुळे त्याला चपलेला नाही म्हणता आले नाही.

देवळाजवळ दोघेही मोटारीतून खाली उतरली. डॉक्टरांना पोहोचविण्याकरता गाडी पुढे निघून गेली.

पावसाळा संपत आला असल्यामुळे ती संध्याकाळ चपला आणि श्री दोघांनाही विलक्षण रमणीय वाटली. पश्चिमेकडल्या विविध रंगांची खुलावट तळ्यातल्या पाण्यात मोठ्या मोहकतेने प्रतिबिंबीत झाली होती. दिवसा हिरव्यागार वाटणाऱ्या भोवतालच्या झाडीवर काळसर छटा पसरू लागल्या होत्या. पण आपल्या घरट्याकडे किलबिल करीत येणाऱ्या पक्ष्यांच्या थव्यामुळे तो काळसरपणाही फार आकर्षक वाटत होता. एके ठिकाणी तळ्याच्या वरच्या पायरीवर कुणी तरी ब्राह्मण संध्या करीत बसला होता. त्याच्या मार्जनाच्या आणि अस्त्रायफटच्या हालचालीपेक्षा खालच्या पायरीवर धुणे धुणाऱ्या एका बाईची जी लगबग चालली होती तिनेच कुणाचेही लक्ष वेधून घेतले असते. तळ्याच्या पलीकडल्या बाजूला एक लहानशी टेकडी होती. तिच्यावरून घराकडे परतणाऱ्या गुरांच्या अस्पष्ट आकृती मधून दिसत. मध्येच त्या आकृती धावू लागल्या की आपण रुपेरी पडद्यावरले एखादे दृश्य पाहतो आहोत की काय असेच चपलेला वाटले.

''किती छान चित्र होईल नाही, या प्रसंगाचं?'' ती उद्गारली.

''हो!''

''या चित्राला काय नाव द्याल तुम्ही?''

''घराची ओढ!''

चपला मोठ्या कौतुकाने श्रीकडे पाहू लागली. पण त्या कौतुकाचे रूपांतर लगेच आश्चर्यात झाले.

"मी हे चित्र कसं काढीन, आहे का ठाऊक?"

"ऐकू द्या तरी!"

"गुरं घराकडं धावत जात आहेत! पण गुराखी मात्र जड पावलांनी त्यांच्या मागून जात आहे!"

"का?"

"झोपडीच्या घरात चिल्लीपिल्ली आपली वाट पाहत उभी असतील, पण त्यांच्या हातावर गोडधोड घालायला आपल्यापाशी एक फुटका पैसादेखील नाही याचं दु:खं होत असतं त्याला!"

"जिथं तिथं हेच कसं हो दिसतं तुम्हाला? मघाशी त्या डॉक्टरांना असंच छेडलंत. असं एका गोष्टीचं वेड लागणं बरं नव्हे हं!"

"का?"

"वेड लागलेल्या माणसाला कुणी शहाणं म्हणत नाही!"

"जग ज्यांना शहाणं ठरवितं ते मूर्ख तरी असतात नाही तर लबाड तरी असतात." श्रीच्या या वाक्याचा रोख चपलेला पुरेसा कळला नाही. ती स्वस्थ राहिली. श्री पुढे म्हणाला, "चपलाबाई, चित्रपटातलं आपलं काम चांगलं व्हावं म्हणून तुम्ही काय करता?"

"त्या कामात मन रंगावं म्हणून साऱ्या जगाला विसरून जाते मी!"

श्री हसला.

"हसायला काय झालं?" चपलेने विचारले.

"तुम्हीही वेड्याच आहात! चित्रपटातली भूमिका चांगली व्हावी म्हणून तुम्ही जे करता, तेच आपली आयुष्यातली भूमिका चांगली व्हावी म्हणून मी करतोय!"

"पण दोन वेड्यांचे पटत नाही म्हणे कधी!"

"दोन शहाण्यांइतकी तरी त्यांची भांडणं होत नसतील!"

फिरत फिरत त्यांनी तळ्याला अर्धीअधिक प्रदक्षिणा घातली. मध्येच कुठे तरी बसावे असे एकदा चपलेच्या मनात आले होते. पण श्री तळ्याच्या पायऱ्या उतरून खाली गेला आणि ते कुणी पाहिले तर नसती पंचाईत व्हायची, म्हणून ती गप्प बसली. आता ती दोघे ज्या बाजूला आली होती तिथे बसायला स्वच्छ अशी जागाच नव्हती. डोंगरावरून आलेली एक पायवाट खडकातून आणि झाडाझुडुपांतून येऊन रस्त्याला मिळाली होती.

श्री म्हणाला, "बसायचंय का जरा?"

चपला चाचरत उद्गारली, "पण जागा कुठं आहे बसायला?"

श्रीने जवळच्या एका झाडाकडे पाहिले. चटकन चढून तो तिच्या सखल फांदीपर्यंत गेलाही. तिथून मागे वळून तो म्हणाला, ‘‘सिनेमातल्या नटींना पोहणं, मोटार चालविणं वगैरे यावं लागतं असं ऐकलं होतं मी!’’

‘‘त्या झाडावरसुद्धा चढतात.’’

‘‘अस्सं. या की मग वर!’’

‘‘पण ते झाड हरबऱ्याचं असतं.’’

श्रीने हसत हसतच चपलेला हात देऊन वर घेतलं.

झाडाच्या फांदीवरून जणू काय दोन पाखरेच बसली आहेत अशी कल्पना चपलेच्या मनात येऊन गेली. श्री मात्र किती तरी वेळ तळ्याकडे पाहत स्तब्ध राहिला.

शेवटी चपलेने विचारले, ‘‘कसला विचार चाललाय एवढा?’’

‘‘एक कोडं पडलंय!’’

‘‘कोडं?’’

‘‘नवलसं वाटलं इतकं?’’

‘‘मला वाटलं कवींनाच कोडी पडतात!’’

‘‘प्रत्येक मनुष्य कवी असतोच की!’’

‘‘मीसुद्धा?’’

‘‘तुम्ही तर महाकवी आहात!’’

चपला मनापासून हसली.

‘‘सोडवता का माझं कोडं?’’

‘‘सोडवलं तर बक्षीस काय?’’

‘‘मागाल ते!’’

‘‘पाहा हं! नाही तर मग नाही म्हणाल!’’

‘‘तुम्ही मागाल असं माझ्यापाशी काहीच नाही. तेव्हा ती भीती नाही मला!’’

‘‘कोडं तरी ऐकू द्या आधी!’’

‘‘माझे आजोबा तुमचे आजोबा कधी झाले?’’

या बोलण्याने एरवी चपलेला हसू कोसळले असते! पण श्री लगेच पुढे म्हणाला, ‘‘चपलाबाई, मिळेल ती मीठ-भाकरी खाऊन माझ्या आजोबांनी जन्म काढला! सरकारी स्कॉलरशिप मिळाली म्हणून माझं शिक्षण तरी झालं. आमच्यासारख्यांना औषधांच्या पायी पाण्यासारखा पैसा खर्च करणं कधीच परवडत नाही! त्यामुळे मघाचे तुमचे उपकार–’’

‘‘आता मात्र वेड लागलं आहे हे तुम्हाला! माझे उपकार काय, एका शब्दानं फेडाल तुम्ही!’’

"एका शब्दानं?"

"हो, शब्दानं! पण तुम्ही द्याल का तो शब्द?"

तो एक शब्द कोणता असावा याचा श्री मनाशी विचार करू लागला. अवघा एक शब्द! काय मागणार आहे ही? रूपसंपन्न श्रीमंत तरुणी आपल्यासारख्या दारिद्री तरुणाशी एका शब्दाची याचना करते हे दृश्यच अद्‌भुतरम्य नाही का? चपलेला ज्याचा मोह पडेल असे आपल्यापाशी काय आहे?

एकच शब्द! तो एक शब्द 'प्रेम' हा तर नसेल?

श्रीचे अंग शिरशिरले. त्या शिरशिरीत विषही होते आणि अमृतही होते.

चपला हळूच म्हणाली, "मी मागेन ते द्यायचं कबूल केलंय तुम्ही मघाशी!"

संधिप्रकाश मंद मंद होत चालला होता. मध्येच पलीकडल्या झाडीतल्या कुठल्या तरी पाखराने विचित्र चीत्कार केला. श्रीचे मन अधिक अस्वस्थ झाले.

कंपित स्वराने तो चपलेला म्हणाला, "तो शब्द तरी सांगा!"

"चपला!"

"म्हणजे?"

"मला चपलाबाई म्हणू नका. नुसतं चपला म्हणा!"

"का?"

"अगदी लहानपणापासनं आपण बरोबर वाढलो असतो तर आपण एकमेकांना एकेरीच हाका मारल्या असत्या! नाही का?"

"चपला–"

"श्री–"

देवळात आरती सुरू झाली. घंटेचा मधुर नाद वायुलहरींवरून गुणगुणत आला. चपलेने देवळाच्या दिशेला तोंड वळवून भक्तिभावाने नमस्कार केला.

दोन कंदील आणि दोन चुडी यांच्या प्रकाशात सुबोध आश्रमातली दहा-बारा मुले घेऊन हरिजनवाड्यात बरोबर साडेनऊ वाजता आला. उंचसखल अशा डोंगरीवर वाडा वसला असल्यामुळे सबंध वाड्यात सपाट असे मैदान कुठेच नव्हते. पण त्यातल्या त्यात पुष्कळ माणसे सोयीने बसू शकतील अशी एक जागा होती. एकादशी असल्यामुळे ती वाड्यातल्या महारांनी आधीच झाडून ठेवली होती. जमीन हीच अशा जागी बैठक असते! अर्थात इतर काही व्यवस्था करण्याचा प्रश्नच नव्हता.

अवघ्या अर्ध्या घटकेत ती जागा हरिजनवाड्यातल्या माणसांनी फुलून गेली. म्हातारेकोतारे, बायकामुले झाडून सारी मंडळी भजनाला आली होती. सुबोध जवळ येऊन बोलत असल्याने श्रीने या जमावाकडे पाहिले, तेव्हा सुबोधच्या

कर्तृत्वाचे त्याला मोठे कौतुक वाटले. अडाणी लोकांना आपला ओढा लावणे ही गोष्ट काही सोपी नाही हे त्याला कळून चुकले होते. पण त्या जमावाकडे पाहताना त्याचे व्यथित मन म्हणत होते– या शेकडो माणसांचे जीवन म्हणजे शुद्ध नरक आहे! भजनाने या नरकाचा स्वर्ग होईल ही कल्पना भ्रामक नाही का?

भजन सुरू व्हायच्या वेळी चपला आणि बाटलीवाला मोटारीतून आले. त्यांना बसायला चांगली पालपट्टी घालावी म्हणून एक मनुष्य झटपट उठून गेला. त्याला शोधण्याकरता दुसरा धावला, त्याचा पत्ता नाही म्हणून तिसरा गेला! आणि शेवटी त्या तिघांनी बरीच घरे धुंडाळून जी पालपट्टी आणली तिलाही दोन-तीन भोके होतीच असे ती पसरल्यावर आढळून आले.

चपलेने श्रीला आपल्याजवळ येऊन बसण्याविषयी खूण केली. ती त्याला कळली की नाही कुणाला ठाऊक! पण तो जागेवरून मुळीच हलला नाही.

सुबोधने आणि त्याच्याबरोबरच्या मुलांनी प्रथम अनेक अभंग म्हटले. प्रत्येक अभंग म्हणून झाल्यावर सुबोध त्याचा अर्थ रसाळपणे सांगे आणि थोडासा पदरचाही उपदेश करी. प्रत्येक अभंगात परमेश्वराच्या मोठेपणाचे वर्णन या नाही त्या रूपाने होतेच!

ते अभंग आणि सुबोधचे त्याच्यावरचे प्रवचन ऐकता ऐकता श्रीचे अंत:करण जळू लागले– 'जे का रंजले गांजले! त्यांसी म्हणे जो आपले! तोचि साधू ओळखावा! देव तेथेचि जाणावा।।' या ओळी म्हणून सुबोधने या साऱ्या कंगाल, दुबळ्या जीवांना, रंजले-गांजलेल्यांना आपले म्हणण्याचा उपदेश केला! बिचारे अडाणी जीव तुकोबारायाची शिकवण म्हणून सुबोधच्या शब्दाशब्दाला माना डोलवीत होते. पण श्रीला वाटले– तुकाराम आज इथे असता तर या अडाणी जीवांची आपल्या नावाने केली जाणारी फसवणूक त्याने मुकाट्याने मान्य केली असती का?

श्रीचे मन म्हणत होते– हाच अभंग म्हणून त्याचा आहे तोच अर्थ सांगून या लोकांचे झोपलेले मन जागृत करता येणार नाही का? त्याचे मन समोरच्या हरिजनांशी मूक वक्तृत्व करण्यात गुंग झाले– तो त्यांना उद्देशून मनात म्हणत होता– तुम्ही रंजले-गांजलेले आहात. वरच्या जातीचे लोक तुम्हाला आपुलकीने जवळ करतील, तरच त्यांना देव म्हणून तुम्ही मान द्या.

माणसासारखी माणसे एका विहिरीतील पाणी पिऊन जगत असताना गावात ह्या तळ्याच्या पाण्याला त्यांना शिवू न देणाऱ्यांना कुणी देव म्हणेल का? तुम्ही ज्यांना देव मानता, ते राक्षस आहेत. राक्षसांचा नायनाट केल्याशिवाय माणसे कधीही सुखी होत नाहीत.

श्रीचे हे मूक वक्तृत्व सर्व श्रोते म्हणू लागलेल्या एका चरणामुळे बंद झाले.

'एकमेका साहाय्य करू। अवघे धरू सुपंथ।' सुबोधबरोबर सर्व हरिजन मंडळी हा चरण मोठ्या प्रेमाने डुलत डुलत म्हणत होती. त्या घोषाने क्षणभर श्रीलाही भूल पडली. त्या चरणातला अर्थ किती सुंदर होता आणि तो म्हणताना प्रत्येकाच्या मुद्रेवर दिसणारा शांतपणा तर– सारा हरिजनवाडा हे एक मोठे कुटुंब आहे असेच त्या हरिजनांच्या त्या वेळच्या मुद्रांवरून वाटत होते.

पण श्रीने शिवापूरला आल्यापासून पाहिलेल्या गोष्टी अगदीच वेगळ्या होत्या. पहिल्या दिवशीच पाहिलेली गोष्ट त्याच्या डोळ्यांपुढे उभी राहिली– चार-पाच नरट्यांवरून दोन शेजारणींचे मोठे कडाक्याचे भांडण चालले होते. जिच्या नरट्या नाहीशा झाल्या होत्या ती दुसरीला खांडगळ्या शिव्या देऊन म्हणत होती, "आता चुलीला काय लावू? माझी हाडं का तुझी?"

असले विलक्षण दारिद्र्य जिथे नंगा नाच घालीत होते, तिथे एकमेकांना मदत करण्याचा उपदेश करण्यात काय अर्थ होता? पण सुबोध तर तेच करीत होता. श्रीचे संतप्त मन विचारात पडले– हा मनुष्य मूर्ख आहे की लबाड आहे?

अभंग संपविल्यावर सुबोधने भाषणाला सुरुवात केली. सर्व माणसे ते भाविकपणाने ऐकत होती. सुबोध सांगत होता– खोटे बोलू नका! चोरी करू नका.

श्रीचे मन टीका करीत होते– ज्याचे पोट भरलेले असते त्याला उपदेश सुखाने करता येतो. पण ज्याच्या पोटातील आग कधीही शांत होत नाही, त्यांनी काय करावे? जगातली सर्व माणसे नीतितत्त्वे जाळून त्यांची राखरांगोळी करण्याची शक्ती या आगीत असते.

सुबोध उपदेश करीत होता– दररोज अंघोळ करीत चला. स्वच्छ राहत चला.

श्रीचे मन चरफडून म्हणत होते– इतक्या लोकांनी केव्हा, कुठे व कधी अंघोळ करायची ते मात्र हा महात्मा सांगत नाही! पण तेही सुबोधने लगेच सांगितले– "हरिजनांच्या वाड्यात एक विहीर बांधण्याकरिता माझ्याकडे एका थोर मनुष्याने पैसे दिले आहेत.''

"दुसरी विहीर!" "दुसरी विहीर!" सारे श्रोते आनंदाने नाचू लागले.

श्री मात्र मनात जळफळत म्हणत होता– गावात एवढे मोठे तळे आहे! तिथे एकाही महाराला कुणी जाऊ देणार नाही! मग ही विहीर बांधण्याची सोंगे कशाला करता? सुबोध गंभीरपणे म्हणत होता– दारूला शिवणार नाही अशी शपथ घ्या! श्रीचे मन म्हणत होते– उन्हातान्हात राबणारी, काबाडकष्ट कामे करणारी पण काडीचेही सुख न मिळणारी माणसे आयुष्यातली एक गंमत म्हणून दारू पितात काय?

सुबोधच्या "शपथ घ्या" या शब्दाखातर सर्व श्रोते ओरडले, "आम्ही दारूला शिवणार नाही!"

त्यांचे शब्द हवेत विरतात तोच एका बाजूला गोंधळ सुरू झाला. सुबोध चटकन तिथे गेला. श्रीही त्यांच्या मागोमाग होताच!

दोन महारांचे भांडण चालू होते तिथे! एक सांगत होता "घे शपथ! दारूला शिवणार नाही म्हणून शपथ घे!"

दुसरा म्हणत होता, "तुझ्या तोंडाला दारूची घाण येतेय! तूच घे शपथ!" हा गोंधळ मिटवून सुबोध परत आला. महारवाड्यात पुन्हा आमांश सुरू झाल्याचे दिसत आहे. कुणीही नासके कुजके अन्न खाऊ नये, पाणी उकळून प्यावे वगैरे गोष्टी त्याने सर्वांना समजावून सांगितल्या. श्री मनातल्या मनात म्हणत होता– शाळेत आरोग्यशास्त्र शिकावयाच्या वेळी हे सर्व ठीक आहे.

पण इथे– पुस्तकी पोपटपंचीचा काही उपयोग नाही!

सुबोध बोलत असताना समोर बसलेल्या मंडळींत पुन्हा गडबड उडाली. मघाचे दारुडे दंगा करीत असतील असे वाटून सुबोधने तिकडे दुर्लक्ष केले.

इतक्यात एक बाई मागच्या गर्दीतून पुढे धावत आली. तिचे केस धुळीने भरल्यासारखे दिसत होते. अंगावरले फाटके वस्त्र आपण नीट नेसलो आहो की नाही याची तिला दादही नव्हती. विचित्र रीतीने आपले डोळे फिरवीत ती पुढे आली. सुबोधकडे पाहून ती एकदम खदाखदा हसली. लगेच पुढे होऊन तिने त्याचा हात धरला आणि किंचाळली, "चांडाळा, कुठं आहे माझं बाळ? माझं बाळ! माझं बाळ."

चपला आणि बाटलीवाला चकित होऊन उठून उभी राहिली होती. त्यांच्या कानावर एकच शब्द पुन:पुन्हा पडत होता– 'वेडी!' 'वेडी!'

■

आईचे हृदय

दुसऱ्या दिवशी सकाळीच चपला हरिजनवाड्यात श्रीच्या घरापुढे जाऊन उभी राहिली, तेव्हा तिने जे दृश्य पाहिले ते जितके हास्यजनक तितकेच आनंददायक होते.

कसल्या तरी झाडाची एक बारीकशी फांदी हातात घेऊन श्री क्रिकेट खेळत होता. ती फांदी ही त्याची बॅट! समोरून एक पाच-सहा वर्षांचे पोर चिंध्यांचा फाटका चेंडू टाकीत होते! आणि मौज ही की त्यातला एकही चेंडू श्रीला मारता येत नव्हता. दरवेळी त्याचा नेम चुके, चेंडू मागे जाई आणि ते मूल आनंदाने टाळ्या पिटू लागे. त्या मुलाबरोबर श्रीही हसू लागे.

थोडा वेळ हा खेळ पाहिल्यानंतर चपला हसत हसत पुढे झाली आणि म्हणाली, ''मोठा सामना चाललाय वाटतं!''

''अगदी कसोटीचा!'' हातातल्या फांदीने चेंडू मारण्याचा प्रयत्न करीत श्री उद्गारला. यावेळीही त्याच्या बॅटीने त्याला दगा दिला.

त्या नागड्या-उघड्या मुलाकडे कौतुकाने पाहत चपला म्हणाली,

''फार प्रेम दिसतंय तुझं या पोरावर!''

''गोट्या आहेच तसा गुणी!'' त्याची पाठ थोपटीत श्री म्हणाला, ''उभ्या शिवापुरात एकच मित्र आहे मला! आणि तो हा!'' गोट्याला वर उंच उचलीत तो उद्गारला.

''एकच मित्र आहे?''

''हो, एकच.''

''अन् चपला?''

''ती मैत्रीण आहे माझी!''

गोट्याने हसत हसत विचारले, ''दादा, मी आभाळात उडून गेलो तर तुम्ही काय कराल?''

"तुला धरायला येईन!"

"मोटारीतनं?"

"अंहं विमानातनं!"

गोट्या मोठ्या आनंदाने हसला.

गोट्याला खाली उतरवून त्याचा गालगुच्चा घेत श्री म्हणाला,

"जा आता घरी! आईला त्रास देऊ नकोस हं! धाकट्या बाळाला खेळवत बैस!"

गोट्या एखाद्या हरिणाच्या पाडसाप्रमाणे उड्या मारीत निघाला. चपलेने एकदम हाक मारली, "गोट्या!"

त्याने मुरडत मागे पाहिले.

"हे घे!"

चपलेने आपल्या मनीबॅगमधून एक रुपया काढला आणि त्याच्या हातात ठेवला.

"पैसा! पांढरा पैसा!" रुपया असलेल्या हाताची मूठ घट्ट आवळून धरीत गोट्या आनंदाने ओरडला.

"रुपया आहे तो! पैसा नाही!" श्री हसत म्हणाला. पण त्याच्या हसण्यात जी खोच होती, ती चपलेला कळल्याशिवाय राहिली नाही. त्याचे म्हणणे म्हणत होते– ज्या मुलाने जन्मात रुपया पाहिला नसेल, त्याने रुपयाला पैसे म्हटले तर त्यात नवल कसले?

गोट्या निघून गेल्यावर चपलेने विचारले, "किती भावंडं आहेत याला?"

"तीन! नि आई विधवा आहे! फार सालस आहे बिचारी! पण या वाड्यातल्या एका पशूला ती बघवली नाही! त्यानं तिच्या अब्रूचे धिंडवडे केले. जवळ जवळ वाळीतच आहे ती! मी नि आजोबा इथं आलो तेव्हा आमचीही तीच स्थिती झाली. रुपेरी चावीनं साऱ्यांच्या तोंडाला कुलुपं लागलेली! मेलेल्या मुलाच्या बापानेच माझं पोर आमांशानं मेलं म्हणून सांगितलं. आजोबांना पत्र पाठविणारी माणसंही उलटली. जो तो आम्हाला इथून चला म्हणून सांगू लागला. आम्ही काही ते ऐकलं नाही. आयतं ओस पडलेलं घर होतं हे. गोट्याची आई शेजारधर्म म्हणून भाकरी भाजून द्यायला लागली, तेव्हा या तळ्याच्या प्रकरणाचा शेवट झाल्याशिवाय इथून हलायचं नाही असं ठरविलं मी!"

श्रीचे बोलणे ऐकता ऐकता चपलेच्या डोळ्यांपुढे गोट्याची आई उभी राहिली. आयुष्य ही जर एक लढाई असेल तर आपल्यापेक्षा गोट्याची आईच जास्ती शूर ठरेल असा विचार तिच्या मनात एकदम चमकून गेला.

श्री पुढे सांगू लागला, "गोट्याच्या आईकडनं साऱ्या खऱ्या गोष्टी कळल्या

मला! वाड्यात आमांश सुरू होता हे खरं! पण ते मूल मेलं ते मारानंच! तसं म्हणायला मात्र कुणीच तयार नाही! काही माणसांची दातखिळी भयानं बसली आणि काही माणसांची तोंडे सावकाराने पैशाने शिवली! बिचारी आई मात्र पोराच्या दुःखानं वेडी झाली!''

''सुबोधांना ठाऊक आहे हे सारं?''

''कुठून असणार? डोळे असून जग पाहायचं नाही असा संकल्प करून बसलेला संत आहे तो! आत्म्याचे बळ, हृदयाचा पालट, शांतीचं साम्राज्य असल्या गोष्टीत गुंग असणारी थोर माणसं ही!''

''श्री!'' आतून हाक आली.

श्री व त्याच्या मागून चपला आत गेली.

आजोबा अंथरुणावर उठून बसले होते. आज त्यांच्या मुद्रेवर कालच्यापेक्षा अधिक हुशारी स्पष्ट दिसत होती.

श्री उल्हासाने म्हणाला, ''आज बरं वाटतंय, नाही तुम्हाला?''

''बरं? मैलभर चालत जाईन हवं तर!''

चपलेकडे पाहत कृतज्ञतेने श्री म्हणाला, ''कालच्या इंजेक्शनचा चांगला उपयोग झालेला दिसतोय.''

आजोबा हसत हसत उद्गारले, ''इंजेक्शनचा? छे:! सुबोधांच्या बोलण्यानेच फार बरं वाटलं मला! रात्री बारा वाजेपर्यंत बसला होता बिचारा! मुंबईला मी इतकं टाकून बोललो होतो त्याला! पण त्यानं काहीसुद्धा मनात ठेवलं नाही! सारं गाव त्याची धूळ माथ्याला लावतं ते काही उगीच नाही.''

आजोबांचे बोलणे ऐकताना श्रीचे मन तळमळू लागले. आजोबा आणि सुबोध यांचे रात्री झालेले बोलणे त्याने अक्षरशः ऐकले होते. सुबोध निघून गेल्यावर आजोबांना झोप लागली, पण त्याने मात्र सारी रात्र तळमळत त्या पडक्या घरात एखाद्या भुताप्रमाणे फेऱ्या घालीत काढली होती. पहाटेचा कोंबडा आरवेपर्यंत त्याने अंथरुणाला पाठही लावली नव्हती.

त्या चार तासांच्या मनातल्या वादळात त्याच्या विचारांची नौका किती खडकावर आपटली होती आणि किती लाटांनी उलटली होती याची गणतीच नाही. सुबोधच्या ज्या शब्दांनी आजोबांचे समाधान झाले होते, त्याच शब्दांनी त्याचे मन क्षुब्ध करून सोडले होते.

'देव दयाळू आहे!' सुबोधचे हे वाक्य ऐकायला किती गोड होते! पण श्री म्हणत होता– जगात देव आहे की नाही हा प्रश्न सोडून दिला, तर जग देवाच्या ताब्यात आहे कुठे? ते संपत्तीच्या, सत्तेच्या, सुलतानांच्या ताब्यात आहे. ते म्हणतील ती पूर्व दिशा ठरते. त्या दिशेकडे वळून, मान खाली घालून, आपल्या

रक्ताचं अर्घ्य देत बसायचे हेच काय ते दरिद्री आणि दुर्बळ लोकांचे काम!

'सुधारणा सावकाशच होते, आज हळद पिऊन उद्या कुणी गोरं होत नाही!'

सुबोधचे हे शब्द ऐकून श्री उपहासाने मनात म्हणाला होता– हळद पिऊन कोणी जन्मात गोरे होणार नाही हे यांनाच कुणी तरी सांगायला हवे!

औषध दोनशे वर्षांनी गुण देणार असेल, तर तसले औषध घ्यायला कोण रोगी तयार होईल?

'प्रत्येक मनुष्यात देव आहे. तो जागा झाला की पृथ्वीला स्वर्गाचे स्वरूप येईल!'

तसे पाहिले तर सुबोधच्या या शब्दांत खोटे असे काय होते? पण प्रत्येक मनुष्यात जसे देवत्व आहे, तशी पशुवृत्तीही आहे. ही पशुवृत्ती प्रबळ होत असल्यामुळे जगाला रौरव नरकाचे स्वरूप प्राप्त झाले आहे! स्वतःच्या या वृत्तीचे निर्मूलन एखादा मनुष्य करू शकेल, पण सबंध समाज? छे! ते शक्य नाही.

आणि एखादा मनुष्य देवमाणूस झाला तरी त्याची मुले पुन्हा पशू होत नाहीत असे थोडेच आहे! म्हणजे दर पिढीला हा प्रश्न नव्याने उपस्थित होणार आणि पुन्हा सोडवावा लागणार!

असल्या स्वप्नाळू तत्त्वज्ञानाने आज मानवजातीला जे चटके बसत आहेत ते कसे शांत होतील? छे! अर्थसत्यावर आधारलेले तत्त्वज्ञान नेहमी अर्धवटच असायचे!

श्रीच्या मनात रात्री येऊन गेलेले हे सर्व विचार यावेळी पुन्हा उसळून आले. पण आजोबांना वाईट वाटेल असे अवाक्षरही तो बोलला नाही.

आजोबा त्याला म्हणाले, "सुबोधांच्या आश्रमात जाऊन ये जरा!"

श्री पाहतच राहिला.

"सकाळी येईन म्हणाले होते ते मला! नसेल फावलं! मला बरं वाटतंय म्हणून त्यांना सांग नि सवड होईल तेव्हा या म्हणावं! त्यांच्यासारख्या देवमाणसांचं बोलणं हेच आमचं औषध!"

श्री मनातल्या मनात चरफडतच सुबोधकडे जायला निघाला.

वाटेत रात्रीचे भजन, नंतरचे सुबोधचे बोलणे अगदी गोष्टींविषयी तो इतक्या कठोरपणाने बोलला की चपलेला नेहमीप्रमाणे त्याची थट्टा करण्याचा धीरच झाला नाही. आपल्या करारी आजोबांवर सुबोधची एवढी मोहिनी पडावी याचे तर त्याला वैषम्य वाटत होतेच! पण त्यापेक्षाही त्याला वाईट वाटत होते ते सुबोधच्या त्यागाविषयी! एखाद्याने अमृताचा कुंभ आणावा आणि मरणोन्मुख माणसाच्या तोंडात त्यातला थेंबही न घालता तो वाळूत ओतावा असे सुबोधचे सारे वर्तन त्याला वाटत होते. तो म्हणत होता, माणसे भाकरीच्या तुकड्यासाठी पशू होत

असताना त्यांना धर्माची तत्त्वे सांगत बसणारा प्राणी वेडा तरी असला पाहिजे किंवा निर्दय तरी असला पाहिजे.

चपलेला वाटले– श्रीला अशा संतप्त मन:स्थितीत आश्रमात नेले तर तो सुबोधशी भांडल्यावाचून राहणार नाही. गाडी सरळ आंबराईकडे नेण्याविषयी ड्रायव्हरला सांगण्याचा तिने मनातल्या मनात निश्चय केला सुद्धा. इतक्यात सुबोधच समोरून येत असलेला तिला दिसला.

श्रीने ड्रायव्हरला मोटार थांबविण्याविषयी सांगितले हेही तिने ऐकले.

गाडीला ब्रेक लागताच तो कर्कश आवाज झाला. तोच तिच्या मनातही घुमू लागला.

पण सुबोधची प्रशांत मुद्रा पाहताच तिला धीर आला. तीही गाडीतून उतरली.

"तुमच्याकडेच निघालो होतो आम्ही!" श्री म्हणाला.

"अरे वा! छान! तुम्ही आश्रमात चला. मी अस्सा सावकारांकडे जाऊन येतो!"

सावकाराचे नाव घेताच श्रीच्या कपाळाला आठ्या पडल्याचे सुबोधच्या लक्षात आले. तो लगेच म्हणाला, "सावकारांविषयी फार गैरसमज झाला आहे तुमचा! हरिजनवाड्यात विहीर बांधायला देणगी कुणी दिली ठाऊक आहे का? याच सावकारांनी! नावाचीसुद्धा इच्छा नाही त्यांना!"

श्रीच्या मनात आले– आपल्या पापावर पांघरूण घालण्याकरिता मनुष्य काय वाटेल ते करील. सुबोधच्या हे कसे लक्षात येत नाही; इतका भोळेपणा– लगेच सुबोधची एक निराळीच मूर्ती त्याच्यापुढे उभी राहिली. त्या मूर्तीभोवती धुकेच धुके पसरले होते. श्रीला वाटले– सुबोधने त्याग केला आहे. कष्ट सोसले आहेत, जीवनाच्या समरांगणावर तो लढला आहे! पण धर्म, नीती, शांती, त्याग, आत्मबळ वगैरे कल्पनांचे धुके त्याच्याभोवती पसरले आहे. त्याला खरे जग दिसतच नाही. सामान्य मनुष्य जे अनुभव घेतो ते त्याला कळतच नाहीत! मोहिनीमंत्राने भारलेल्या माणसासारखी स्थिती झाली आहे त्याची. यावेळी सुबोधचा राग न येता दया आली त्याला!

श्री स्वस्थ राहिलेला पाहून सुबोध म्हणाला, "दुसऱ्या एका कामासाठी जातोय मी सावकारांकडे! उद्या नवं आहे गावातलं!"

"नवं?"

"भातकापणी सुरू करायच्या आधी नवं करतात आमच्याकडे! धार्मिक सणच आहे म्हणानात तो एक प्रकारचा! नवं असलेल्या दिवशी महारांना सर्व शेतातून भाताची लोंबरं तोडण्याचा हक्क असतो. या धामधुमीत शेताची फार

नासधूस होते. हरिजनांच्या पदरात तसं काही भातही पडत नाही. ते या हक्काबद्दल त्यांना जमिनीच्या मालकांनी निराळं धान्य द्यावं असं ठरलं, तर सर्वांनाच सुख होईल! बघू या सावकार काय म्हणतात ते!''

''नमस्ते'' म्हणून सुबोध पुढे चालू लागला. गाडी सुरू झाल्यावर मग श्रीच्या लक्षात आले की आपण आजोबांचा निरोप सुबोधला सांगितलाच नाही. सुबोध परत येईपर्यंत आयता आश्रमही पाहून होईल असा मनात विचार करून तो स्वस्थ राहिला.

आश्रमाच्या फाटकापासून आपण एका वातावरणात प्रवेश केला आहे असे श्रीला वाटू लागले.

मुख्य वातावरण म्हणजे धर्मशाळेसारखी एक लांबच लांब इमारत होती. पण तांबडा रेवा काढून तिच्या भिंती इतक्या मोहक केल्या होत्या की तिच्या दारिद्र्याविषयी प्रेक्षकांच्या मनात विचारही उत्पन्न होत नसे. आश्रमाच्या भोवती खूप मोकळी जागा होती. या जागेत एके ठिकाणी तुळशीचे बनच्या बन होते. तुळशींच्या काळसर मंजिऱ्या फुललेल्या गुलाबाप्रमाणे डौलदार दिसतात हे श्रीने आजच पहिल्यांदा पाहिले. अंगणात फुलझाडे अशी थोडीच होती. पण वईच्या बाजूला लाल आणि तांबडी जास्वंदीची फुले आणि गोकर्णीची निळी फुले रंगाच्या विरोधामुळे डोळ्यांत भरत होती. अंगणात मांडवावर सोडलेले वेलच अधिक होते. त्या वेलांना लटकणारी दोडकी आणि पडवळी श्रीला मोठी मजेदार वाटली. मुंबईतल्या उभ्या आयुष्यात त्याने हे चित्र पाहिले नव्हते! आश्रमाच्या इमारतीवरही वेल होतेच. एका वेलातून दोन-चार कोहाळे डोकावून पाहत होते. दुसऱ्यांना भोपळे लटकले होते.

आश्रमाच्या मुख्य दारावरील पाटीपाशी तर श्री थबकलाच! 'मातृदेवो भव.' त्याच्या मनात आले– आश्रमात वाढणाऱ्या मुलांना आपल्या मातांविषयी अनादर वाटू नये म्हणून तर आश्रमाने आपले हे ब्रीद ठेवले नसेल? त्याने चपलेकडे पाहिले– तीही त्या पाटीकडे भुकेल्या डोळ्यांनी पाहत होती. श्रीही भुकेल्या डोळ्यांनी त्या अक्षरांकडे पाहू लागला. त्याच्या हृदयाच्या गाभाऱ्यात एकच शब्द घुमू लागला. 'आई, आई!' त्याच्या स्मरणशक्तीने आपले पंख पसरले. भूतकाळात घिरट्या घालून ती परत आली. आईची मूर्ती त्याला कुठेच दिसली नाही.

इतक्यात आश्रमाच्या दारात एक मध्यम उंचीची हसतमुख बाई आली व चपलेला म्हणाली, ''अशा पाहुण्यासारख्या बाहेर का उभ्या राहिलात? आत या ना!''

आश्रमातली माई ती हीच हे चपलेने दृष्टिक्षेपाने श्रीला सांगितले. तिने ते

सुचविले नसते तरी त्याने माईला सहज ओळखले असते.

माई साधे पांढरे पातळ नेसली होती. तिच्या हातात फक्त एक एक काचेचे कंकण होते. बाकी अंगावर एकही दागिना नव्हता. पण तिच्या या साधेपणातच पाहणाऱ्याच्या मनात आदर उत्पन्न करण्याचे सामर्थ्य होते. श्रीला आश्चर्य वाटले– माईच्या डोक्यातला एकही केस पांढरा झाला नव्हता. आश्रमातल्या मुला-मुलींच्या खस्ता काढून आणि तान्ह्या मुलांसाठी रात्री-अपरात्री जागरणे करूनही माईच्या डोळ्यांभोवती काळसरपणा नव्हता!

माई आणि चपला यांच्याबरोबर फिरून श्रीने आश्रम पाहिला. कुठे मुले सूत कातीत होती, कुठे माग चालवीत होती, कुठे मोठी मुले लहान मुलांना शिकवीत होती! आणि स्वयंपाकघरात तर मुलेच अन्नपूर्णेची आराधना करीत होती!

अगदी बाजूची खोली तान्ह्या मुलांची होती. तिथे एक मोलकरीण एका मुलाला झोके काढून दुसऱ्याला खेळवीत होती. त्या खेळणाऱ्या मुलाने माईला पाहिले मात्र! हसत हसत हाका मारू लागले "मा– मा–" एका अक्षरापलीकडे त्याच्या कोशात शब्दच नव्हते. माईने त्याला लडिवाळपणाने उचलले आणि म्हटले, "पापा दे मला!"

त्या सुकुमार बालकाने आपले चिमणे ओठ हळूच पुढे केले. माईने मोठ्या प्रेमाने त्याचा मुका घेतला.

अत्यंत उदात्त दृश्य पाहून अंगावर रोमांच उभे राहावेत तसे श्री आणि चपला यांना झाले.

त्यांना वाटले– कुठलीही आई यापेक्षा आपल्या मुलावर अधिक प्रेम करू शकणार नाही आणि इतके उत्कट प्रेम करताना ते मूल कोणत्या जातीचे आहे, त्याच्या जन्मामागे अनीतीची केवढी खोल दरी आहे, याचा माईने कधीही विचार केला नसेल!

श्री आणि चपला यांना घेऊन माई आश्रमाच्या कचेरीत आली. जमिनीवर टाकलेल्या शेंदरीवरच सर्व बसली. श्रीची गंभीर मुद्रा पाहून माई म्हणाली, "आश्रमाविषयी काही विचारायचं असेल तर खुशाल विचारा."

"आश्रमाविषयी नाही काही विचारायचं मला! पण तुमच्याविषयी..."

"मला 'तुम्ही' म्हणायचं नाही हं आश्रमात!"

"का?"

"आईला कुणी 'तुम्ही' म्हणतात का?"

"आणि मुलाला तरी कुणी 'तुम्ही' म्हणतात का? विचारा असं का म्हटलंत तुम्ही... नाही... तू...?" तू म्हणताना श्रीची जी तिरपीट झाली ती पाहून दोघींनाही हसू आले.

माई श्रीला म्हणाली, "हवं ते विचार बाळ."
श्री धीर करून म्हणाला, "हे आईचं हृदय कुठून आलं तुला?"
माई क्षणभर स्तब्ध राहिली. पण लगेच हसून म्हणाली, "पुरुषांना काय करायच्यात या गोष्टी?"
"त्यांनाही आई व्हायचं असतं!"
"पुरुषांना?"
"हो, पुरुषांना! ज्याला आईचं हृदय असेल, ज्याच्या अंगी आईची सहनशीलता असेल, तोच पुरुष खरा सुधारक ठरू शकेल!"
"मग तुझ्या या प्रश्नाचं उत्तर सुबोधच चांगलं देतील!"
संभाषणाला माई अशी कलाटणी देईल ही श्रीला कल्पनाही नव्हती! इतक्यात एका ताटात तीन पेले घेऊन एक मुलगा आत आला.
श्रीने थट्टेने विचारले, "आश्रमात चहाही आहे का?"
"पिऊन तर पाहा!"
श्रीने तोंडाला पेला लावला. पेयाची रुची काही वाईट नव्हती. पण ते काय आहे हे मात्र त्याला काही केल्या कळेना.
माईने विचारले, "काय पिताय?"
"कुणाला ठाऊक?"
"तुळशीचा काढा!"
"खरं?"
"अगदी तुळशीशपथ!"
श्री हसत हसत म्हणाला, "बस्स! ठरलं माझं! उद्या जर कुठं नोकरी मिळाली नाही तर एक उपाहारगृह काढायचं आणि हा काढा साऱ्या लोकांना पाजायचा! नावसुद्धा ठरलं त्या संस्थेचं!"
"आज पोरकटपणाची लहर आलीय वाटतं?" चपलेले विचारले.
"माझ्या त्या हॉटेलचं नाव– सुप्रसिद्ध सिनेतारका चपला यांच्या खास आश्रयाखाली निघालेले खांडेकर-तुलसी-पियूष मंदिर!"
माई आणि चपला यांना काही केल्या हसू आवरेना. श्रीही त्यांच्या हसण्यात सामील झाला. इतक्यात 'माई,' 'माई' म्हणून कुणाची तरी हाक ऐकू आली. तिघांनीही दाराकडे वळून पाहले. पाच-सहा वर्षांची एक गोड मुलगी पाटी-पेन्सिल घेऊन नाचत आली होती.
"काय गं?"
हातात पाटी ऐटीने नाचवीत ती म्हणाली, "मी आई काढलीय बघ!"
माईने तिची पाटी हातात घेऊन पाहिली. तिची पाठ थोपटली आणि म्हटले,

"या पाहुण्यांना दाखीव ना तुझी आई!"

ती मुलगी लाजली. पण श्रीने तिला जवळ ओढून तिच्या हाताखाली पाटी घेतली. पाटीवरली अक्षरे पाहताच तो चकित झाला. वर "आई" "आई" अशी अक्षरे त्या मुलीला कुणी तरी काढून दिली होती. ती त्याला अगदी ओळखीची वाटली. माईपुढे पाटी धरून तो म्हणाला, "हे कुणी काढून दिलंय हिला?"

"मी!"

"तुम्ही– तू– ?"

"अक्षर तर अगदी ओळखीचं वाटतंय मला!"

"नवल आहे बाई! साऱ्याच माणसांना माझं अक्षर ओळखीचं वाटायला लागलंय!"

"आणखी कोण म्हणालं असं?"

"निर्मला देशमुख!"

"बाळासाहेब देशमुखांच्या पत्नी?" चपलेने आश्चर्याने प्रश्न केला.

"हो, सुबोधांच्या बरोबर त्या पुण्याहून इथं आल्या आहेत!"

"कुठं दिसल्या नाहीत मघाशी?" श्रीने विचारले.

"दोन-चार दिवस होत्या इथं! मग सावकारांच्या घरी राहायला गेल्या!"

"कंटाळल्या वाटतं इथं?"

"शहरातली माणसं! इथं खेड्यात करमणार कसं त्यांना?"

निर्मलेचा विषय टाळण्याकरिता माई उठून एका खिडकीपाशी गेली. लगेच ती उद्गारली, "अग बाई, डोलीतून कुणाला आणताहेत सुबोध?"

डोलीतून सुबोधने श्रीच्या आजोबांना आणले होते. माईने तात्काळ आश्रमापलीकडच्या एका शांत खोलीत त्यांची व्यवस्था केली.

श्रीला आता सुबोधपेक्षा आजोबांचाच अधिक राग आला. तो लपविण्याकरता त्याने सुबोधला प्रश्न केला, "उद्याच्या नव्याचं काय झालं?" "जुन्याच पद्धतीनं होणार!"

आजोबांच्या बरोबर आपलाही भार आश्रमावर घालणे श्रीला प्रशस्त वाटणे शक्य नव्हते.

त्याला जवळ बोलावून आजोबा म्हणाले, "बाळ, तू खुशाल कॉलेजात जा आता! इथं आपला सत्याग्रह व्हायचा असेल तर तो सुबोधच सुरू करतील!"

श्री मनातल्या मनात हसला. त्याला वाटले– आपले आजोबा स्वभावाने कडवे! पण पूर्ववयात त्यांच्यावर अंधश्रद्धेचे, साधुसंतांवरल्या भक्तीचे आणि मोठा मनुष्य म्हणेल त्याला मुकाट्याने मान डोलविण्याचे संस्कार झाले होते!

सुबोधच्या त्यागाने आणि गोड स्वभावाने आज ते सर्व जागृत झाले आहेत.

चपला धावतच आत आली आणि आजोबांना म्हणाली, ''पाहुण्यांची वाटणी करायचं ठरविलंय मी नि सुबोधनी!''

आजोबा आणि श्री ऐकतच राहिले. चपला आजोबांना म्हणाली, ''आमच्या सिनेमाच्या गोंधळात तुम्हाला फार त्रास होईल! तेव्हा मी श्रीला घेऊन जाते–''

श्रीचे मन म्हणाले– वाटेल त्याने घेऊन जायला श्री ही काय एक निर्जीव वस्तू आहे?

चपलेबरोबर मोटारीत चढताना ते मन कुठे लपून बसले ते त्याचे त्यालाही कळले नाही.

■

दोन मने

रात्री आंबराईतल्या बंगल्यात मऊ मऊ बिछान्यावर श्रीने अंग टाकले खरे! पण काही केल्या त्याला झोप येईना, त्याच्या मनात किती तरी शल्ये सलत होती. त्याचे मन म्हणत होते– एखाद्या लहान मुलाला आईने चल म्हणावे आणि त्याने मुकाट्याने तिच्याबरोबर चालू लागावे तसे आपण चपलेबरोबर आंबराईत आलो. आपल्यावर एवढा अधिकार गाजविण्याचा या चपलेला काय हक्क आहे? तिचे सौंदर्य? छे! तिला नाही म्हणून आपण हरिजनवाड्याकडे गेलो असतो तर– तिथे गोट्या आपली सारखी आठवण काढीत असेल! आपण मोहाला बळी तर पडत नाही ना? मुळीच नाही! मग चपलेचे पाश आपल्याला का तोडता येऊ नयेत?

आश्रमातून आपण आंबराईत आलो. बंगल्याच्या पायरीवर एक नट्टापट्टा केलेली बाई उभी होती. आपण उतरून किंचित पुढे झालो. चपला त्या बाईबरोबर बोलत उभी राहिली. तिच्याबरोबरची नटी असावी ती! त्या नटीने चपलेला विचारले, "नवी शिकार आहे वाटतं ही?"

त्या दोघींकडे आपली पाठ असल्यामुळे चपलेच्या मुद्रेवरील भाव आपल्याला दिसला नाही. त्या नटीला उत्तर न देता ती पुढे झाली; पण त्या शब्दांचा अर्थ किती भयंकर होता!

'शिकार!'

शिकार? म्हणजे चपलेच्या दृष्टीने श्री हे सावज आहे! आपली शिकारीची हौस भागविण्यासाठी ती त्याचा पाठलाग करीत आहे? छे! प्रीती ही शिकार नाही, प्रीती ही संजीवनी आहे. ती जीव घेत नाही, पुनर्जन्म देते.

पण प्रेमाची ही कल्पना नुसती पुस्तकी असती तर?

चपलेच्या खोलीत प्रवेश केल्यावर त्या नटीचे ते शब्द आपण किती लवकर विसरून गेलो! अगदी परक्या बंगल्यातही आपली खोली किती सुंदर रीतीने

सजविली आहे तिने! एक अर्धनग्न नटीच्या सुंदर फोटोसमोरच तिने महात्मा गांधींचा फोटो लावलेला पाहून आपल्याला हसू आल्यावाचून राहिले नाही. तिने विचारले, "का हसतोस?"

आपण आळीपाळीने त्या फोटोंकडे पाहू लागलो.

ती मान डोलावीत म्हणाली, "बराच आहेस की तू!"

नक्षीदार पलंग– त्याला लावलेली तलम मच्छरदाणी– टेबलावर संगमरवरी ताजमहाल– प्रत्येक खिडकीच्या फुलदाणीत ठेवलेले गुलाबाचे गुच्छ– तिने हात पुसायला दिलेल्या रुमालाचा सौम्यमधुर सुगंध, खोलीतला सुंदर सोफा, त्याच्यापुढे घातलेला मऊमऊ उंची गालिचा– तिची खोली म्हणजे सौंदर्यदेवतेचा देव्हाराच आहे जणू काही!

आपण दोघेच जेवायला बसलो. चकचकीत एव्हरसिल्व्हरची ताटे, साजूक तूप, चार-पाच तोंडीलावणी, मुखशुद्धीला मुंबईलाच मिळणारी फळे, हातावर पाणी घालायलाही नोकर–

या मोहजालात अडकून पडायचे नाही असा निश्चय करून संध्याकाळी आपण आजोबाला भेटायला गेलो. रात्री सोबतीकरता आश्रमात राहण्याचा आपण त्यांच्यापाशी हट्ट धरला. पण सुबोध आणि माई या दोघांनीही "मग आम्ही कशाला आहोत इथं?" असे म्हटल्यामुळे आपला नाईलाज झाला. चपलेने तर परत येताना आपली थट्टाच आरंभली– "आश्रमात लहान मुलांना घेतात हं श्री–" असे ती म्हणाली तेव्हा आपल्यालासुद्धा हसू आले.

ही सारी चित्रे पाहता पाहता श्री मनात म्हणत होता– आपण गंधर्व-नगरीतले एखादे स्वप्न तर पाहत नाही ना? शिवापूरला तळ्याच्या पाण्याचा सत्याग्रह करण्याकरिता आलेला एक हरिजन तरुण एका सिनेमाकंपनीच्या बंगल्यात राहिला आहे, आपल्या कलेने हजारो लोकांना झुलविणाऱ्या एका स्वप्नसुंदर नटीने त्याला आग्रहाने आपल्याकडे राहायला बोलाविले आहे. पलीकडच्या खोलीत ती नटी आणि अलीकडच्या खोलीत तो तरुण– दोन खोल्यांच्यामध्ये फक्त एक दार आहे. कुणाचाही जाग नाही– कुणाचेही भय नाही.

श्री जागेवरून उठला आणि मधल्या दाराचा बोल्ट त्याने घट्ट लावला. पलीकडे चपला गुणगुणत होती, "कुणि कोडे माझे उकलिल का?"

श्री मनात म्हणाला– आयुष्याचे कोडे किती विलक्षण असते! ते सोडविण्याची धडपड केली तर त्याच्यात अधिकच गुंतागुंत होऊ लागते.

दुसऱ्या दिवशी गावातले नवे होते. हरिजनवाड्यातल्या भजनालासुद्धा बाटलीवाला मुद्दाम गेले होते. मग असल्या प्रसंगांची दृश्यं आपल्या संग्रही असावीत असे त्यांच्यासारख्या धंदेवाईकाला वाटणे स्वाभाविकच होते.

सुमारे दहा वाजता सर्व मंडळी गावाला लागून असलेल्या शेताकडे गेली. बाटलीवाला कॅमेरामनपाशी जाऊन उभे राहले. आजच्या नव्याचे फोटो काढणार आहेत ही बातमी पसरल्यामुळे गावातली लहानथोर मंडळीही नवे पाहायला आली होती. एका झाडाखाली उभे राहून चपला व श्री हा सर्व देखावा पाहत होती.

एकदम टोळधाड यावी त्याप्रमाणे एका शेतात महार घुसले, धावत धावत भाताची जेवढी लोंबरे ओरबडता येतील तेवढी ओरबाडून ते दुसऱ्या शेतात घुसले.

जमलेले लोक हे दृश्य मोठ्या मौजेने पाहत होते. पण श्रीला वाटले, वानरांचा कळपच्या कळप यावा, त्याने एखाद्या वेलाची पाने ओरबाडायला सुरुवात करावी आणि माणसांनी आरडाओरडा करून त्या कळपाला हुसकवून लावावे, तसे दृश्य आहे हे!

जमिनीवर मूळचा हक्क महारांचा! म्हणून हे नव्याचे सोंग करून पसाभर भात ओरबाडण्याची आणि या प्रसंगाला धार्मिक स्वरूप देण्याची दक्षता समाजाने घेतली आहे. पण महारांच्या पदरात मूठभर धान्य टाकायचे असेल, तर त्याला हा तमाशा कशाला हवा? ही आचरट चाल बंद करण्याकरिता सुबोधने सावकारांना विनंती केली आणि त्यांनी ती नाकारली! असल्या नकारांनी जोपर्यंत सुबोध चिडून जात नाही तोपर्यंत त्याच्या त्यागाचा आणि सेवेचा पायदळी तुडविल्या जाणाऱ्या समाजाला काय उपयोग आहे?

चपला आणि श्री उभी होती त्याठिकाणी बाटलीवाला हसत आले. स्वारी स्वत:वरच अगदी बेहद्द खूष झाली होती.

“हे सीन्स टाळ्या घेतील बघा चपलाबाई!”

चपला हसली. पण श्री अधिकच गंभीर झाला.

बाटलीवाला श्रीकडे वळून म्हणाला, “तुम्हाला गंमत वाटली की नाही?”

“चीड आली मला!”

बाटलीवाला सर्दच झाले! श्री आवेशाने म्हणाला, “पाय घसरून कुणी पडले की लोक हसतात– पण जो पडतो तो रडत असतो! जो पाहतो तो हसत बसतो!”

बाटलीवालांनी निर्बुद्ध दृष्टीने श्रीकडे पाहिले. त्याने दिलेल्या दाखल्याचा आताच्या देखाव्याशी काय संबंध आहे हेच त्यांना कळेना.

श्रीच्या दृष्टीत एक विचित्र तेज चमकू लागले. तो चढलेल्या स्वराने म्हणाला, “डायरेक्टर साहेब, हे देखावे लोकांना दाखवून तुम्ही टाळ्या घ्याल, पैसेही मिळवाल! तुमच्या पोटाचा खेळ आहे हा! पण तुम्हाला हा खेळ वाटला तरी तो

पाहताना माझ्यासारख्याचा जीव तडफडल्याशिवाय राहत नाही. हे इतके महार शेताशेतांतून जनावरांप्रमाणे धावत गेले ते कशासाठी? मूठभर भातालासुद्धा ते महाग झाले आहेत म्हणूनच ना? कुठल्याही श्रीमंत जातीतली माणसं आपले असले देखावे तुम्हाला घेऊ देतात का पाहा? चार ढेरपोटे श्रीमंत गोळा करून तुम्हाला लोकांना खूप हसविता येईल, पण असल्या लोकांना पडद्यावर आणण्याची छाती होईल का तुम्हाला? तुम्ही या देखाव्याकडे प्रेक्षकांच्या दृष्टीनं पाहिलंत! समाज खालच्या जातीचे किती क्रूरपणानं धिंडवडे करतो या दृष्टीनं मी या देखाव्याकडे पाहिलं!'' मग– कॅमेरामनला काही सांगायचे राहिले आहे याची बाटलीवालांना याच क्षणी आठवण झाली.

नवे झाल्यापासूनचे पाचसहा दिवस श्रीने मोठ्या विचित्र मन:स्थितीत काढले. जिकडे पाहावे तिकडे त्याला अंधार दिसत होता. चपलेचा स्नेहभाव त्याला शीतलता देत होता. सुबोधच्या आश्रमात गेल्यावर आणि माईंनी हसतमुखाने ''बरं आहे ना?'' म्हणून विचारल्यावर त्याच्या मनाला क्षणिक शांती लाभत होती. हरिजनवाड्यात पाऊल टाकताच गोट्याच्या आईने आपल्याला मुद्दाम नाचणीची भाकरी आणि लसणीचे तिखट राखून ठेवले आहे हे पाहून त्याला आनंद होत होता! घरात येऊन पडलेल्या नवीन भाताच्या चिमुकल्या राशीशी खेळत गोट्याने ''दादा, मला न्या ना तुम्ही राहता तिथं!'' असे जेव्हा आर्जवी स्वराने म्हटले, तेव्हा आईला सोडून एक मूल आपल्याकडे राहायला तयार होत आहे या गोष्टीचा श्रीला अभिमानही वाटला होता.

पण या साऱ्या सुखतरंगानी त्याच्या मनातली आग शांत होईना. काही काही वेळा तर त्याचे मन अतिशय उदास होऊन जाई. त्याला वाटे– जन्मभर हे असेच चालायचे का? सावकारासारखी माणसे हातातली सत्ता आणि संपत्ती आपण होऊन सोडणार नाहीत. हरिजनांसारख्या अडाणी माणसांत या सत्तेवर आणि संपत्तीवर आपला हक्क आहे ही जाणीवही कुणी निर्माण करणार नाही. सुबोध, माई यांच्यासारख्या माणसांच्या सात्त्विकपणाने समाजाच्या अंतरंगात धुमसणारी आग लवकर भडकणारही नाही, अशा स्थितीत आपल्यासारख्यानं निष्फळ धडपड करण्यात काय अर्थ आहे?

एकदा तर तो इतका निराश झाला की दुसऱ्या दिवशी सरळ कॉलेजात जाण्याकरिता निघून जायचे असा त्याने मनात निश्चय केला. पण तार आल्यावर त्याने प्रिन्सिपॉलना पत्र पाठविले होते. त्यातले एक एक वाक्य त्याला आठवू लागले. क्रिकेटच्या मैदानावरील सामन्यापेक्षा आयुष्यातील रणांगणावरील युद्ध मला अधिक महत्त्वाचे वाटते! हे वाक्य आपण त्यावेळी लिहून गेलो नसतो तर

बरे झाले असते, असे त्याला वाटू लागले. हे वाक्य लिहून आठ-दहा दिवस झाले नाहीत तोच नाक मुठीत धरून प्रिन्सिपॉलना शरण जायचे?

श्रीच्या मानी मनाला तो विचार असह्य झाला.

मध्येच एकदा त्याच्या आजोबांची प्रकृती फार बिघडली. आश्रमातून एक मुलगा धावत आला. चपलेने मोटारीतून श्रीला आश्रमात पोहोचते केले आणि ती डॉ. नेरूरकरांना घेऊन आली. डॉक्टरांनी आजोबांना तपासले तेव्हा त्यांची मुद्राही किंचित चिंताग्रस्त दिसली.

आजोबा डॉक्टरांना म्हणाले, "डॉक्टरसाहेब, मला मरणाचं भय नाही वाटत! मरायच्या वेळी श्रीशी चार शब्द बोलायला मिळाले म्हणजे झालं– बाकी काही इच्छा नाही माझी!"

डॉ. नेरूरकर रोग्याला धीर देण्याच्या दृष्टीने म्हणाले, "भिण्यासारखं काही नाही आजोबा! नातवाच्या लग्नाचे लाडू खाल्ल्याशिवाय कुठलाही म्हातारा वर जात नाही!"

पण इंजेक्शन देऊन बाहेर गेल्यावर चपलेच्या कानाशी लागून ते म्हणाले, "फार जपायला हवं हं म्हाताऱ्याला!"

"काय झालंय?"

"हार्ट केव्हा फेल होईल याचा नेम नाही."

डॉक्टरांचे हे गुपित श्रीला सांगावे की नाही या विचारात चपला पडली. शेवटी ते सांगायचे नाही असेच तिने ठरविले. मात्र तिच्या या निश्चयास श्रीच्या मनाला फार काळजी लागेल अशी भीती होती, की श्रीला हे कळले की तो चोवीस तास आजोबांपाशी बसेल आणि आपण त्याच्या सहवासाच्या सुखाला अंतरू ही भीती होती, हे तिचे तिलाही सांगता आले नसते.

श्रीची आणि तिची ओळख किती थोड्या दिवसांची होती! पण बोलताना, फिरायला जाताना, थट्टामस्करी करताना तिला या गोष्टीची आठवणही होत नसे. एके दिवशी सकाळी दोघेही पायी फिरायला गेली होती. त्यावेळी श्रीही नेमके हेच बोलला.

श्री म्हणाला, "चपला, एक एक वेल फार लवकर फुलू लागते, नाही?"

सूर्यप्रकाशाने सतेज दिसणाऱ्या त्याच्या मुद्रेकडे पाहत चपलेने उत्तर दिले, "जी वेल लवकर फुलते, ती लवकर सुकूनही जाते!"

"खरं?"

"वाईटसं वाटलं तुला इतकं?"

"मी म्हणालो ती वेल तुझ्या-माझ्या ओळखीची होती."

चपला हसत हसत म्हणाली, "या वेलीला फुलं यायला फार वेळ लागला!"

"फार वेळ?"

"नाही तर काय? मागच्या जन्मी तू नि मी वेल लावली होती. तिची फुलं पाहायला हा जन्म घ्यावा लागला! नाही का?"

चपलेच्या या चतुर बोलण्याचे श्रीला मोठे कौतुक वाटले.

एकदा दोघेही खूप लांब फिरायला गेली होती. आपण चालायला कधी हटणार नाही असा चपलेला अभिमान होता. पण परत यायच्या वेळी अगदी दमून गेली ती! कुठे तरी विसावा घेतल्यावाचून तिला पुढे पाऊल टाकणे शक्यच नव्हते.

"कुठं तरी बसू या बाबा! नाही तर..."

"नाही तर काय?"

"मला पाठीवरनं घेऊन चल घरी !"

"तर तर– तुला पाठीवरनं घेऊन ओरडत जातो. कोकरू हवं का कोकरू? कुणाला कोकरू हवं का कोकरू?" त्याच्या या थट्टेनेच चपलेला आपले श्रम हलके झालेसे वाटले. ती त्याच्याकडे लडिवाळपणने पाहत म्हणाली, "नि कुणी तुझं कोकरू मागितलं तर?"

"त्याला सांगेन..."

"काय?"

"हा खेळ आहे नुसता म्हणून! आपलं कोकरू कुणी विकत नाही कधी!" हे शब्द तोंडातून गेल्यावर श्री मनातल्या मनात लाजला.

ती लाज लपविण्याकरता वाटेपलीकडे असलेला एक दगड चपलेला दाखवून तो म्हणाला, "तिथं बैस जरा!"

चपला बसायला अगदी अधीर झाली होती. पण श्रीच्या मनात काय आले कुणास ठाऊक! त्याने तो दगड अर्धवट उचलून पाहिला. वेटोळे घातलेले एक लहानसे जिवाणू आपल्या समाधीचा भंग झाल्यामुळे चवताळून बाहेर आले.

चपलेने "अगं बाई!" म्हणून किंकाळी फोडली आणि ती श्रीच्या मागे येऊन लपली. श्रीने पलीकडे पडलेले दोन-चार चांगले धोंडे उचलले आणि कुणीकडे जावे या विचारात पडलेल्या जिवाणूवर इतका अचूक नेम धरून मारले की त्याची प्राणांतिक वळवळसुद्धा लवकरच बंद पडली.

चपला कौतुकाने पाहत होती आणि थरथर कापतही होती.

श्रीने मागे वळून पाहिले, त्याला तिच्या भित्रेपणाचे हसू आले.

ती कंपित स्वराने म्हणाली, "कशाला गेलास त्या सापाच्या वाटेला?"

"त्यानं दुसऱ्या कुणाच्या वाटेला जाऊ नये म्हणून!"

परत येताना ती म्हणाली, "बाटलीवालांची फार इच्छा आहे एक!"
"कसली?"
"तू या चित्रपटात काम करावंस अशी!"
"नि तुझी?"
चपला नुसती हसली. श्री म्हणाला, "चपला, तार येऊनसुद्धा मी कॉलेजच्या मॅचला गेलो नाही, अट्टाहासानं इथं राहिलो, तो काय चित्रपटात काम करायला?"
"चांगला पगार मिळेल तुला! ते पैसे तू या हरिजनांना दिलेस तर ते सुखी होतील! नाही का?"
"सुखी होतील! पण किती दिवस? नि किती माणसं? चपला, हा प्रश्न तुझ्या पैशानं सुटणार नाही, सुबोधच्या भूतदयेनं सुटणार नाही–"
"म्हणजे सुटणारच नाही म्हणेनास–"
"सुटेल, अगदी लवकर सुटेल!"
"कशानं?"
"रक्तानं!"
"कुणाच्या रक्तानं?"
"जे चिरडले जाताहेत त्यांच्या उसळणाऱ्या रक्तानं– आजचे अन्याय ज्यांना उघड्या डोळ्यांनी पाहवत नाहीत अशा लोकांच्या तापून जाणाऱ्या रक्तानं– तुझ्या-माझ्यासारख्यांच्या रक्तानं!"
"काही तरीच काय बोलतोस?"
"काही तरी? चपला, आयुष्यात असं काही तरी असलं तरच त्याच्यात गोडी येते, जिवंतपणा येतो."
चपलेने त्याच्याकडे विलक्षण आदराने पाहिले. पण त्या आदराच्या मागे कारुण्य उभे होते.

रात्री त्या मारलेल्या जिवाणूचे भय वाटत असल्यामुळे चपला आपल्या खोलीत येऊन फार वेळ गप्पा मारीत आहे असे श्रीला वाटले. पण बारा वाजून गेल्यावर उठता उठता ती म्हणाली,
"उद्या पहाटे शूटिंगला जातोय आम्ही!"
"कुठं?"
"खूप लांब जायचंय म्हणे. एक सुंदर धबधबा आहे तिथं. माझी झोपडीही बांधून झाली आहे."
"तुझी झोपडी?"
"महाराची मुलगी होणार आहे मी या चित्रात!"

श्री स्तब्ध राहिलेला पाहून चपलेने विचारले, ''तू येतोस का बरोबर?''

''छे! आधी आजोबांची प्रकृती चांगली नाही! हरिजनवाड्यात जाऊन राहीन की मी!''

''इथं राहिलास म्हणून काय होतं?''

चपलेच्या या प्रश्नाचे श्रीने उत्तर दिले नाही. पण त्याचा निरोप घेऊन ती पलीकडच्या आपल्या खोलीत गेल्यावर त्याला वाटले– इथे आपण राहिलो तर आपल्याला पदोपदी चपलेची आठवण येईल. तिच्यावाचून चुकल्याचुकल्यासारखे वाटेल. मनाला हुरहूर लागेल.

त्याचे त्यालाच आश्चर्य वाटले. एक महिन्यापूर्वी चपला या तरुणीचे अस्तित्वही त्याला माहीत नव्हते. आज तिचा विरह दु:सह वाटत होता. त्याला वाटले– इतका विलक्षण ओढा आपल्याला का वाटू लागावा! तो बिछान्यावर बसला. हाताला मऊमऊ काही तरी लागले म्हणून त्याने पाहिले. मघाशी बसल्या बसल्या चपलेने आपल्या डोक्यातली फुले तिथे काढून टाकली होती. त्याने ती फुले उचलली. त्यांच्या पाकळ्या गळून पडत होत्या. पण तशा स्थितीतही ती फुले त्याला मोहक वाटली. लगबगीने त्याचा सुगंधही घेतला त्याने. तो सुगंध घेताना चपलेच्या केसांचा सूक्ष्म मधुर सुगंधच आपण घेत आहोत असा त्याला भास झाला.

तो स्वत:ला विसरून गेला. चपलेच्या सहवासातील अनेक प्रसंग त्याच्या डोळ्यांपुढून झरझर जाऊ लागले. ते घडले तेव्हा अगदी साधे वाटले होते त्याला; पण नीरेची आंबून जशी माडी होते, त्याप्रमाणे ते प्रसंग अंतर्मनात घोळून घोळून उन्मादक बनले होते.

चपलेने स्वत: त्याचा फोटो काढला होता. त्यावेळी इकडं बघ म्हणून सांगण्याकरिता तिने त्याची हनुवटी दोन्ही हातात धरून हळूच वळविली होती! तो स्पर्श...

साधेपणा म्हणजे गबाळेपणा नव्हे, असे सांगून चपलेने त्याला एकदा नखशिखांत नटविले होते. त्या वेळच्या तिच्या स्पर्शातली ती माधुरी–

चपलेने स्वत:चा एक फोटो त्याला दिला होता. 'तुझी चपला' या त्या फोटोखालच्या अक्षरांतली ती विचित्र आकर्षकता–

त्याला भास झाला. चपला आपल्या कानात गुणगुणत आहे 'तुझी', 'तुझी', 'तुझी'–

चपलेचे अनेक मधुर कटाक्ष त्याच्या डोळ्यांपुढे चमकून गेले. चपलेच्या मूर्तीची अनेक मोहक चित्रे त्याच्यापुढे नाचू लागली.

क्लोरोफॉर्म घेतल्यानंतर जशी गुंगी येऊ लागते, तशी त्याची स्थिती झाली.

चपलेच्या मूर्तीशिवाय त्याला काही दिसत नव्हते आणि सुचत नव्हते.

दोन्ही खोल्यांमधील दरवाजा लावलेला होता. एकदम पलीकडचा बोल्ट कुणीतरी काढीत आहे असे त्याला वाटले– चांगला खटकन आवाज झाला. आपल्या बाजूचा बोल्ट काढावा असे त्याला वाटले. त्याने उठण्याचा प्रयत्न केला. पण त्याचे पाय थरथर कापत होते. खून करायला निघालेल्या माणसाचे मन जसे त्याला मागे ओढीत असते त्याप्रमाणे उन्मत्त झालेल्या श्रीच्या मनाच्या तळातून गुदमरलेले शब्द त्याला ऐकू येत होते, 'मागं फिर, मागं फिर!'

जवळ जवळ घटकाभर श्री जागच्या जागी बसला होता. मघाची ती फुले पुन्हा त्याच्या हाताला लागली. त्याने उचलून हृदयाशी घट्ट धरली आणि तो खाडकन उठला.

त्याने हळूच आपल्या बाजूचा बोल्ट काढला. क्षणभर थांबून त्याने दार ओढले. दार उघडले नाही. पलीकडच्या बाजूचा बोल्ट चपलेने लावला होता. श्रीला वाटले– मघाशी तिने आपल्याला प्रेमाची मुकी हाक मारली. आपण ती ऐकली. पण तिचे उत्तर दिले नाही. ती रागावली असेल! निराश होऊन आपल्या अंथरुणावर तळमळत पडली असेल.

श्रीने हाक मारली, ''चपला–''

पलीकडून काहीच उत्तर आले नाही. ध्येयनिष्ठ मनाने त्याने त्याला परत फिरण्याचा उपदेश केला.

मोहवश मन म्हणाले, ''ही सोन्यासारखी संधी आहे. चपलेचे प्रेम तुझ्यावर जडलं आहे हे आंधळासुद्धा सांगू शकेल. तुझं तिच्यावर प्रेम आहे! मग–'' श्रीने घोगऱ्या स्वराने हाक मारली, ''चपला–''

पलीकडे पावले वाजली. चपलेने दार उघडले. श्रीच्या मुद्रेकडे पाहताच ती दचकली. पण लगेच हसून तिने विचारले, ''काय हवंय तुला?''

''उद्या पहाटे तू जाणार ना?''

''हो.''

''किती दिवसांनी परत येशील?''

''सात-आठ दिवस तरी लागतील!''

आपल्या अंथरुणापलीकडच्या खिडकीतले काही कागद श्रीने लगबगीने उचलले आणि तो म्हणाला, ''सवड झाली तर हे कागद वाच तू!''

''कसले कागद आहेत हे? कादंबरीचे?''

''कादंबरीपेक्षाही अद्भुत गोष्टी त्या कागदात आहेत. हरिजन कसे जगतात हे...''

चपला श्रीने हातात दिलेल्या त्या कागदांशी चाळा करीत होती. तिच्या

हाताला एकदम एक चिठ्ठी लागली. ती थट्टेने म्हणाली,

"अगं बाई, प्रेमपत्र आहे वाटतं हे कुणाचं?"

"हो!"

"कुणाचं?"

"आईचं!"

"तुझ्या आईचं?"

"वाचून पाहा ना हवं तर!"

चपला ती चिठ्ठी उघडून वाचू लागली. तो कागद तर फार जुना होताच! पण त्याच्यावरल्या अक्षरांची शाईही अगदी फिक्की झाली होती. मोठ्या कष्टाने चपला वाचू लागली,

"बाळ,

तुझी आई फार निष्ठुर आहे. तुला सोडून मी जात आहे. देव तुझं रक्षण करील. बाळ, आई होण्यात केवढं सुख आहे! आई! आई! बाळ, तुझी ही गोड हाक माझ्या कानात कधीच ऐकू येणार नाही! मागच्या जन्मी असं कोणतं पाप मी केलं होतं म्हणून—

बाळ, तुझ्या आईची नि तुझी गाठ केव्हा पडेल रे? देवा, माझ्या बाळाला सुखे ठेव.

तुझी
आई"

चिठ्ठी वाचून चपलेने चकित होऊन विचारले, "ही चिठ्ठी तुझ्या आईनं लिहिली आहे?"

"हो!"

"केव्हा?"

"आपण जगत नाही अशी तिची खात्री झाली तेव्हा! मी अगदी लहान असताना वारली ती!"

"अशावेळी कुणी चिठ्ठी लिहील का? तुझ्या आईला लिहायला येत असेल का? तुझे आजोबाच पन्नासाव्या वर्षी लिहायला-वाचायला शिकले ना?"

आपल्या मनातल्या सर्व शंका चपलेने उपस्थित केलेल्या पाहून श्रीला आश्चर्याचा धक्का जाणवल्यावाचून राहिला नाही.

श्रीने दिलेले कागद आपल्या बॅगमध्ये ठेवण्याकरता चपला पुढे झाली. श्री तिच्या पाठोपाठ गेला. चपलेने बॅग उघडली. तिच्यात वरच दोन फोटो एकमेकांना जुळवून ठेवले होते.

श्रीने वाकून पाहिले. चपलेच्या केसांचा मधुर सुगंध आणि तिच्या शरीराचा उन्मादक स्पर्श यांच्यात भर घालणारीच ती गोष्ट होती. श्री व चपला याचे फोटो होते ते! श्रीने बेभान होऊन विचित्र स्वराने हाक मारली, ''चपला–''

■

मरणातून मिळालेले जीवन

श्रीच्या हाकेने चपलेने एकदम मागे वळून पाहिले. ती हाक मोहक होती आणि दाहकही होती. ती ऐकून चपलेच्या एका मनाला सुख झाले; पण तिचे दुसरे मन मात्र दु:खाने भारावून गेले. इतक्यात, ''चपलाबाई, चपलाबाई'' म्हणून हाक मारीत कुणी तरी दार ठोठावले.

चपलेने चटकन पुढे येऊन दार उघडले. बाटलीवाला दारात उभे होते.

''आता निघायचं?'' तिने आश्चर्याने विचारले.

''खाली बाई आली आहे एक!''

''बाई?''

''महारवाड्यातून आलीय ती! रडत रडत ती काय सांगतेय तेच कळेना मला!''

श्री झटकन पुढे आला. चपलाही त्याच्या मागून गेली. आलेली बाई गोट्याची आई होती. तिचे पाय धुळीने भरून गेले होते. त्या धुळीतच बोटाला ठेचेचे काळवंडलेले रक्त विचित्र रीतीने चमकत होते.

श्री दिसताच तिला जोराचा हुंदका आला. तिच्या डोळ्यांतून घळाघळा पाणी वाहू लागले.

''काय झालं गं?'' श्रीने विचारले.

'गोट्या–?' श्रीचे हृदय धडधडू लागले.

''गोट्या निपचित पडलाय! माझं पोर– दादा, माझं पोर–''

श्री तात्काळ जायला निघाला. चपलेने घाईने ड्रायव्हरला बोलाविले. श्री आणि गोट्याची आई गाडीत बसत असताना तिने विचारले, ''मी येऊ का?''

''नको!''

चपला स्तब्ध राहिली. आपल्या नकाराने तिला वाईट वाटले हे श्रीच्या लक्षात आले. तो लगेच उद्गारला, ''पहाटे प्रवासाला निघायचंय तुला! नि सात-आठ

दिवस उन्हातान्हातनं काम करायचं! नाही तर मीच चल म्हटलं असतं! या नव्या चित्रातलं काम छान व्हायला हवं हं!''

'मुलखाचा लबाड आहेस तू' असे चपला श्रीला दृष्टीने सांगत असतानाच मोटार सुटली.

एका रकट्यावर गोट्या निपचित पडला होता.

श्रीने हाक मारली, ''गोट्या!''

ओ नाही, पापण्यांची हालचाल नाही, काही नाही!

श्रीच्या डोळ्यांत पाणी उभे राहिले. पण गोट्याच्या आईकडे पाहून त्याने ते आतल्या आत आवरले. पलीकडे बाकीची मुले एका चटईवर पडली होती. सगळ्यांना मिळून एक फाटके पातळ लुगडे पांघरायला घातले होते. या साऱ्या चिल्ल्या-पिल्ल्यांना घरात सोडून अपरात्री गोट्याची आई आपल्याला बोलवायला आली या गोष्टीचे श्रीला फार वाईट वाटले. त्याने विचारले, ''दुसऱ्या कुणाला का धाडलं नाहीस माझ्याकडे?''

''कुणी कबूलच होईना जायला!''

श्रीच्या डोळ्यांपुढे त्या दिवशीचे चित्र उभे राहिले! एकादशी दिवशी सुबोधने भजन सुरू केल्यावर 'एकमेकां साह्य करू। अवघे धरू सुपंथ!' हा अभंग महारवाड्यातला ऐकून एक मनुष्य मोठ्या रंगात येऊन म्हणाला होता. क्षणिक रंगाचा प्रत्यक्ष जीवनाशी काही संबंध नव्हता हेच खरे! नाही तर एक पोर मरणाच्या दारी पडले असताना, महारवाड्यातली सारी माणसे फत्तरासारखी स्वस्थ पडून राहिली नसती! या बाईविषयीही त्यांच्या मनात भलतेसलते संशय असतील, त्यांना नको असलेला सत्याग्रह करण्याकरता आपण आलो म्हणून आपल्याविषयीही त्यांच्या मनात राग असेल! पण मरणाच्या दारात मनुष्याने माणुसकी दाखवायला नको का?

पहाटेपर्यंत श्री गोट्याच्या उशाशी बसून राहिला. गोट्याला आमांश झाला असून त्याचे स्वरूप तीव्र आहे हे उघड उघड दिसत होते. हूडपणामुळे एक-दोन दिवस त्याने आपला आजार आईला सांगितलाच नव्हता. तिला कळल्यावर तिने सुंठबिंठ उगाळून दिली होती.पण तिचा काहीच उपयोग झाला नाही. गोट्या निपचित पडला. मधूनमधून पाय गार लागायला लागले. एकदा अर्धवट गुंगीतच 'दादा' म्हणून त्याने हाक मारली. या संकटात श्रीशिवाय कुणीही आपल्या मदतीला येणार नाही असे वाटून त्याची आई अपरात्री अंधारात धावत गेली.

ही हकिगत ऐकताना श्रीला वाटले– आपल्या आश्रमाचे ''मातृदेवो भव'' हे ब्रीदवाक्य ठेवण्यात सुबोधने मोठी मार्मिकता दाखविली आहे! स्त्रीहृदयात मातृहृदय

असतेच असते. पुरुषाला मात्र–

त्याच्या विचारांनी एकदम नवे वळण घेतले. चपलेला मातृहृदय आहे का?

त्याला त्या विचित्र क्षणाची आठवण झाली. आपण इतके मोहवश होऊ हे स्वप्नातही त्याला खरे वाटले नसते. पण स्वप्नापेक्षा सत्याचेच अनुभव कधी कधी विलक्षण असतात! मानवी जीवन म्हणजे तारेवरला नाच आहे याची जाणीव आपल्याला त्या क्षणाने करून दिली.

नको असलेला तो क्षण आपल्या आयुष्यात येऊन गेला. त्या अनुभवाची खंत वाटली तर जीवनाचे खरेखुरे अंतरंग कळायला त्या क्षणाचे आपल्याला साहाय्य झाल्यावाचून राहणार नाही. उजाडेपर्यंत श्रीच्या मनात असलेच विचार चालले होते. चांगले दिसू लागताच तो आश्रमाकडे गेला. माईला ठाऊक असलेले औषध मधून मधून तो त्याला चाटायला देत होता. काम केल्याशिवाय पोरांच्या तोंडात अन्न पडणे शक्य नसल्यामुळे गोट्याची आई मन दगडासारखे घट्ट करून बाहेर गेली. दुपारी बारा वाजता परत आली ती! बाकीच्या मुलांना खायला घालून पुन्हा दोन वाजता गावात एका नव्या घराचे काम चालले होते त्याच्या मुरमाच्या पाट्या टाकायला ती गेली.

संध्याकाळी दमूनभागून ती परत आली. येताच तिने आशाळभूतपणाने श्रीला विचारले, "काही उतार आहे का?"

"हो!" एक अक्षराचा खोटा शब्द! पण तो उच्चारताना श्रीला किती दु:ख झाले.

"पोराला भाकरीचा तुकडा देऊ का?"

आता मघापेक्षाही श्रीला अधिक दु:ख झाले; पण ते त्या बाईच्या अज्ञानाचे. श्रीने निक्षून सांगितल्यामुळे पोराच्या तोंडात पेजेच्या निवळीपलीकडे तिने काही घातले नाही. पण ती खायला बसली तेव्हा काही केल्या तिच्या घशाखाली घास उतरेना. ती गोट्याकडे पाही, डोळ्यात पाणी आणी आणि दुसरीकडे पाही! शेवटी पुढ्यातली भाकरी तशीच ठेवून ती उठली. हे दृश्य पाहून श्रीच्या अंत:करणात नुसती कालवाकालव झाली. गोट्यापाशी त्याच्या आईला बसवून तो बाहेर आला. त्याच्या डोळ्यांतून अश्रू वाहू लागले. त्या अश्रूंत अंत:करणातल्या किती तरी लाटा भरलेल्या होत्या.

आईचे हे प्रेम देवाने आपल्याला का दिले नाही? पण आईच्या प्रेमाने काही मध्यान्हकाळ टळत नाही आणि दारात उभा राहिलेला क्रूर काळ परतूनही जात नाही!

गोट्या आजारातून बरा होईल का? या जगात रोग्याला गुण पडायला त्याच्या खिशात पैसे असावे लागतात आणि कालच आपण चपलेला मोठ्या

दिमाखाने सांगितले– तुझ्या पैशाचा इथं काही उपयोग नाही!

अंत:करणातले दु:ख बाहेर पडल्यामुळे त्याला थोडे बरे वाटले. लगेच त्याने आपले अश्रू आवरले. तो स्वत:च्या हळवेपणाला हसला. त्याचे दुसरे मन म्हणत होते– जगातली कुठलीच आग अश्रूंनी विझत नाही. अश्रू हे मानवी जीवनातले कल्पनारम्य काव्य आहे; पण रक्त हे या जगातले कठोर सत्य आहे!

आपल्या रक्ताचे पाणी करून त्याने गोट्याची शुश्रूषा करण्याचा निश्चय केला. तो निश्चय त्याने कसोशीने पाळलाही. दोन दिवस अहोरात्र तो गोट्याच्या उशाशी बसून होता. पोराला अंथरुणावरून उठताही येत नव्हते. पण श्रीने क्षणभरही कशाची किळस मानली नाही की कष्टाचा कंटाळा केला नाही. या दोन दिवसांत वाड्यात आणखी पाच-सात माणसे आमांशाने आजारी पडल्याचे कळले. सुबोध बाहेरगावी गेला होता तोही त्याच दिवशी परत आला. त्याला ही बातमी कळताच त्याने वाड्यात येऊन साऱ्या रोग्यांना धीर दिला. गावचे डॉक्टरही, सुबोधची भीड मोडवेना म्हणून, आजारी माणसांना पाहून गेले. सकाळची वेळ असल्यामुळे रोग्यांना शिवण्याचे धाडसही केले. गोट्याला तपासताना ते म्हणाले, ''वाटेल ते खातात पोरं आणि हे असं होतं. होईल चार दिवसांत बरा!'' औषधे लिहून देताना डॉक्टरसाहेबांना आयुर्वेदाचा मोठा पुळका आला. पण आयुर्वेदावरील त्यांच्या या प्रेमाचे मूळ आपल्याकडली औषधे द्यावी लागून पदराला खार लागू नये या धूर्तपणाच्या विचारात आहे हे श्रीने तेव्हाच ताडले.

सुबोधने सर्व गावभर जाऊन हरिजन बंधूंना संकटात साहाय्य करण्याची विनंती केली. आश्रमाच्या स्वयंसेवकांच्या झोळ्यांत अनेकांनी तांदूळ घातले. काहींनी सुबोधच्या हातावर थोडीशी दक्षिणा ठेवली. कुठल्याशा वर्तमानपत्राच्या खास बातमीदाराने रोग्यांची संख्या, श्रीचे नाव, इत्यादी गोष्टी तत्परतेने टिपून घेतल्या आणि सावकारांनी ग्रामदेवतेची शांती करण्याचे आश्वासन दिले. पण हरिजनवाड्यात आमांशाने अंथरुणाला खिळणाऱ्या माणसांच्या संख्येला असल्या गोष्टींनी थोडाच आळा पडणार होता!

आश्रमातली मोठी मुले, श्री आणि सुबोध यांना निरलसपणे मदत करीत होती. पण दारिद्र्य आणि अज्ञान यांच्यात निसर्गाच्या कोपाची भर पडली की मनुष्याची शक्ती तो वणवा शांत करायला असमर्थ ठरते!

जेवण नाही, खाण नाही, झोप नाही अशा स्थितीत श्री धडपडत होता. त्याच्या गळू लागलेल्या शरीराला सुबोधकडे पाहून हुषारी येई. सुबोधला श्रीची सेवा पाहून नवे जीवन लाभल्याचा भास होई.

पण मनुष्याच्या अंतरात्म्याच्या तळमळीची मृत्यू कुठे पर्वा करतो! श्री गोट्याच्या घरी आल्यानंतरची पाचवी रात्र ही काळरात्र ठरली! गोट्याचे हातपाय

अगदी गार पडत चालले होते. त्याची दातखिळीही बसली होती! मधून मधून तो विचित्र आचके देई, ते ऐकून श्रीचे अंग शहारून जाई. तो गोट्याला घट्ट धरून बसला. जणू काही त्याच्या मिठीतून काळाला आपले पाश टाकताच येत नव्हते! ‘माईकडे एखादी मात्रा असली तर घेऊन ये.’ असे सांगून त्याने एका मुलाला आश्रमाकडे पाठविले.

एक एक क्षण श्रीला युगासारखा वाटू लागला. त्याने गोट्याच्या आईला धीर दिला. पण मनात त्याचा स्वत:चा धीर सुटला होता. क्रूर काळपुरुष एका गोड पोराभोवती आपले पाश आवळीत असताना त्याला स्वत:ला काही एक करता येत नव्हते. त्याला लढण्याची इच्छा होती, पण लढायचे कुणाविरुद्ध आणि कसे, हेच त्याला कळेना.

आश्रमातून सुबोधच मात्रा घेऊनच आला. मात्रेबरोबर एक निरोप घेऊन आला होता तो! त्याच्या आजोबांना पुन्हा पूर्वीसारखा झटका आला होता! आपण घटका दोन घटकांचे सोबती आहोत असे त्यांना वाटत होते. श्रीला एक अत्यंत महत्त्वाची गोष्ट त्यांना सांगायची होती–

गोट्याला सुबोधच्या स्वाधीन करून आश्रमाकडे जाण्याच्या विचाराने श्री उठला. पण गोट्याच्या आईने ‘दादा’ म्हणून जो टाहो फोडला– तो ऐकून त्याचे पाऊल पुढे पडेनाच– तो पुन्हा गोट्यापाशी येऊन बसला. सुबोधने मात्रा उगाळून गोट्याला चाटविण्याचा प्रयत्न केला. पण आता पाण्याचा घोटसुद्धा घशाखाली उतरत नव्हता.

काळपुरुषाची अक्राळविक्राळ छाया त्या विधवा आईच्या घरट्यावर मघाशीच पसरली होती. आता ती क्षणोक्षणी वाढू लागली. सुबोध एवढा प्रौढ, शांत आणि गंभीर! पण त्या छायेने त्याची मुद्रा सुद्धा काळवंडली. श्रीला तर हा प्रसंग नवाच होता! तो काळा ठिक्कर पडला.

गोट्याच्या शरीराने शेवटची धडपड केली. पुढच्याच क्षणी ते निश्चल झाले. गोट्याच्या आईने हंबरडा फोडला. ती आपले डोके जमिनीवर ताडताड आपटून घेऊ लागली. श्रीला जवळ घेऊन सुबोध त्याचे सांत्वन करू लागला. आपल्या पैरणीच्या टोकाने त्याने त्याच्या डोळ्यातले पाणी पुसले. दारात ती वेडी बाई उभी होती. ती एकदम किंचाळली, ‘‘कुठं आहे माझं बाळ? त्याला मारलंत काय मेल्यांनो?’’ विकट हास्य करीत वेडी निघून गेली. श्रीने सुबोधकडे पाहिले. त्याची दृष्टी म्हणत होती–ही वेडी बाईच खरी शहाणी आहे. आमांशाने मेलेल्या गरिबाच्या पोराला सुद्धा एका दृष्टीने समाजानेच मारलेले असते. ज्याला जगायची संधी मिळत नाही, जगायची साधने मिळत नाहीत, त्याचा काही शस्त्राने खून करावा लागत नाही.

गोट्याची आई बेशुद्ध असतानाच सुबोध आणि श्री यांनी गोट्याचे प्रेत मूठमाती देण्याकरता घराबाहेर नेले. आपल्याशी लडिवाळपणे खेळणाऱ्या त्या गोजिरवाण्या बालकाला खड्ड्यात ठेवताना आणि त्याच्यावर हाताने माती लोटताना श्रीच्या अंत:करणाचे तुकडे तुकडे झाले. तो बाजूला जाऊन बसला आणि ओक्साबोक्शी रडू लागला.

सुबोधने एखाद्या लहान मुलाप्रमाणे त्याला पोटाशी धरले. त्याचे मनातले कढ बाहेर जाऊ दिले आणि मग मोठ्या प्रेमळपणाने म्हणाला, ''श्री, कॉलेजमध्ये माझ्या एका मित्रानं गमतीनं काही वाक्यं लिहिली होती. पण ती किती खरी आहेत!''

श्री सुबोधकडे पाहू लागला. सुबोध गंभीरपणाने बोलू लागला–

जीवन ही लढाई आहे.
जीवन हा यज्ञ आहे.
जीवन हा सागर आहे.

उदास मन:स्थितीतही श्री हसून म्हणाला, ''मी सांगतो याच्या पुढची वाक्यं–''

जखमांवाचून लढाई नाही.
ज्वालेवाचून यज्ञ नाही.
वादळावाचून सागर नाही.

या सर्वांचा हसतमुखाने स्वीकार करणाऱ्यालाच जीवनाचा खरा अर्थ समजतो.

सुबोध आणि श्री यांना हरिजनवाड्यातून आश्रमाकडे जायला मिळालेच नाही. घरोघर माणसे आजारी होती. दोन-तीन रोगी तर केव्हा दगावतील याचा नेम नव्हता. वाड्यातली म्हातारीकोतारी मंडळी घाबरून गेली होती. मोठ्या झाडावरल्या देवचाराला त्यांनी किती तरी वेळा कोंबडी दिली, आणखी देऊही केली, पण रोगाला उतार पडेना.

आजोबांना बरे वाटत आहे असा आश्रमातून माईंचा निरोप आल्यामुळे तिकडे जाण्याच्या बाबतीत या दोघांना घाईही नव्हती! आणि घाई असती तर त्यांना जायला देणार होते कोण? अत्यवस्थ रोग्याच्या बिछान्याशी तेच बसत, रात्री कुठल्याही घरात माणसे घाबरली तरी त्यांना धीर हेच दोघे देत. एरवी गावातले कुत्रेसुद्धा हरिजनवाड्याकडे फिरकले नाही. पण माई मात्र सांजसकाळ येऊन जाई आणि आश्रमातले स्वयंसेवक वारंवार हेलपाटे घालीत, म्हणून गावाशी आपला काही संबंध आहे असे हरिजनांना वाटण्याचा संभव तरी होता.

माई आली म्हणजे आपल्याकडे एकसारखी टक लावून का पाहते हे श्रीला कोडे पडले. त्याच्याशी फारशी बोलत नसे ती! पण तोंडापेक्षा डोळे बोलके

असतात हे तिच्याकडे पाहिले की श्रीला खरे वाटू लागे.

हरिजनवाड्यातील त्या विहिरींचे पाणी अंगावर घेतानासुद्धा श्री आणि सुबोध यांना कंटाळा येई! पण तेच पाणी आतापर्यंत हरिजन पीत आले होते. त्यांनी दुसरे पाणी आणायचे तरी कुठून? गावात एवढे मोठे तळे असताना हरिजनांना प्यायला स्वच्छ पाणी मिळू नये आणि लोकांना त्याबद्दल काही विषाद वाटू नये? सुबोधलासुद्धा आता वाटू लागले की समाज झोपलेला नाही, मूर्च्छित पडलेला आहे! मूर्च्छा आलेला मनुष्य नुसत्या हाकांनी जागा होत नाही! त्याच्या डोक्यावर पाण्याचे हबके मारावे लागतात, प्रसंगी काठीने प्रहार करावे लागतात.

पुढल्या तीन दिवसांत आमांशाने आजारी पडलेली आणखी दोन-तीन मुले दगावली. सुबोध आणि श्री रोग्यांना गावठी औषध देत होते. स्वच्छता राहावी म्हणून फार फार धडपडत होते. पण पाणी उकळून प्या असे कंठशोष करून त्यांनी सांगितले तरी अनेकांना ते पटत नसे. साथीचे स्वरूप अधिक अधिक भयंकर होऊ लागले. तालुक्याचे गाव आठदहा मैलांवर! अर्थात सरकारी दवाखान्याचा रोग्यांना काडीचाही उपयोग होत नव्हता. खाजगी डॉक्टर-वैद्य हरिजनवाड्यात पाऊल टाकायला नाखूष होते. सुबोधच्या भिडेमुळे कुणी तरी एखादी फेरी टाकून जाई. पण वैद्याच्या पायधुळीने पळून जाणारा रोगच नव्हता तो!

उपास, जागणे, काळजी, मूठमातीचे प्रसंग या सर्वांनी श्री अगदी गळून गेला. पण शरीर पिळून गेल्यासारखे झाले तरी त्याच्या मनाला मात्र विलक्षण हुषारी वाटत होती. चपलेच्या सहवासाइतकीच सुबोधची संगतही आपल्याला आनंददायक होत आहे हे पाहून त्याला प्रथम आश्चर्य वाटले. पण दररोज रात्री दोन-तीन वाजता एकच घोंगडे पसरून त्याच्यावर ते दोघेही अंग टाकीत, तेव्हा श्रीला सुबोध हा आपला जन्मजन्मांतरीचा वडीलभाऊ आहे असा भास होई.

सुबोध श्रीचे मस्तक थोपटीत म्हणे, "श्री, तुझ्यासारख्या तरुणाकडे पाहिले की मनातली सारी सारी निराशा नाहीशी होते."

पडल्या पडल्या त्या दोघांचे बोलणे सुरू होई. दोघेही आपल्या अनुभवांची देवाण-घेवाण करीत. सुबोधचे बोलणे श्रीला विचित्र वाटे. श्रीचे अनुभव सुबोधलाही विलक्षण भासत. पण लवकरच दोघांच्याही लक्षात आले की आपल्या स्वभावांची जात एकच आहे. निरनिराळ्या हवेत वाढणाऱ्या एकाच जातीच्या फळांच्या गोडीत फरक पडतो. तसे झाले आहे आपले. सुबोध ढोंगी नाही, निर्दयी नाही, एककल्ली नाही हे श्रीला कळून चुकले. तो गप्पीदास नाही, आततायी नाही, एकांगी विचार करणारा नाही अशी सुबोधचीही खात्री झाली. मात्र बाळासाहेब, निर्मला, आगटे, त्याचे आजोबा आणि शिवापुरातील अनेक मंडळी यांच्याविषयी ते दोघेही जरा मनमोकळेपणाने बोलत, तरी श्री चपलेचा आणि सुबोध-माईंचा

आपल्या बोलण्यात सहसा उल्लेख करीत नसे. श्रीला राहून राहून वाटे– सुबोधच्या आयुष्यात स्त्रीला काय स्थानच नाही? माई आणि तो तरुण असल्यापासून एकत्रित राहत आहेत. माईचे रूपही काही सामान्य नाही! सुबोधच्या मनात एकदासुद्धा मोहाचा विचार आला नसेल?

असे तीन दिवस गेले. चवथ्या रात्री दोघांचीही एक वाजता अंथरुणाला पाठ लागली.

श्रीचे डोळे लाल दिसू लागल्यामुळे सुबोधने त्याच्या कपाळाला हात लावून पाहिला. नुसते रसरसून गेले होते ते!

"ताप येतोय वाटतं तुला?" सुबोधने विचारले.

"अंग फार जड झालंय आणि विचारानं डोकंही सुन्न होऊन गेलंय!"

"एवढा विचार कसला करतोयस?"

"जीवनाचा! मनुष्य चांगला आहे की वाईट आहे? दुबळा आहे की दुष्ट आहे?"

सुबोध नुसता हसला.

त्याचा हात आपल्या हातात घेऊन श्री म्हणाला, "एक गोष्ट मागू का तुमच्यापाशी?"

सुबोध आश्चर्याने पाहू लागला.

"तुमच्या आयुष्यातले सारे सारे खरे अनुभव मला सांगाल का? तरुणांच्या आयुष्यात किती तरी विचित्र कोडी उत्पन्न होतात! ती उकलायला तुमच्यासारख्यांनी जर मदत केली–"

सुबोध हसून म्हणाला, "साऱ्या कुलपांना चालणारी एकच किल्ली जगात आहे की नाही कुणाला ठाऊक!"

श्रीने हट्टच घेतलेला पाहून सुबोध म्हणाला, "आपल्या अनुभवांची टाचणं करावी असं मलासुद्धा किती तरी दिवस वाटतंय–"

"लिहिलेलं मिळालं तर फारच बरं!"

"का?"

"कुठंही असलो तरी ते मला धीर देईल, वाट दाखवील!"

उजाडले न उजाडले तोच बाहेर मोटार वाजलेली ऐकून सुबोध चकित झाला. त्याची प्रार्थना संपत आली होती. ती संपवून तो दाराकडे जाणार इतक्यात चपलाच बाहेर आली. तिने विचारले, "श्री कुठं आहे?"

सुबोधने श्री निजला होता त्या जागेकडे बोट दाखविले.

एका कांबळ्यावर श्री झोपला होता. चपलेने त्याच्याजवळ येऊन हाक

मारली, ''श्री–''

श्रीने डोळे उघडले नाहीत, हालचालही केली नाही.

चपला जवळ जाऊन थट्टेने म्हणाली, ''घड्याळाचा गजर लावू का आता? अगदी कुक्कू बाळ झालायस बघ तू!'' तरीही श्री स्तब्धच पडला होता. चपला त्याला हाताने हलविण्याकरिता वाकून म्हणाली, ''अहो कुंभकर्ण–''

पुढचे शब्द तिच्या तोंडातून बाहेरच पडले नाहीत. त्याच्या अंगाला हात लावताच तिच्या हाताला चटका बसला. तापाने नुसता फणफणत होता तो.

त्याच्या उशाशी बसून चपलेने हाक मारली ''श्री–''

भ्रमातच श्रीने आपले हात वर उचलले आणि तो पुटपुटला, ''आई!'' ∎

देवघरातला नंदादीप

चपलेने श्रीचे डोके आपल्या मांडीवर घेतले. त्याचे दोन्ही हात हातात घेऊन तिनं कंपित स्वराने पुन्हा हाक मारली– "श्री!"

यावेळी मात्र श्रीने डोळे उघडले. खोल गेलेल्या स्वराने त्याने विचारले, "मी कुठं आहे? स्वर्गात?" आपला हुंदका दाबीत चपला म्हणाली, "श्री, श्री, चपला तुला भेटायला आली आहे!" आता श्रीच्या डोळ्यांवरली झापड पुरी दूर झाली होती. तो हसून म्हणाला, "मला वाटत होतं– मी आईपाशी गेलो आहे. तिच्या मांडीवर डोकं ठेवून–"

सुबोधने मधात खलून औषध आणले होते. ते चपलेने श्रीला चाटविले. आता कसलाच विचार करायला फुरसद नव्हती. चपलेने श्रीला मोटारीतून उचलून नेण्याची व्यवस्था केली. मोटार तडक आंबराईत गेली. आपल्या खोलीत स्वत:च्या बिछान्यावर तिने श्रीला झोपविले.

लगेच गाडी डॉ. नेरूरकरांना आणायला गेली. डॉक्टर येईपर्यंत तीन-चार घटका चपलेला तीन-चार युगांसारख्या वाटल्या.

डॉक्टरांनी श्रीला तब्बल अर्धा तास तपासले. मग चपलेला बाहेर नेऊन ते म्हणाले, "काळजी घ्यायला हवी रोग्याची!"

"ताप साधाच आहे ना?"

डॉक्टरांनी नकारार्थीच मान हलविली. चपलेचा चेहरा उतरलेला पाहून ते म्हणाले, "मुदतीचा ताप दिसतोय! दोन-तीन दिवस तरी अंगावर ताप काढला असला पाहिजे यानं! त्याला मनाला कसला तरी धक्का बसला नाही ना?"

"मनाला धक्का?" चपला विचारात पडली. पण कुठल्याही विचाराला आता अवकाश होता कुठे? श्रीजवळ एक मनुष्य बसवून डॉक्टरांना घेऊन ती महारवाड्यात गेली. डॉक्टरांनी क्रमाने सारे रोगी पाहिले. सर्वांची स्थिती जवळजवळ सारखीच होती. मग सुबोध आणि चपला यांना घेऊन ते विहिरीकडे गेले. विहिरीतले पाणी

पाहताच ते म्हणाले, ''या लोकांवर देवाची मोठी कृपा दिसतेय!'' सुबोध आणि चपला यांना मनातून डॉक्टरांचा राग आला. डॉक्टर शिवापूरच्या पंचक्रोशीत दोन गोष्टींबद्दल प्रसिद्ध होते. पहिली– त्यांचे धंद्यातील ज्ञान आणि दुसरी कुठे, केव्हा आणि काय बोलावे यांच्याविषयी अज्ञान! तथापि महारवाड्यातली दुर्दशा प्रत्यक्ष पाहिल्यानंतर ते असे काही बोलतील असे कुणालाच वाटले नव्हते.

डॉक्टर त्या पाण्याकडे बोट दाखवीत म्हणाले, ''सुबोध, बिभीषण, मारुती वगैरे सात चिरंजीव पुराणात आहेत ना? त्यांना हे पाणी चार दिवस प्यायला द्या! पाचव्या दिवशी त्यांच्या दुखवट्याची सभा तुमच्या अध्यक्षतेखाली करावी लागेल.''

डॉक्टरांचे भाषण स्वभावाला अनुरूप असेच होते. पण ते सुबोधचे काळीज कापीत गेले.

डॉक्टर पुढे म्हणाले, ''चपलाबाई, प्रत्येक महाराच्या घरात नव्या भाताची रास आहे ती पाहिली का? पाण्याप्रमाणं ते नवं भातही बाधलं त्यांना! ते बिचारे तरी काय करणार म्हणा! एकाच्याही घरात जुन्या भाताचा गोटा शिल्लक नसेल! पावसाळ्यात या वाड्यात आमांश सुरू होतोच! माणसं वाटेल तिथं झाड्याला बसली असतील! पावसाच्या पाण्याबरोबर वाहून ती घाण विहिरीत आली असेल–''

चपलेचे डोके सुन्न झाले. श्रीने तिला दिलेल्या कागदातले एक विचित्र वाक्य तिला आठवले– अज्ञान आणि दारिद्र्य यांच्या कात्रीत आम्ही कोट्यवधी निरपराधी जीवांच्या चिंधड्या करीत आहोत.

ती डॉक्टरांना म्हणाली, ''डॉक्टर, सकाळ-संध्याकाळ मी मोटार पाठवीन तुमच्याकडं. श्रीबरोबर इथल्याही साऱ्या रोग्यांना पाहत चला. साऱ्यांना औषधं द्या, इंजेक्शनं द्या. माझ्या घरातले हे रोगी आहेत असं समजा!''

चपला परत आली तेव्हा बाटलीवाला तिच्या खोलीच्या दारात उभे होते. ती आत जायला लागताच ते म्हणाले, ''आत जाऊ नका!''

''का?''

''टॉयफॉईडचा पेशंट आहे हा!''

''म्हणून तर त्याची अधिक काळजी घ्यायला हवी!''

''पण–''

''पण काय?–'' चपलेच्या स्वरात थोडा कठोरपणा होता.

''काँटेजिअस आहे हा ताप! एखादे वेळी तुम्हालाही–''

''माझी काळजी करू नका तुम्ही! मी मेले तर जग काही ओस पडणार नाही.''

"पण आमचं चित्र अर्धवट राहील की!" बाटलीवालांनी हास्याचे प्रदर्शन केले.

चपलेला मनातून राग आला. पण वरकरणी हसत ती म्हणाली, "आजच्या आज इंजेक्शन घेते म्हणजे झालं!"

स्त्रीजात हे आधीच मोठे कोडे आहे. त्यात सिनेमानटी म्हणजे अधिक गुंतागुंतीचे काम, असा काही तरी विचार करीत बाटलीवाला निघून गेले.

चपला श्रीजवळ जाऊन बसली. तो मध्येच गुंगीत काही तरी बोले. मध्येच एकदा त्याने हाक मारली, "चपला."

चपलेला वाटले– त्याला पाणीबिणी हवं असेल. जवळच्या मुसंब्यांच्या रसाचा प्याला उचलून ती त्याच्याजवळ गेली आणि म्हणाली, "जरा तोंड उघड!"

"मला पैसा हवाय!"

"पैसा?" चपलेला त्यादिवशीचे बोलणे आठवले. तुझ्या पैशाचा काही उपयोग नाही म्हणून त्याने आपल्याला सांगितले होते– ती गोष्ट एकसारखी त्याच्या मनात घोळत असावी!

मधूनच तो महारवाड्यातल्या एखाद्या आजारी माणसाचे नाव घेई, आणि तो बरा झाला का म्हणून विचारी! त्याला आपल्या शरीराची शुद्धच नव्हती. अंगापेक्षा त्याच्या जीवाचीच अधिक काहिली होत असावी!

संध्याकाळी आजोबांना घेऊन माई आली.

दोघींनाही एकमेकींकडे पाहून आश्चर्य वाटले.

कोणतीही वेळ असो, जणू काही चित्रात काम करायचे आहे अशा कल्पनेने चपला नेहमी आपली वेषभूषा करीत असे. पण आज तिचे केस विस्कटलेले होते. अंगावरले पातळही कसेबसे घाईनेच नेसली होती.

नेहमी हसतमुख असलेली माई आज अगदी दीन झालेली पाहून चपलेलाही आश्चर्य वाटले. श्रीच्या आजारपणामुळे तिला इतके वाईट का वाटावे? तिची नि श्रीची फार तर दोन-चार वेळा भेट झाली असेल आणि तीही ओझरती!

श्रीकडे पाहून आजोबांच्या डोळ्यांतून घळघळा अश्रू वाहू लागले. लहान मुलाप्रमाणे म्हाताऱ्या माणसांच्या डोळ्यांत उभे राहणारे पाणी अंत:करणात कशी कालवाकालव करते याचा चपलेला अनुभव आला. आजोबांची ती समजूत घालू लागली, "घाबरू नका तुम्ही! लवकर बरा होईल हं श्री! त्याच्यासाठी माझा जीव गहाण ठेवीन मी!"

"नि मीही!" आजोबा म्हणाले.

"मीसुद्धा!" माई उद्गारली.

रात्री चपलेने जागरण करू नये म्हणून बाटलीवालांनी खूप प्रयत्न केला. पण तिने एक गडी तेवढा आपल्या सोबतीला ठेवून घेतला. "दुखणी ही पगारी नोकरांची कामं नव्हेत!" असे तिने म्हणताच बाटलीवालांना वाटले, ही सिनेमानटी आता नर्सचा धंदा करणार आहे की काय कुणाला ठाऊक?

दिवसाच्या कामाने दमलेला गडी लवकरच झोपी गेला. श्री स्तब्ध होता. पण काही केल्या चपलेच्या डोळ्याला डोळा लागेना. तिच्या मनात एक भयंकर कल्पना येऊन गेली! मृत्यूसारखा जगात दुसरा कुठलाही चोर नाही. तो कोणत्या क्षणी येईल आणि आपले काम साधील—

तिने खडा पहारा करण्याचे ठरविले. दिवसा न दिसणारी नक्षत्रे रात्रीच्या अंधारात दिसतात. मनाच्या अंधारात लपून बसलेल्या भावनाही अशाच एकांतात प्रकट होतात.

चपलेचेही तसेच झाले. श्रीच्या आजाराची तिला जशी भीती वाटत होती तसा अभिमानही वाटत होता. दीनदुबळ्यांची सेवा करताना त्याने हा आजार ओढवून घेतला होता. तिचे मन म्हणत होते, "बाळासाहेब क्षणिक सुखाच्या मागे लागलेले, सुबोध चिरंतन त्यागाच्या मागे धावणारा! बुद्धिमान असूनही या दोघांत काही तरी कमी आहे! पण श्री? श्री मात्र तसा नाही."

श्रीच्या पावलावर तिने आपले ओठ हळूच टेकले.

श्रीने वाचायला दिलेले कागद जणू काही डोळ्यांपुढून फडफडत जाऊ लागले. किती भयंकर पण खऱ्याखुऱ्या गोष्टी त्यात होत्या.

घरात वडे तळले तर गावात साथ येऊन आपली गुरे मरतात अशी महारांमध्ये अजून समजूत आहे! त्यांना वाटते— कुठलाही रोग होतो तो भुताखेतांमुळे! त्याच्यावर औषधे– ओवाळणी, कोंबडी, अंडी, लिंबे, टाचण्या, नाणी आणि तांब्याचा मारा!

बैल मरो, पोर आजारी पडो, शेती बुडो, देवदेवस्की हा त्यांचा संकटातून मुक्त होण्याचा उपाय! शिजवलेला भात पानावर घालून त्यात पेटलेला काकडा ठेवायचा, त्या भातावर शेंदूर टाकायचा, लिंबाला टाचण्या टोचून ते जवळ ठेवायचे, म्हणजे रोग पळून जातो अशी या समाजाची श्रद्धा! आपल्या थुंकीवर वरच्या जातीतल्या माणसांचा पाय पडला तर आपले डोळे फुटतील ही कल्पना परवा परवापर्यंत सर्वांना खरी वाटत होती. जाती देवाने निर्माण केलेल्या! तेव्हा आपण आहोत त्याच स्थितीत राहिले पाहिजे. गावकऱ्यांना आवडणार नाही असे आपण काही केले तर ते गावातल्या चव्हाट्यावर गाऱ्हाणी घालतील आणि तो शाप आपल्याला हटकून बाधेल अशी थोरांपासून पोरांपर्यंत सर्वांची ठाम समजूत! श्री आणि त्याचे आजोबा तळ्याच्या पाण्याचा सत्याग्रह करायला मोठ्या

ईर्ष्येने आले. पण या चौकचाराला भिऊनच साऱ्या हरिजनांनी माघार घेतली.

श्रीने टाचून ठेवलेल्या या सर्व गोष्टी आठवताच चपला अत्यंत अस्वस्थ झाली. उठून येरझाऱ्या घालता घालता तिला वाटले– आपला जन्म या समाजात झाला असता तर? लगेच गोट्याच्या आईची दीन मूर्ती तिच्या डोळ्यांपुढे उभी राहिली. फाशीची शिक्षा ऐकून एखाद्या गुन्हेगाराच्या मनाला धक्का बसावा तसे तिला झाले. तिचे मन म्हणू लागले– यापेक्षा जुन्या काळातली गुलामगिरी पुरवली! पण ही गुलामगिरी नको. पूर्वीच्या गुलामाला मालक पोटभर जेवू तरी घालीत असेल, आपले काम अडू नये म्हणून तो आजारी पडल्यावर त्याला औषध तरी देत असेल! पण आजच्या सुधारलेल्या जगातील ही गुलामगिरी– पिढ्यान् पिढ्या या गोष्टी चालाव्यात याचे तिला आश्चर्य वाटले. लगेच तिला आपल्या आईची आठवण झाली, ''मी हा घाणेरडा धंदा करणार नाही...'' असे चपला म्हणाली होती. तेव्हा तिच्या आईने मोठे विलक्षण उत्तर दिले होते, तुरुंगातल्या कैद्याला कुणी आपल्या मनाप्रमाणे वागू देत नाही!

वेश्येची मुलगी– हरिजनाचा मुलगा– सारे तुरुंगातले कैदी! हा भयंकर तुरुंग निर्माण तरी कुणी केला? या तुरुंगातल्या कैद्यांच्या कष्टावर ज्यांची चैन चालली आहे त्यांनी! या कैद्यांच्या रक्ताने ज्यांच्या आयुष्याच्या बागा फुलल्या त्यांनी! या तुरुंगाच्या भोवती धर्माच्या उंचच्या उंच भिंती बांधून– हे भेसूर कल्पनाचित्र जसजसे स्पष्ट होऊ लागले तसतशी चपला निचेष्ट श्रीकडे आदराने पाहू लागली.

ती एकदम श्रीच्या बिछान्यापाशी गेली, त्याचा हात हळूच उचलून तिने तो आपल्या मस्तकावर ठेवला आणि स्वत:शीच पुटपुटली, ''देवा, माझा श्री–''

तिचे डोळे भरून आले. अश्रुफुलांनी तिने श्रीची पूजा केली.

श्रीच्या तापात वरचेवर चढ-उतार होई. एखादे वेळी तो शुद्धीवर येऊन चांगले बोलू लागे. एखाद्या वेळी गुंगीत अगदी निपचित पडून राही. ताप फार चढला म्हणजे मात्र त्याची बडबड चालू होई. बडबडीत किती माणसे नि गोष्टी येऊन जात– आगटे, बाळासाहेब, आजोबा, गोट्याची आई, चपला, सुबोध या सर्वांच्याविषयी तो बोलत असे.

आगट्यांविषयी तो एकदा म्हणाला, ''आगटे दिसतात तसे नाहीत हं! त्यांना कसलं तरी दु:ख होत असावं. ते लपविण्याकरिता ते कशाचीही थट्टा करतात, कुणाच्याही विरुद्ध बोलतात!''

भ्रमातच तो एकदा म्हणाला, ''चपला, तू महाराची गरीब मुलगी असतीस तर किती किती बरं झालं असतं! मग तू नि मी–'' पुढे तो नुसता हसत सुटला होता.

माई सकाळ-संध्याकाळ श्रीच्या समाचाराला येई. एकदा ती जवळ बसली असताना तो बडबडू लागला, ''मी मेलो तरी पुन्हा जन्माला येणार! महारच होणार आणि माझी आई कोण होणार? माई!''

श्री मोठमोठ्याने हसू लागला. पण माईच्या डोळ्यांतले पाणी काही केल्या खळेना. मधून मधून सुबोधला हाक मारून तो त्याच्याकडे काही तरी मागे. ते काय हे चपलेला कळेना, माईला कळेना, खुद्द सुबोधलाही त्याचा अर्थबोध होईना.

पण एकदा तो जोराने म्हणाला, ''सुबोध, तुम्ही लिहून द्यायचं कबूल केलं आहे हं!'' हे चपलेने सुबोधला सांगितले तेव्हा त्याला त्या रात्रीचे बोलणे आठवले. डॉक्टरांनीही त्याचे मन स्वस्थ राहील असे सर्व उपाय करण्याचा सल्ला दिला.

सुबोधने आपल्या आसपासचे टाचण चपलेकडे देऊन सांगितले, ''श्रीला बरं वाटत असेल तेव्हा ते त्याला वाचून दाखव!''

पण ते अक्षरश: वाचून दाखविण्याची चपलेला लाज वाटू लागली. सुबोधने टाचणाच्या आरंभीच लिहिले होते–

''श्री,

माझ्या आयुष्याविषयी तुला वाटणारे कुतूहल तुला स्वत:ला पडलेल्या कोड्यातूनच निर्माण झाले आहे खरे ना? मला वाटते– कदाचित माझा तर्क चुकीचाही असेल– तुझे चपलेवर प्रेम जडले असावे. प्रीती तुला एकीकडे ओढत आहे आणि भक्ती तुला दुसरीच दिशा दाखवीत आहे. दोन अत्यंत कोमल भावनांच्या कलहात तरुण मन कसे भांबावून जाते याचा मीही अनुभव घेतला आहे!''

चपलेने हा भाग गाळूनच वाचायला सुरुवात केली.

''श्री,

एका श्रीमंत बापाच्या मुलाने फकीर व्हावे, संसार न करता अनाथ मुलांच्या सेवेला स्वत:ला वाहून घ्यावे ही गोष्ट विलक्षण तर खरीच! पण मला वाटते जगाला दिसते त्यापेक्षा जीवन अधिक अद्भुतरम्य आहे. मात्र हे जीवन मनातले असते; जनातले नसते.

कॉलेजात असताना बाळासाहेब आणि आगटे पुढारी होणार; राष्ट्राची सेवा करणार आणि माझ्यावर मात्र एक सामान्य सुखवस्तू असा शिक्का बसणार ही इतरांचीच नव्हे, माझीही कल्पना होती. पण मानवी जीवन हे एक विलक्षण रासायनिक मिश्रण आहे. जीवनातला प्रत्येक उत्कट अनुभव त्याच्या स्वरूपात बदल घडवून आणीत असतो; ही कल्पना मात्र आमच्यापैकी कुणालाच नव्हती.

कॉलेजात असताना मी कविता नि नाटके यांचा मोठा षौकी होतो. या नादाने माझ्या मनाला एक प्रकारचा कोमलपणा आला होता! या कोमलपणाचे रूपांतर निष्क्रिय दुबळेपणात व्हावे अशी देवाची इच्छा नव्हती! एके दिवशी माझे वडील बेपत्ता झाल्याची तार आली. व्यापार हे त्यांचे व्यसन झाले होते. परदेशांशी व्यापार करून ते हजारो रुपये कमावीत आणि हजारो रुपये गमावीतही. आम्हाला कुणालाच त्यांच्या व्यवहारांची कल्पना नव्हती. व्यापाराच्या या वेडात त्यांनी भलभलत्या उचापतीही केल्या होत्या. शेवटी गळ्याला फास लावून घेण्याची पाळी आली त्यादिवशी कुणाचाही निरोप न घेता, कुणालाही दोन ओळींची चिठ्ठीसुद्धा लिहून न ठेवता, ते घर सोडून गेले. त्यांचे प्रेम माणसांवर नव्हते, पैशांवर होते!

झाले. आईने हाय घेतली. वडिलांचा शोध करायला मी घराबाहेर पडलो. जवळजवळ सर्व हिंदुस्थान मी फिरलो. मोठी शहरे, तीर्थक्षेत्रे मी वेड्यासारखी धुंडाळली. माझे वडील मला कुठेच मिळाले नाहीत.

पण त्या प्रवासात मला अत्यंत मौल्यवान अशी एक गोष्ट मिळाली, ती म्हणजे माझे सामाजिक मन! त्या वेळेपर्यंत शिकायचे, पैसे मिळवायचे, सुंदर बायकोच्या सहवासात आयुष्य मजेने घालवायचे, या व असल्याच कल्पना माझ्या मनात घोळत असत. पण देशभर हिंडता हिंडता माझ्या डोळ्यांना जी दृश्ये दिसली, त्यातले प्रत्येक दृश्य माझ्या कानीकपाळी ओरडून म्हणू लागले– 'तुला चैन करण्याचा अधिकार नाही!'

मी जे जे पाहिले– ते ते सांगू लागलो तर– अन्न नाही म्हणून कळवळणारी लहान लहान मुले, आधार नाही म्हणून शील विकणाऱ्या स्त्रिया, आशा नाही म्हणून गुलाम होणारा पुरुष– ते दैन्य, ते दारिद्र्य, ती लाचारी, ती गुलामगिरी, ते हाल– छे! छे! पशूंच्याही वाट्याला असले जिणे येऊ नये. पण लाखो माणसे याच स्थितीत खितपत पडलेली मला दिसत होती.

मी प्रवासात असतानाच आई वारली. बहिणींची लग्ने पूर्वी झाली होती. घराकडे ओढणारा कुठलाच पाश मला नव्हता. सेवेशिवाय जीवनाचे सार्थक नाही, या भावनेने माझे मन भारून टाकले होते, पण काय करावे ते मला कळत नव्हते. महात्माजींच्या असहकारितेची चळवळ त्यावेळी नुक्ती कुठे उदयाला येत होती.

असाच भटकत मी सह्याद्रीच्या पायथ्याशी असलेल्या खेड्यातून फिरत होतो. माझ्या वडिलांना कोकण फार आवडे. तेव्हा कुठे तरी दूर हिमालयात न जाता त्यांनी असेच एखादे दळणवळण नसलेले कोकणातले खेडे गाठले असावे अशी कल्पना मधून मधून माझ्या मनात येई.

असल्या खेड्यात इंग्रज सरकारचे राज्य नाही, हिवतापाचे राज्य आहे! मलाही त्याचा प्रसाद मिळाला. कुणी तरी बर्फाच्या राशीत पुरून ठेवावे अशी थंडी वाजू लागली मला. डोके जड झाले. मी चालत होतो, पण माझे पाऊल पुढे पडेना. थोड्या अंतरावर एक झोपडी दिसत होती. पण ती गाठण्याचे त्राणसुद्धा माझ्या अंगी नव्हते. मी मध्येच रस्त्याच्या कडेला बसलो आणि जमिनीवर डोके टेकले.

डोळे उघडले तेव्हा मी एका झोपडीत आहे असे मला दिसून आले. सतरा-अठरा वर्षांची एक सुंदर तरुणी माझी शुश्रूषा करीत होती. त्या मुलीचे रूप आणि त्या झोपडीची अवकळा यांचा मेळ काही केल्या मला घालता येईना. त्या मुलीने दोन धनगरांकडून मला उचलून आणून आपल्या झोपडीत ठेवले होते. थोडी हुषारी वाटू लागल्यावर मी तिला विचारले, "कुठं आहे मी?"

"आपल्या बहिणीच्या घरी!"

त्या उत्तराने माझ्या डोळ्यांत पाणी आले. ते पाहून ती मुलगी म्हणाली, "बहीण मिळाली म्हणून वाईट वाटतंय होय तुम्हाला?"

मी उत्तर दिले, "मिळाली नाही म्हणून नाही. ती सोडून जाईल म्हणून."

पण एकमेकांना सोडून जाण्याकरता देवाने माईला आणि मला एकत्र आणले नव्हते. दोन नद्यांच्या संगमाला तीर्थ का मानतात हे माई माझ्या आयुष्यात आली तेव्हा मला कळले.

सेवेत जीवन घालवायचे हा तिचाही निर्धार होता. तिने आपल्या सेवेचे स्वरूपही निश्चित केले होते. अनाथ अर्भकांचे पालन करावयाचे ठरविले होते तिने! आम्ही दोघे शिवापूरला आलो, आश्रम काढला आणि तो चांगल्या रीतीने चालविला. महात्माजींच्या तत्त्वज्ञानाशी सुसंगत अशीच आमची सेवा होती. त्यामुळे लोकांनी ती गोड मानून घेतली.

आश्रम सुरू झाल्यावर पाच-सहा वर्षांनी माझे वडील मथुरेत अत्यवस्थ आहेत असे कळल्यावर त्यांना भेटायला मी गेलो. मी जाण्याच्या आधीच ते वारले होते; पण तिथल्या लोकांकडून मला त्यांची जी माहिती मिळाली, ती अगदी अंगावर शहारे आणणारी होती– ते बडे बुवा झाले होते तिथे. सोंग-ढोंगे करून, भाविक गोरगरिबांना नाडून त्याही क्षेत्रात आपले मोठेपण कायम ठेवले होते! मी परत आलो ते मोठेपणाचा, पैशाचा, अधिकाराचा, कुठलाही उन्माद आणणाऱ्या वस्तूंचा तिटकारा करीतच!

त्या प्रवासात झाशी स्टेशनावर बाळासाहेबांना डब्यात पाहिल्यासारखे वाटले मला. पण बाळासाहेब, आगटे, पुणे, कॉलेज, कविता, नाटके, बालगंधर्व ही सर्व आपल्या आयुष्यातील क्षणिक स्वप्ने होती असे माझ्या मनाला बजावून मी

कामाला लागलो. शिवापूर हे माझे जग झाले. आश्रम हाच माझा देश ठरला. त्यावेळी महात्माजींच्या तत्त्वज्ञानापुढे सारे राष्ट्र मान तुकवीत होते. त्यामुळे माझे जीवन हे त्या तत्त्वज्ञानाप्रमाणे मूर्तिमंत उदाहरणच आहे असे लोकांप्रमाणे मलाही वाटू लागले. ही कल्पना माझ्या मनात दिवसेंदिवस दृढ होत होती.

पण या दृढमूढ झालेल्या कल्पनेला पहिला धक्का तू दिलास. बाळासाहेबांची बी.ए. झालेली बायको चार दिवसांत आश्रमाला कंटाळली आणि माझ्या ओळखीने सावकाराच्या घरी जाऊन राहिली. उलट सिनेमानटी म्हणून इथे आलेल्या चपलेने हरिजनांची सेवा आरंभिली. या विरोधाने माझ्या कल्पनेत काही तरी चुकत आहे असे मला वाटू लागले.

उपभोगाच्या अतिरेकाने मनुष्य जसा पशू होतो, तसा त्यागाच्या अतिरेकाने तो देव– नुसता दगडी देव होतो. हाडामांसाच्या माणसांची सुखदुःखे, त्यांचे मनोविकार त्याला तीव्रतेने कळेनासे होतात. प्रणयाचा आनंद आणि जीवनातल्या विविध रसांचा आस्वाद या सर्वांचे मनातून निर्मूलन करण्यातच माझी किती तरी शक्ती खर्च झाली!

अमंगल, अपवित्र अशी एकही गोष्ट माझ्या हातून आयुष्यात घडली नाही. पण माझ्या डोळ्यांसमोर समाजात नंगा नाच घालीत असलेल्या पिशाच्यांना आळा घालायला मी असमर्थ ठरलो. बाकीचे घर अंधारात असताना देवघरात एखादा नंदादीप तेवत असावा, तसा माझा त्याग झाला. दुबळेपणाला सात्त्विकपणा मानून मी जगलो.

हरिजनवाड्यात आमांशाच्या साथीत तुझ्या सहवासात माझे हे सत्यस्वरूप मला दिसले. दोन मनातले एक मन मारले म्हणून त्याची शक्ती काही दुसऱ्या मनाला मिळत नाही हे मला पूर्णपणे कळून चुकले. उलट चपलेकडे मन ओढ घेत असताना तू आपल्या कर्तव्यात चुकला नाहीस.

हे मला कसे कळले सांगू का? तू नि मी जवळ जवळ झोपत होतो. तू एकदा स्वप्नात हाक मारलीस, ‘‘चपला–’’ प्राणाचीही पर्वा न करता तू हरिजनवाड्यातील रोग्यांची शुश्रूषा केलीस. जीवन म्हणजे काय हे माझ्यापेक्षा तुलाच कळले.

माईकडे पाहिले की माझ्या विचारसरणीतील चूक अधिकच स्पष्ट दिसू लागते. तिचा त्याग, तिचे पावित्र्य, तिचे कर्तृत्व पाच-पंचवीस अनाथ मुले सांभाळण्यातच खर्च झाले. माझे सामाजिक मन व्यापकपणाने विचार करू लागले असते. भूतदयेपेक्षा ममतेनेच मानवतेचे जीवन सुखी होऊ शकेल याची कल्पना जर योग्य वेळी मला आली असती, भोग आणि त्याग यांच्यामागे लागणाऱ्या दोन मनांचा सुंदर संगम घडवून आणण्यातच मानवी जीवनाची सफलता आहे

याची जाणीव जर मला झाला असती–

जाऊ दे ते! भूतकाळासाठी रडण्यापेक्षा वर्तमानकाळाशी लढण्यात आणि भविष्याच्या शिखरावर चढण्यात मानवी मनाचा खरा पराक्रम आहे.

श्री, माझे जीवन जाणून घेण्याची तुझी इच्छा तृप्त झाली तर तुला बरे वाटेल म्हणूनच एवढे तरी लिहिले. तू बरा झालास म्हणजे आपण खूप खूप बोलत बसू!

तुझा

सुबोध''

पण सुबोधच्या पत्रातल्या या इच्छेची निसर्गाला कुठे पर्वा होती? या पत्रातील मजकूर ऐकल्यापासून श्रीला हुषारी वाटू लागली. सर्व दिवस तो आनंदात होता. ''मी बरा झालो की एक गंमत सांगणार आहे तुला!'' असेही तो हसत हसत संध्याकाळी चपलेला म्हणाला.

पण रात्री नऊ-दहा वाजता त्याची प्रकृती एकदम बिघडली. डॉ. नेरूरकर आले. त्यांनासुद्धा आशेचा किरण दिसेना! आश्रमात ही बातमी कळताच आजोबा, माई आणि सुबोध ही मंडळीसुद्धा लगेच आली. आजोबांना खोलीत पाऊल टाकण्याचा धीरच होईना.

पण खोलीत पाऊल टाकताच श्रीच्या बिछान्यापाशी उभ्या असलेल्या डॉक्टरांचे पाय धरून माई स्फुंदत म्हणाली, ''माझ्या बाळाला वाचवाहो, माझ्या बाळाला जीवदान द्या!''

चपलेला तिच्या या बोलण्याचा अर्थच कळेना!पण डॉक्टरांनी खूण केल्यामुळे ती त्यांच्याबरोबर बाहेर गेली.

डॉक्टर मंद स्वराने म्हणाले, ''मुंबईचे डॉ. निर्मल ठाऊक आहेत का तुम्हाला?''

''नाव ऐकलंय!''

''ते केस पाहतील तर अजूनही–'' पुढे डॉक्टरही स्तब्ध राहिले.

चपलेने तारेचा फॉर्म मागविला आणि आगट्यांच्या पत्त्यावर बाळासाहेबांना तार केली.

''मी अतिशय आजारी आहे; मुंबईच्या डॉक्टर निर्मल यांना शक्य तितक्या लवकर घेऊन या.

चपला.''

■

मरणात खरोखर जग जगते

श्री अत्यवस्थ आहे हे समजताच हरिजनवाड्यातला प्रत्येक मनुष्य त्याला पाहायला आंबराईत धावू लागला. या माणसांची समजूत घालता घालता चपलेच्या नाकी नव आले. शेवटी खोलीच्या दारातून दुरूनच बेशुद्ध श्रीचे दर्शन एकेकाने घ्यायचे असे तिने ठरविले. पुरुष, स्त्रिया, म्हातारी माणसे, पोरे ही सर्व जणू काही एखाद्या देवळाच्या दाराप्रमाणे त्या दारात उभी राहत, डोळे भरून श्रीला पाहत, दारातच खाली वाकून त्याला वंदन करीत आणि 'देवा, आमचं औक्ष याला दे' म्हणून भावपूर्ण दृष्टीने देवाची प्रार्थना करीत.

हे दृश्य चपलेला अतिशय स्फूर्तिदायक वाटले. डॉक्टर नेरूरकरांनी निराश होऊन डॉक्टर निर्मलचंद्रांना बोलवण्याची सूचना केल्यामुळे तिचा धीर अगदी सुटला होता. पण हरिजनांची श्रीवरली ही भक्ती पाहून तिला वाटले– इतक्या लोकांची प्रार्थना देव खचित ऐकेल. अंधारातून चालणाऱ्या प्रवाशाला आकाशात बारीकशी चंद्रकोर पाहून धीर यावा, तशी तिच्या मनात आशा उत्पन्न झाली.

हरिजनवाड्यातली आमांशाची साथ आता पुष्कळच आटोक्यात आली होती. श्री आणि चपला यांच्यामुळेच आपल्या पोराबाळांचे प्राण वाचले अशी साऱ्या वाड्याची खात्री झाली होती. अर्थात श्रीप्रमाणे चपलाही त्या लोकांचे दैवत झाली यात नवल नव्हते. श्रीचे दर्शन घेऊन जाता जाता गोट्याची आई चपलेला म्हणाली, ''दादांना लवकर लवकर बरं करा हं!''

चपला हसली. तिचे हास्य म्हणत होते, ''माझ्या हातात असतं तर एका क्षणात त्याला खडखडीत बरं केलं असतं मी!''

गोट्याची आई पुढे म्हणाली, ''वाड्यातल्या साऱ्या माणसांनी शपथ घेतलीय!''

''शपथ? कसली?''

''तळ्याच्या पाण्याला शिवायला दादा इथं आले ना? तेव्हा वाड्यातल्या माणसांनी त्यांना नाही म्हटलं. आता सारी माणसं म्हणताहेत– साथीनं मरायचे ते

तिथं मरू! दादा दुखण्यातनं उठले की-''

गोट्याची आई पुढे बोलली नाही. तिने नुसते चपलेकडे पाहिले आणि तिचा निरोप घेतला. पण तिच्या डोळ्यांत चपलेला नवीनच चमक दिसली.

श्रीच्या कर्तृत्वाने हरिजनांतल्या जागृत झालेल्या मनाचे ते तेज होते की 'माझ्या मुलाच्या मरणाचा सूड घेतल्याशिवाय मी राहणार नाही' असे बजावणारे ते आईचे हृदय होते याचा निर्णय चपलेला काही केल्या करता येईना.

'डॉ. निर्मलचंद्रांना आणण्याकरता मुंबईला निघालो' अशी पुण्याहून बाळासाहेबांची तार आल्यामुळे चपलेचे मन थोडेसे स्वस्थ झाले होते. पण श्रीचा ताप चोवीस तासांत घटकाभरसुद्धा खाली येत नव्हता. त्याला शुद्धी तर कशाचीच नव्हती. पहिल्यांदा तो भ्रमात बडबडे तेव्हा चपलेला त्या बडबडीची भीती वाटे. पण आता दिवस नि रात्र श्री निश्चेष्ट आणि निःस्तब्ध पडलेला पाहून तिचे हृदय गलबलून जाई. तिला वाटले- तो पहिल्याप्रमाणे भ्रमात बडबडू लागेल तरी सुद्धा बरे होईल. त्या स्वरामुळे तरी श्री अजून आपला आहे असा धीर आपल्याला येईल. निश्चेष्ट शरीराकडे पाहिले की विपरीत कल्पनाच मनात येतात.

चपलेचे मन असे बावरून गेल्यामुळे सुबोधने तिच्या सोबतीला माईला पाठविले.

'माई नसली तरी मुलांना आश्रम चालविता आलाच पाहिजे. तो प्रयोग करून पाहण्याची आयती संधी आली आहे!' असे तो जेव्हा चपलेला म्हणाला, तेव्हा तिला वाटले- जीवन ही लढाई आहे हे तत्त्व सुबोधच्या मनात पुरेपुरे बाणले आहे. ही लढाई तो व्यापक ध्येयासाठी लढला तर किती बरे झाले असते! माईला आंबराईत पोचवून परत जाताना सुबोध हसत हसत तिला म्हणाला, 'चपला, आज आश्रमातील चूल माझ्या ताब्यात आहे. भाजीबिजी चांगली झाली तर मुद्दाम पाठवून देतो हं! तू नि माई दोन घास खात चला. आजाऱ्याची शुश्रूषा करणाऱ्या माणसांनी कसा पहिलवानासारखा आपला खुराक ठेवायला हवा! नाही तर तीच आजारी पडतात आणि आजारी माणसांवर त्यांची शुश्रूषा करायची पाळी येते.'

चपलेच्या डोळ्यांपुढे एक कल्पनाचित्र उभे राहिले- आपण अंथरुणावर पडलो आहोत. श्री आपल्या अंगावरून प्रेमाने हात फिरवीत आहे, तो आपल्या कपाळावर कोलनवॉटरची घडी ठेवीत आहे, ती ठेवता ठेवता त्याच्या डोळ्यातली आसवे आपल्या डोळ्यांवर पडतात- चटकन डोळे उघडून आपण हसताच श्री विचारतो, ''हसायला काय झालं?''

''मी शोधीत होते ते सापडलं!''

''काय?''

''तुझं हृदय!''

श्री म्हणतो, "खरं आहे चपला. अश्रूंनीच हृदयं कळतात नि अश्रूंनीच हृदयं मिळतात!"

सुबोध निघून गेल्यावर किती तरी वेळ चपलेचे मन या मधुर कल्पनाचित्राच्या एकेक छटेने रंगून गेले होते. शेवटी तिला आपल्या तंद्रीचे हसू आले– आजाराला भिणाऱ्या आपल्या मनाला आजारी पडण्याची हौस उत्पन्न व्हावी? छे! माणसाच्या मनाइतके वेडे जगात दुसरे काहीच नसेल!

पण रात्री माई आणि ती श्रीच्या पलंगाजवळ एका बिछान्यावर बसल्या, तेव्हा माई म्हणाली, "माणसाचं मन किती शहाणं असतं!"

माई कुणाविषयी बोलत आहे हेच चपलेला कळेना. माईच्या हाताशी लहान मुलाप्रमाणे चाळा करीत ती म्हणाली, "खरंच! श्रीसारखा शहाणा मुलगा–"

चपलेने माईच्या कुशीत तोंड लपविले. आपले बालपण परत आले असाच क्षणभर तिला भास झाला. तिचे मस्तक कुरवाळीत माई म्हणाली, "पोरी, तू लबाड आहेस मोठी!"

"शहाणी माणसं लबाड कशी असतील?"

"शहाणी माणसं तर फार लबाड असतात!"

दोघीही हसू लागल्या. चपलेला जवळ ओढून तिच्या पाठीवरून हात फिरवीत माई म्हणाली, "सुबोधनी सारं सारं सांगितलंय मला. तू आपल्या चित्राच्या कामाला गेली होतीस. तिथं वर्तमानपत्रातून तुला वाचायला मिळालं की महारवाड्यात मोठी साथ सुरू झाली आहे आणि श्री तिथं एकसारखा काम करीत आहे–"

चपलेच्या डोळ्यांपुढे ते स्मृतिचित्र उभे राहिले. चित्रपटातला नायक एका आग लागलेल्या झोपडीतले मूल वाचविण्याकरता त्या आगीत शिरतो आणि नायिका त्याच्या मागून धावत येऊन त्याला हाक मारू लागते, हा देखावा त्यादिवशी घ्यायचा होता. पण श्रीविषयी ही बातमी ऐकून आपल्याला काही सुचेना. सारखी श्रीची आठवण होऊ लागली. अस्सेच्या अस्से जाऊन त्याला मदत करावी, तो साथीत सापडणार नाही असे काही तरी करावे– किती तरी कल्पना आपल्या मनात येऊन गेल्या.

पण त्या सीनचे शूटिंग झाल्याशिवाय बाटलीवाला तिथून हलायला तयार नव्हते. मन थाऱ्यावर नसताना आपले काम कसे काय होईल याविषयी आपल्याला काळजी वाटू लागली. पण चित्रण संपताच बाटलीवाला आपल्याजवळ येऊन म्हणाले, "तुमच्या अंगात अगदी देव आला होता आज चपलाबाई, कॉंग्रॅट्स!"

आपल्या अंगात देव आला नव्हता! तो आपल्या डोळ्यांसमोर नाचत होता. आगीत चित्रपटातला नायक शिरला. पण आपल्याला वाटले– श्रीच आत शिरला

आहे. तो भास कायम असतानाच आपण नायकामागून धावत येत येत त्याला हाक मारली.

या स्मृतीने चपलेच्या अंगावर रोमांच उभे राहिले. ती श्रीकडे पाहू लागली. माईचीही दृष्टी तीवरच खिळली आहे हे तिच्या लक्षात आले.

ती थट्टेने म्हणाली, ''आपलं दोघींचं लवकरच भांडण होणार असं वाटायला लागलंय मला!''

''भांडण?''

''हो, माई म्हणणार– श्री माझा आहे! चपला म्हणणार– श्री माझा आहे!''

त्या दिवशी माईने डॉक्टरांचे पाय धरून 'माझ्या बाळाला जीवनदान द्या' असे का म्हटले हे कोडे चपलेला पडले होते. त्या बाबतीत माईला कसे विचारायचे हेही तिला कळत नव्हते.

पण रात्रीच्या त्या निवांत वेळी श्रीवर जीवाभावाने प्रेम करणाऱ्या त्या दोन जीवांत कुठलाच आडपडदा राहणे शक्य नव्हते. चपलेने भीत भीत प्रश्न करताच तिला जवळ ओढून माई म्हणाली, ''बाळ, हे रहस्य आज ना उद्या श्रीला कळणारच आहे. पण तो चांगला बरा होईपर्यंत त्याला यातलं काही सांगू नकोस. असल्या गोष्टीनं कदाचित त्याच्या मनाला धक्का बसेल आणि त्याचं दुखणं उलटेल–''

चपलेने माईचा हात आपल्या हातात घेतला. तो स्पर्श शब्दांपेक्षाही बोलका होता. आवंढा गिळून माई सांगू लागली, ''श्री माझाच मुलगा आहे हे मलासुद्धा परवाच कळलं. तो गोट्या गेला ती रात्र! आजोबांना एकदम कलकलू लागलं. आपण आता चार घटकासुद्धा काढत नाही अशी त्यांची खात्री झाली. श्रीला बोलावणं पाठवलं, पण तो गोट्यापाशी अडकून पडला होता.

बाहेर अंधार मी म्हणत होता. मी आजोबांना धीर देत त्यांच्याजवळच बसले होते. श्रीच्या नावाचा नुसता जप करीत होते ते! त्यांच्या मनात काही तरी डाचत होते.

बाहेर अंधारातून कुणी तरी एकदम ओरडलं, 'माझं बाळ! माझ्या बाळाला तुम्हीच ठार मारलंत!'

त्या शब्दांनी मीसुद्धा भिऊन गेले. बाहेर जाऊन पाहिलं तो ती महारवाड्यातली वेडी! खदखदा हसली आणि अंधारातच धावत सुटली.

मी परत आजोबांशी आले. पाण्याबाहेरच काढलेल्या माशासारखे तळमळत होते ते!

शेवटी डोळ्यांत पाणी आणून ते म्हणाले, 'माई, माझं काम करशील?'

मीच त्यांची सारी सेवा करीत होते. त्यांनी मला असा प्रश्न का करावा हे

मला कळेना. त्यांनी मला जवळ बोलावून माझ्या कानात सांगितले, 'श्री माझा नातू नाही!' मी चकित झाले. पण श्री कुठं मिळाला याची हकिकत ते जसजशी सांगू लागले, तसतशी माझी छाती धडधडू लागली, डोळे भरून आले.

ज्या जागी मी माझं तान्हं बाळ ठेवून, मनाचा दगड करून पुढं गेले होते– तीच जागा– तेच गाव– पिंपळाचा तोच पार– रात्रीची तीच वेळ– आजोबा सांगत होते त्या साऱ्या खाणाखुणा मला पटल्या. मूल होत नव्हतं म्हणून त्यांची मुलगी रात्री त्या पिंपळाच्या पाराला प्रदक्षिणा घालायला गेली होती. माझं मन अगदी गोंधळून गेलं. मी आजोबांना विचारले, 'त्या मुलाबरोबर चिठ्ठीबिठ्ठी नव्हती का एखादी?'

'होती!' ते म्हणाले. त्यांनी त्या चिठ्ठीतला मजकूर धडाधडा म्हणून दाखविला!''

''मी सुद्धा दाखवीन!'' चपला खेळकरपणे म्हणाली.

''तू?''

''श्रीच्या आईचं पत्र माझ्यापाशीच आहे की!''

चपला उठली आणि श्रीने दिलेल्या टाचणात असलेले पत्र आणून तिने ते माईच्या हातात ठेवले. त्या कागदाचा स्पर्श होताच माई थरथर कापू लागली. ज्या परिस्थितीत तिने ती चिठ्ठी लिहिली होती, ती तिच्या डोळ्यापुढे मूर्तिमंत उभी राहिली असावी!

चपलेने माईच्या गळ्याभोवती हात घालून आपल्या पदराने तिची आसवे पुसली.

थोड्या वेळाने माई शांत झाली. लगेच तिचे नेहमीचे स्मित तिच्या मुद्रेवर झळकू लागले. ती चपलेकडे मोठ्या मायेने पाहत म्हणाली, ''बाळ, मी बालविधवा होते. एखाद्या गुरासारखी एका नातलगाच्या घरात राबत होते! तिथं एक तरुण आला. आमच्या मनात पाप नव्हतं. अजूनही मला वाटतं त्यावेळी मी पाप केलं नाही, त्यानंही पाप केलं नाही! मोहाचे क्षण प्रत्येकाच्या आयुष्यात येत असतात. मोहाला बळी पडत नाही असं कोण आहे?''

माईसारख्या सबंध आयुष्य खेड्यात गेलेल्या बाईचे हे उद्‌गार चपलेला तरी नवीन होते. तिला वाटले– खरे तत्त्वज्ञान पुस्तकात नसते, अनुभवात असते.

माई म्हणाली, ''मोहाच्या पोटी पाप जन्माला येतं! पण ते केव्हा? मनुष्य माणुसकी विसरतो तेव्हा! त्या तरुणाच्या हातून खरं पाप पुढं घडलं! मला दिवस गेले म्हणून मी कळविलं तेव्हा तो मला न्यायला आला नाही. त्यानं दोन ओळींनी धीरसुद्धा दिला नाही! त्याचं खरं पाप हे होतं. त्याच्या आतेच्या घरी मी राहत होते. तिनं गावठी उपायांनी माझ्या पोटातलं बाळ नाहीसं करायचं ठरविलं. तिला अब्रू होती. तिच्या नवऱ्यालाही अब्रू होती. पण अब्रूसाठी एका जीवाची हत्या

करायची माझी इच्छा नव्हती.

एके दिवशी रात्री मी त्यांचं घर सोडलं आणि गावोगाव भटकू लागले. दोघातिघांनी मला आसरा दिला. पण घरमालक माझ्याकडे अनाथ बहीण म्हणून पाहत नाही असं दिसताच मी ते घर सोडून देत असे. शेवटी एके दिवशी रस्त्याच्या कडेला माझं बाळ जन्माला आलं.''

दोघींनीही श्रीकडे पाहिले आणि आपले डोळे पुसले.

''पण बाळंत झाल्यापासनं मला ताप येऊ लागला. पोराच्या तोंडात दुधाचा थेंबही पडेना– मी तर मरणारच, माझं बाळही भुकेनं मरणार असं वाटायला लागलं मला. जवळच्याच एका खेडेगावातला पिंपळाचा पार फार प्रसिद्ध होता. मूल न होणाऱ्या बायका तिथं अपरात्री जाऊन पाराला प्रदक्षिणा घालतात असं कितीदा तरी ऐकलं होतं मी! बाळाच्या सुखासाठी त्या पारावर त्याला सोडायचा मी निश्चय केला. कुणी तरी मूल नसलेली श्रीमंताची बाई बाळाला घेऊन जाईल अशी आशा होती मला! बाळाला नीट कपड्यात गुंडाळून नि बरोबर ती चिठ्ठी ठेवून मी त्या पारापासून दूर जाऊ लागले. किती वेळ तरी माझं पाऊल हलेना. शेवटी कुणी तरी मनुष्य येत आहे असं वाटलं तेव्हा मी दूर झाडीत जाऊन बसले. बसले तिथंच ताप भरून मला गुंगी आली.

मी जागी झाले तेव्हा उन्हं वर आली होती. मी पाराकडे धावत गेले. तिथं काहीच नव्हतं. त्या गावात राहून कुठल्या घरात माझं बाळ आहे ते मी शोधू लागले. पण मला त्याचा मुळीच पत्ता लागेना.

पुढं मी जवळपासची गावं धुंडाळली, पण माझं बाळ मला कुठंच आढळलं नाही. माझं मन तळमळू लागलं. माझ्या बाळाचं पालन दुसरं कुणी तरी करीत आहे. मग मीही अनाथ मुलांचं पालन करायला हवं असं मला वाटू लागलं. पुढं माझ्या सुदैवानं सुबोध मला भेटले–''

उन्हातून फिरता फिरता घशाला कोरड पडावी तशी माईची ही हकीगत सांगताना स्थिती झाली होती. तिला पुढे बोलताच येईना.

चपलेने तिला हळूच अंथरुणावर झोपविले आणि ती तिच्या अंगावरून मायेने हात फिरवू लागली. त्या प्रेमळ स्पर्शाने माईचे शिणलेले शरीर लवकरच झोपी गेले. चपला मात्र जागीच होती. तिचे मन कुतूहलाने प्रश्न करीत होते, ''माईला भेटलेला तो तरुण कोण बरं असावा?''

डॉ. निर्मलचंद्रांबरोबर बाळासाहेब मोटारीतून उतरले. तेव्हा चपलाच आपले स्वागत करण्याकरिता पुढे येत आहे हे पाहून त्यांचा स्वतःच्या डोळ्यांवर विश्वासच बसेना. त्यांनी मुद्दामच विचारले, ''पेशंट कुठं आहे?''

चपला पुढे चालू लागली. खोलीपाशी येताच निर्मलचंद्रांनी आपली तपासणी होईपर्यंत कुणीही आत येऊ नये असे सांगितल्यामुळे चपला आणि बाळासाहेब बाहेरच उभे राहिले.

बाळासाहेबांनी रागाने विचारले, "आत कोण आजारी आहे?"

"श्री!"

"मग तारेत मी आजारी आहे असं तू का लिहिलंस?"

"श्री नि मी काही दोन नाही!"

"अस्सं! लग्नसुद्धा ठरलं का तुमचं?"

"दोन माणसं एक व्हायला लग्नच कशाला हवं?"

"खरं आहे! लग्नावाचून–"

आता मात्र चपलेला चीड आली. पुढे काही न बोलता ती तिथून निघून गेली.

डॉ. निर्मलचंद्रांनी नेरूरकरांना मदतीला घेऊन श्रीला उपचार करायला सुरुवात केली. त्यांनी दिलेल्या इंजेक्शनचा गुण तीन तासांतच दिसून आला. आणखी सहा तासांनी रोगी शुद्धीवर येईल असेही त्यांनी सांगितले.

एक-दोन घटकांत तो शुद्धीवर येणार या आनंदाच्या तरंगावर चपला तरंगत असताना बाळासाहेबांनी तिला फिरायला बोलावले. बंगल्यापासून थोडे दूर जाताच ते म्हणाले, "चपला, काय आरंभलं आहेस हे तू?"

"मी जगण्याचा प्रयत्न करतेय!"

"जगण्याचा?" बाळासाहेबांनी खो खो हसत विचारले.

"हसण्यासारखं काही नाही त्यात! नुसतं जगणं निराळं आणि मनुष्य म्हणून जगणं निराळं!"

"अरे वा! सिनेमानटी तत्त्वज्ञ असतात म्हणायच्या!"

काही तरी लागण्यासारखे बोलावे असे चपलेला वाटले. पण तिने मन आवरले. ती शांतपणे म्हणाली, "बाळासाहेब, तुम्हाला जे दुःख होतंय ते चपला एका नालायक मनुष्याच्या गळ्यात आहे म्हणून नाही! तर तुम्हाला हवी असलेली चपला दुसऱ्याला मिळत आहे म्हणून! पण तुम्हाला चपला हवी म्हणजे तिचं सौंदर्य हवं! माझ्या शरीराचा शृंगार कसा खुलेल हे तुम्ही नेहमी पाहत होता. पण माझ्या मनाचा शृंगार– श्रीनं माझ्या मनाला नटवलं– सजवलं– जागं केलं."

चपला काय बोलत आहे हे बाळासाहेबांना नीटसे कळेना. पण प्रेमातल्या पराजयाने मनुष्य अतिशय चिडून जातो. त्यांची स्थिति तशीच झाली होती.

ते म्हणाले, "तुझ्या या श्रीला शरीर नसेलच! आणि तू तर काय, जोगीण झाली आहेस."

त्यांच्या उपहासाकडे लक्ष न देता चपला म्हणाली, "आम्हाला दोघांनाही शरीरं आहेत. सुखाचा मोह मला पडला होता! त्यालाही मोह झाला होता..."

"पुढचं काही सांगण्याची जरुरी नाही. मनाचा शृंगार नि मनाचा विकास असल्या गप्पा मारून–"

"पुढचंच तुम्ही ऐकायला हवं! या बंगल्यातल्या त्याच्या नि माझ्या खोलीत फक्त एक दार आहे. दोन्हीकडले बोल्ट लावून घेऊन आम्ही दोघं झोपत होतो. एके दिवशी माझं मन माझ्या ताब्यात राहिलं नाही. मी हळूच जाऊन दाराचा बोल्ट काढला. श्री पागल असता तर त्यानं त्याच क्षणी आपल्या बाजूचा बोल्ट काढला असता! पण त्यानं तो काढला नाही. दुसऱ्याच क्षणी माझं दुसरं मन जागं झालं!"

"तुझं दुसरं मन?" बाळासाहेबांनी चकित होऊन विचारले.

चपला हसत हसत म्हणाली, "तुमच्याबरोबर मी एकसारखी हसत खेळत होते आणि तुमच्या डोळ्यांचे पारणे फेडण्यासाठी तिन्ही त्रिकाळ नटत मुरडत होते म्हणून काही माझं दुसरं मन मेलं नव्हतं! ते दुसरं मन जिवंत होतं म्हणून तर मी स्वत:ला कधी विकून घेतलं नाही. सिनेमाच्या धंद्यात पडल्यावर मी लिहायला-वाचायला शिकले. प्रवास केला, हुषार माणसांची संगत घडावी म्हणून धडपडले. मी तुमच्याजवळ आले ती तुमच्या पैशाकरता नाही, तारुण्याकरता तर नाहीच नाही! तुम्हाला तरुण मानण्याइतकी मी भोळी नाही. पण मला एकच आशा होती की तुमच्या सहवासानं माझं दुसरं मन जागं होईल, मनुष्यानं कशासाठी जगायचं हे कोडं मला सुटेल! पण..."

चपला क्षणभर थांबली. तिचे मन प्रक्षुब्ध होऊन गेले होते. शरीर लटलट कापू लागले होते. ती आवेगाने उद्गारली, "बाळासाहेब, श्रीनं माझं दुसरं मन पुरेपुरं जागं केलं. ज्याच्याकडे मन ओढ घेतं, त्यालाच शरीराचं दान करण्यात स्त्रीला खराखुरा आनंद होतो."

"तुम्हालासुद्धा हात जोडून माझं एक सांगणं आहे. निर्मलाबाईंना घेऊन घरी चला आणि आपल्या घरात सुखाचा शोध करा. आज ना उद्या तिथंच ते तुम्हाला सापडेल!"

चपलेला आणखी काही तरी बोलायचे होते; पण श्री शुद्धीवर आल्याची बातमी घेऊन एक नोकर आला. चपला धावतच सुटली.

तिने खोलीत येऊन पाहिले. निर्मलचंद्र आणि नेरूरकर मोठ्या आनंदाने श्रीकडे पाहत होते.

नुकत्याच जन्माला आलेल्या मुलाच्या डोळ्यांप्रमाणे श्रीच्या डोळ्यांची हालचाल चालली होती. माई श्रीच्या उशाशी उभी होती.

निर्मलचंद्र आणि नेरूरकर बाहेर गेले. चपला श्रीजवळ जाऊन उभी राहिली. काय बोलावे हेच तिला कळेना.

इतक्यात माईच्या तोंडून ''बाळासाहेब'' असा विचित्र उद्गार बाहेर पडला! तिने वळून पाहिले. दारातून आत आलेले बाळासाहेब पुतळ्यासारखे उभे होते. त्यांनी मोठ्या कष्टाने उद्गार काढला, ''ललिता?''

श्री बाळासाहेबांचा मुलगा आहे हे कळताच चपलेच्या मनाला धक्का बसल्यावाचून राहिला नाही. तिला आपल्या दैवाच्या करणीबद्दल राग आला. किती विचित्र घटना त्याने निर्माण केली होती!

पण श्रीचा ताप साफ निघाला, त्याची प्रकृती झपाझप सुधारू लागली, या आनंदात दैवाच्या या क्रूर खेळाची तिला फारशी आठवणही झाली नाही.

श्री खोलीतल्या खोलीत हिंडूफिरू लागला. बाटलीवालांना फार घाई असल्यामुळे चपलेनेही कामाला सुरुवात केली. ती रात्री परत आल्यावर श्रीशी चार चार घटका गप्पा मारीत बसे. पण दिवसभर त्याचा वेळ घालवायला हरिजनवाड्यातली मंडळीच येत असत. या मंडळींच्या आणि श्रीच्या बैठकीचा जो परिणाम व्हायचा, तोच झाला. तळ्याचा सत्याग्रह करायचे त्या सर्वांनी ठरविलेच होते. त्यांना पुढारी हवा होता. श्रीने होकार दिला.

सत्याग्रहाची ही बातमी कळताच जो तो श्रीला परावृत्त करू लागला. आजोबा त्याला म्हणाले, ''मी तर आता दिवसच मोजतोय- मेला तर मेला, पण तुझ्यासारखा हिरा-''

सुबोध म्हणू लागला, ''सावकारांकडे काही तडजोड होते का पाहू या. तुझी प्रकृती ही अशी! सत्याग्रह करायला हवा हे मला कबूल आहे, पण-''

त्या दोघांना श्रीने हसण्यापलीकडे काहीच उत्तर दिले नाही. पण बाळासाहेब श्रीची समजूत घालायला आले तेव्हा मात्र त्याला बोलणे भागच पडले.

बाळासाहेब म्हणाले, ''चार लोकांनी बळी देऊन हरिजनांना तळं खुलं होईल कदाचित! पण एका तळ्याचा प्रश्न सुटला, म्हणून काही हरिजनांचे सारे प्रश्न सुटत नाहीत!''

श्रीने उत्तर दिले, ''तळ्यात एवढं पाणी असताना हरिजनांना प्यायलासुद्धा चांगलं पाणी मिळत नाही. समाजातले सारे अन्याय असेच आहेत! ते नाहीसे करायचे म्हणजे गुलामांनी आपल्या हक्काकरता लढलं पाहिजे. ही लढाऊ वृत्ती इथल्या हरिजनांत निर्माण झाली आहे. ती जिवंत राहावी, वाढत राहावी म्हणून हा सत्याग्रह व्हायलाच हवा.''

माईने त्याला मिठी मारून त्याचे जन्मरहस्य सांगितले, तेव्हा मात्र तिच्याशी

हा युक्तिवाद करण्याचा धीर त्याला झाला नाही. माई स्फुंदत म्हणत होती, "आता तुला कधीही सोडणार नाही मी!"

तिचे सांत्वन करण्याकरिता श्री म्हणत होता, "मीही तुला सोडून जाणार नाही!"

माईचा पहिला ओघ ओसरताच श्रीने तिला विचारले, "आई, आपला मुलगा मोठा व्हावा असंच आईला वाटतं ना?"

"हो!"

"मग सत्याग्रह करण्याकरता आलेल्या श्रीनं जर आता माघार घेतली तर–"

श्रीच्या निर्धारापुढे माईच्या अश्रूंना माघार घ्यावी लागली.

श्रीला एका गोष्टीचे आश्चर्य वाटल्यावाचून राहिले नाही. चपला पूर्वीपेक्षा त्याच्या सहवासात अधिक वेळ राहत होती. त्याची अधिक काळजी घेत होती. पण तिने एकदाही "तू सत्याग्रह करू नकोस" असे त्याला म्हटले नव्हते.

सत्याग्रहाच्या आदल्या रात्री चपला श्रीचा निरोप घेऊन झोपायला जाऊ लागली. तेव्हा श्री म्हणाला, "चपला, एखादं गाणं म्हणशील?"

"कुठलं म्हणू?"

"ते मी नाही सांगणार!"

"मी म्हटलेलं तुला आवडायचं नाही कदाचित!"

"आपली दोघांची मनं एक झाली आहेत ती अशीच का?"

"तुला तांब्यांच्या कविता फार आवडतात हे कधीच कळलंय मला!"

"पण तांब्यांच्या कविता खूप आहेत, निरनिराळ्या रसांच्या आहेत! त्यातली ह्यावेळी मला कुठली आवडेल हे कसं कळणार तुला?"

"बरं, बरं," म्हणून चपलेने कविता म्हणायला सुरुवात केली. तिचा पहिला चरण कानांवर पडताच श्रीसुद्धा चकित झाला.

मरणात खरोखर जग जगते?
अधि मरण, अमरण ये मग ते.
अनंत मरणे अधी मरावी
स्वातंत्र्याची आस धरावी
मारिल मरणचि मरणा भावी,
मग चिरंजीवपण ये बघ ते.
सर्वस्वाचे दान अधी करि
सर्वस्वच ये स्वये तुझ्या घरि
सर्वस्वाचा यज्ञ करि तरि
रे! स्वये सैल बंधन पडते.

सीता सति यज्ञी दे निजबळि
उजळुनि ये सोन्याची पुतळि
बळी देऊन बळी हो बळि
यज्ञच पुढे पाऊल पडते.
प्रकृति-गती ही मनी उमजुनिया
उठा वीर कार्पण्य त्यजुनिया
"जय हर" गर्जा मातेस्तव या
बडबडुनी काही का मिळते?

दुसऱ्या दिवशी सकाळी तळ्यावर जाताना श्रीच्या कानात एकच ओळ घुमत होती–

'मरणात खरोखर जग जगते'

तळ्यावरला हा सत्याग्रह पाहण्याकरता सारे गाव लोटले होते. आज काय होणार याची मात्र कुणालाही कल्पना नव्हती! सुबोध, माई वगैरे मंडळींनी सत्याग्रहात भाग घेण्याविषयी हट्ट धरला. पण आश्रमाच्या दृष्टीने ते इष्ट नव्हते; शिवाय सत्याग्रह सुरू ठेवायचा असेल तर दररोज कुणा ना कुणा पुढाऱ्याची जरूर लागणारच होती.

श्री पुढे व त्याच्या पाठोपाठ पुरुष, स्त्रिया आणि मुले मिळून जवळ जवळ शंभर मंडळी तळ्याच्या पायऱ्या उतरू लागली. बघायला आलेल्या माणसांची गर्दी तर एकसारखी वाढतच होती. सावकार, गावकर आणि इतर मिरासदार लोक यांचा काय बेत आहे याची कुणाला कल्पना येईना. गर्दीतच सुबोधला कुणी तरी म्हणाले, "सावकार इथं आहेत कुठं? त्यांच्याकडे ते बॅरिस्टर आले आहेत ना? त्यांना कोकण दाखवायला घेऊन गेले आहेत ते!"

श्री अगदी खालच्या पायरीवर जाऊन उभा राहिला. तळ्याच्या पाण्याला स्पर्श करण्याकरता तो वाकला. इतक्यात कुठून तरी बार निघाला. गोळी अगदी श्रीजवळून गेली.

श्री पुन्हा वाकला.

पुन्हा गोळी आली तरी श्रीच्या मागे उभ्या असलेल्या हरिजन-सत्याग्रह्यांच्या डोक्यावरून गेली. मागच्या गर्दीत कुणी तरी "मेला मेला" म्हणून ओरडलाही. गर्दीत गोंधळ सुरू झाला. हरिजन सत्याग्रहीसुद्धा गडबडले. इतक्यात मागच्या गर्दीतून पाचसात लाठीवाले पुढे आले. ही कोण माणसे आहेत, आणि कुठे जाताहेत हे कळायच्या आधीच ती श्रीपाशी पोचली. श्री पाण्याला स्पर्श करण्याकरिता पुन्हा वाकला. त्याने हातात पाणी घेतलेही. इतक्यात त्याच्या पाठीमागून एक

लाठीचे चार-पाच तडाखे बसले. तो धाडकन खाली कोसळला.

सत्याग्रह्यांनी त्या लाठीवाल्यांना पकडण्याचा प्रयत्न केला. पाच-सात माणसांना जखमाही झाल्या. शेवटी सत्याग्रह्यांच्या हाताला त्यातली दोन माणसे लागली.

लगेच त्यांनी बेशुद्ध श्रीला उचलून वर आणले.

श्रीवर झालेला तो अत्याचार पाहताच सुबोधचे भान नाहीसे झाले. तो मोठ्याने ओरडला, ''उद्या सकाळी पुन्हा सत्याग्रहाला या. आज श्री लढला, उद्या सुबोध लढेल!''

पण सुबोधवर लढण्याची पाळी आली नाही. दुपारी बाळासाहेब शिवापूरला परत आले. पकडलेली माणसे घेऊन ते तालुक्याच्या गावी गेले. त्या माणसांनी पोटाकरता आपण हे काम केल्याचे कबूल केले. त्यांच्या कबुलीजबाबावरून त्या अत्याचाराच्या मागे सावकारांसारखी गावातली मिरासदार मंडळी आहेत हे उघड उघड दिसून येऊ लागले.

प्रकरण अधिक चिघळू नये म्हणून सावकारांनी गावकऱ्यांच्या संमतीने तळे सर्वांना खुले केल्याची दवंडी संध्याकाळी गावात पिटविली.

दुसऱ्या दिवशीच्या वर्तमानपत्रात श्रीच्या पराक्रमाचे वर्णन तीन ओळींत आले होते. सावकाराच्या औदार्याने मात्र कित्येकांचे तीन तीन स्तंभ आडविले होते.

श्रीच्या पाठीच्या हाडाला व कंबरेला मार बसला असल्यामुळे तो जन्माचा पंगू होईल अशी भीती डॉक्टरांना पडली. पण शुद्धीवर येताच तो माईला म्हणाला, ''तुला सोडून मी जाणार नाही असं कबूल केलं होतं ना! जन्माचा पंगू झालो तर घटकाभर सुद्धा तुला सोडणार नाही मी!'' त्याच्या या विनोदाने माईच्या आणि चपलेच्या डोळ्यांत मात्र अश्रू उभे राहिले.

जबलपूरला जाण्याकरता बाळासाहेब निघाले होते. ते श्रीचा निरोप घेण्याकरिता आले. त्यांच्याबरोबर निर्मलाही आत आली. श्रीच्या शौर्याची हकिगत ऐकून त्याला पाहायला उत्सुक झाली होती ती! श्रीजवळ त्याची शुश्रूषा करीत बसलेली चपलाही तिला दिसली. आगट्यांच्या बागेत चपलेला पाहून जो तिरस्कार तिच्या मनात निर्माण झाला होता, तो त्या वेळी कुठल्या कुठे नाहीसा झाला. निर्मलेला वाटले– चपलेचे जीवनच आपल्यापेक्षा अधिक यशस्वी झाले आहे.

बाळासाहेब आणि निर्मला बाहेर गेल्यावर कुणी तरी आत आले. या मनुष्याला श्रीने कधीच पाहिले नव्हते. तो चपलेच्याही ओळखीचा नव्हता. श्रीच्या

बिछान्याजवळ येऊन आणि त्याच्या पायांवर डोके ठेवून म्हणाला, ''बाळ, प्रभूरामाच्या कृपेने तू बरा होशील. रामासारखा वीर आहेस तू! माझ्या म्हाताऱ्या डोळ्यांना तुझा पराक्रम पाहायला मिळाला–''

''आजोबा तुमचं नाव काय?'' चपलेने प्रश्न केला.

''रामनारायण. बाळासाहेबांचा स्वयंपाकी आहे मी!''

मघाशी बाळासाहेब बाहेर गेले तेव्हा चपला आणि श्री यांना त्यांच्या वियोगाने वाईट वाटले नव्हते. पण रामनारायण दरवाजातून बाहेर जाताच दोघांच्याही मनात आले– हा प्रेमळ म्हातारा पुन्हा आपल्याला भेटेल ना?

श्री हसून म्हणाला, ''चपला, मोठमोठ्या माणसांना आयुष्याचं कोडं सुटत नाही. पण ते या रामनारायणानं सोडविलं आहे!''

''आणि तूसुद्धा!'' लगेच त्याच्या बांधलेल्या जखमांकडे लक्ष जाऊन चपला म्हणाली, ''काय करून घेतलंस हे श्री?''

''जन्माचं सार्थक!''

''जन्माचा पांगळा होशील तू कदाचित!''

''झालो तर झालो. ही माझी कुबडी आहे की जवळ!'' हसत हसत श्री उद्गारला. लगेच तो म्हणाला, ''सिनेमानटीला कुबडी म्हटलं म्हणून राग नाही ना आला तुला?''

चपला हसली.

तिचा हात हातात घेऊन श्री म्हणाला, ''चपला, मनुष्य नुसत्या हातापायांनी जगत नाही, तो हृदयानं जगतो. श्रीच्या शरीरातला तेवढा तुकडा शाबूत आहे तोपर्यंत श्री पंगू होणार नाही!''

चपला काहीच बोलत नाही असं पाहून त्याने तिचे मस्तक दोन्ही हातांनी हळूच वाकविले आणि ते आपल्या हृदयाजवळ नेऊन तो म्हणाला, ''आतलं गाणं ऐकू येतंय ना तुला? झालं तर मग!''

चपलेला भास झाला– श्रीचे हृदय गात आहे–

'मरणात खरोखर जग जगते.'

■